நிக் டிரென்டன்

நூலாசிரியர்

நிக் டிரென்டன் இல்லினாய் மாநிலத்திலுள்ள ஒரு கிராமத்தில் பிறந்து வளர்ந்தவர். அவர் பொருளாதாரத்தில் ஓர் இளங்கலைப் பட்டம் பெற்றார். அதைத் தொடர்ந்து, நடத்தைசார் உளவியலில் அவர் ஒரு முதுகலைப் பட்டமும் பெற்றார்.

அவர் தனக்குப் பிடித்தமான ஒரு பொழுதுபோக்கான, மக்களை அவதானித்தலில் ஒரு தொழில்முறை வல்லுநராக ஆகிவிட்டதாகக் கூறிக் கொள்ள விரும்புகிறார். அவர் பனிச்சறுக்கு விளையாட்டில் நிபுணர். பிரபலமான தலைமைச் சமையற்காரரான அந்தோனி போர்டைனைப்போல உலகெங்கும் பயணித்து, உணவுப் பொருட்காட்சிகளை நடத்த வேண்டும் என்று நிக் கனவு கண்டு கொண்டிருக்கிறார். தற்போது, அமெரிக்காவிலுள்ள சிகாகோ நகரில் அவர் வசித்து வருகிறார்.

மஞ்சுள் பப்ளிஷிங் ஹவுஸ் வெளியிட்டுள்ள
நிக் டிரென்டனின் மற்றொரு புத்தகம்

அமைதியாக இருங்கள்

அதிகமாகச் சிந்திப்பதை நிறுத்தி,
அமைதியைக் கண்டறிந்து,
உங்களுடைய இயல்பான வாழ்க்கையைத்
தொடர்வதற்கான 102 அறிவுறுத்தல்கள்

நிக் டிரென்டன்

MANJUL

மஞ்சுள் பப்ளிஷிங் ஹவுஸ்

First published in India by

MANJUL

Manjul Publishing House
• C-16, Sector 3, Noida, Uttar Pradesh 201301 – India
Website: www.manjulindia.com

Registered Office:
• 2nd Floor, Usha Preet Complex, 42 Malviya Nagar, Bhopal 462 003 - India

Distribution Centres
Ahmedabad, Bengaluru, Kochi, Kolkata, Chennai,
Hyderabad, Mumbai, New Delhi, Pune

Tamil translation of *KEEP CALM: 102 Pieces of Wisdom to Find Peace, Stop Overthinking, and Carry On With Your Life* by Nick Trenton

This edition first published in 2024
Fourth impression 2026

ISBN 978-93-5543-939-0

Translated by: Nandini

Printed and bound in India by Repro India Ltd.

உள்ளடக்கம்

1

மாற்று விளக்கங்களைப் பரிசீலனை செய்வதற்கான ஆற்றல்

“மக்கள் மட்டும், ‘இதற்கு வேறு என்ன அர்த்தம் இருக்க முடியும்?’என்று கேட்பதற்கு நேரம் எடுத்துக் கொள்வார்களே எனில், இந்த உலகிலுள்ள தவறான புரிதல்களில் பெரும்பாலானவை தவிர்க்கப்பட்டுவிடும்.”

— ஷேனன் எல். ஆல்டர்

நம்முடைய அன்றாட வாழ்வின் பரபரப்புகளுக்கு நடுவே, பிறரைப் பற்றியோ அல்லது பிற விஷயங்களைப் பற்றியோ உடனடியான எடைபோடுதல்களுக்கும், அனுமானங்களுக்கும் வந்துவிடுகின்ற பொறிக்குள் நாம் சிக்கிக் கொண்டுவிடுகிறோம். தவறான புரிதல்களுக்கு அளவே இல்லை. மாற்றுக் கண்ணோட்டங்களை அலசி ஆராய நாம் தயாராக இல்லாதிருப்பதிலிருந்தே அவை முளைவிடுகின்றன. ஷேனனின் அறிவார்ந்த வார்த்தைகள், சற்று நிறுத்தி, “இதற்கு வேறு என்ன அர்த்தம் இருக்க முடியும்?” என்று நம்மை நாமே கேட்டுக் கொள்ள நம்மை வலியுறுத்துகின்றன.

நம்மில் பெரும்பாலானோர், “இதற்கு வேறு என்ன அர்த்தம் இருக்க முடியும்?” என்ற கேள்வியைக் கேட்கத் தயங்குவதில்லை. ஆனால், அதற்குக் கிடைக்கின்ற முதல் அல்லது ஒரே பதிலில் நாம் திருப்தி அடைந்துவிடுகின்றபோதுதான் நாம் தடுமாற்றம் அடைகிறோம். ஒரு நிகழ்வுக்கு வேறு என்ன என்ன

அர்த்தம் இருக்க முடியும் என்ற கேள்வியை நாம் கேட்கின்றபோது, எண்ணற்றச் சாத்தியக்கூறுகளை அடக்கியுள்ள ஓர் உலகத்தின் பூட்டை நம்மால் திறக்க முடியும்; எதிர்மறைச் சூழலில்கூட நம்மால் ஒரு நடுநிலையான கண்ணோட்டத்தை நிலைநிறுத்த முடியும்; நம்முடைய அனுபவங்களுக்கும் எதிர்வினையாற்றலுக்கும் இடையே ஓர் ஆரோக்கியமான இடைவெளியை உருவாக்கிக் கொள்ள முடியும். அந்த இடைவெளியில், நம்மால் வளர முடியும், பிரச்சனைகளுக்குத் தீர்வு காண முடியும், நம்முடைய மிகச் சிறந்ததொரு வடிவமாக ஆக முடியும்.

‘இதற்கு வேறு என்ன அர்த்தம் இருக்க முடியும்?’ என்ற கேள்வியைக் கேளுங்கள்

நாம் ஓர் எதிர்மறையான நிகழ்வையோ அல்லது சந்தேகத்திற்கிடமான சூழலையோ எதிர்கொள்கின்றபோது, நாம் பெரும்பாலும், நமக்குச் சௌகரியமான அல்லது நமக்குச் சாதகமான ஒரு விளக்கத்தை அதற்கு அளித்துக் கொள்வதை வழக்கமாகக் கொண்டிருக்கிறோம். அதில் விஷேசம் என்னவென்றால், அந்தச் சௌகரியமான விளக்கம் நமக்கு–

- உதவிகரமாக இருக்க வேண்டிய அவசியமில்லை
- துல்லியமாக இந்த உலகத்தைப் பிரதிபலிக்க வேண்டியதில்லை
- நமக்கு நல்ல உணர்வை ஊட்ட வேண்டியதில்லை

நம் மனத்தை அப்போது ஆக்கிரமித்துக் கொண்டிருக்கும் மனநிலையின் வெளிப்பாடாக அது இருக்கும், அவ்வளவுதான். ஒருவர் உங்கள்முன் ஒரு கத்தியை நீட்டுகின்றபோது, உங்களுடைய மனநிலை பீதியடைந்துள்ள ஒன்றாக இருந்தால், அவர் உங்களைக் கொல்ல முயல்கிறார் என்று நீங்கள் நினைப்பீர்கள். ஆனால், “அதற்கு வேறு என்ன அர்த்தம் இருக்க முடியும்?” என்ற கேள்வியை நீங்கள் கேட்கின்றபோதுதான்,

அவர் உண்மையில், உங்கள் முன்னுள்ள காய்கறியை வெட்டுவதற்கு அதை நீட்டுகிறார் என்பது உங்களுக்குப் புரியும்.

இப்போது நாம் ஓர் அன்றாட நிகழ்வைக் கற்பனை செய்யலாம்: நம்முடைய நெருங்கிய நண்பர் ஒருவர் கடைசி நிமிடத்தில் தன் திட்டத்தை இரத்து செய்கிறார். அதற்கு என்ன அர்த்தம்? நீங்கள் ஒரு குறிப்பிட்ட மனநிலையில் இருந்தால், எவருமே உங்களை நேசிக்கவில்லை என்பதற்கான நிரூபணமாக அதை நீங்கள் கருதுவீர்கள். ஆனால், உடனடியாக ஒரு முடிவுக்குத் தாவி, உங்கள் நண்பர் இனியும் உங்களிடம் நட்பு பாராட்டவில்லை என்ற அனுமானத்திற்கு வருவதற்குப் பதிலாக, அவர் உண்மையிலேயே ஒரு தீவிரமான பிரச்சனையில் மாட்டிக் கொண்டிருப்பதற்கான சாத்தியக்கூறு இருக்கலாம் என்ற ரீதியில் நீங்கள் யோசிக்கலாம். அவர் நோய்வாய்ப்பட்டிருக்கலாம். யார் கண்டது?

நிராகரிப்பு அல்லது விமர்சனத்தை எதிர்கொள்கின்றபோது, நம்முடைய சுயமதிப்பு குறித்து நாம் கொண்டிருக்கின்ற எண்ணங்களின் பிரதிபலிப்பாக அதை உள்வாங்கிக் கொள்வது எளிது. ஆனால், மாற்று விளக்கங்கள் இருக்கக்கூடும் என்ற எண்ணவோட்டத்தை நமக்குள் ஒரு பழக்கமாக உருவாக்கிக் கொள்வதன் மூலம், உடனடியாக, ஒரு மோசமான கற்பனைக்குள் செல்வதிலிருந்து நம்மை நாம் பாதுகாத்துக் கொள்ளலாம். உங்களுடைய மேலதிகாரி, நீங்கள் தாமதமாக வந்துள்ளதை உங்களிடம் ஒரு கடுமையான விதத்தில் சுட்டிக்காட்டியிருக்கலாம். ஆனால், அதற்காக நீங்கள் ஒரு மோசமான நபர் என்று அர்த்தமில்லை.

நம்முடைய அன்றாட வாழ்க்கையில், “இதற்கு வேறு என்ன அர்த்தம் இருக்க முடியும்?” என்ற கேள்வியைப் புகுத்துவதன் மூலம், பலதரப்பட்டக் கண்ணோட்டங்களை நாடுகின்ற ஒரு பழக்கத்தை வளர்த்துக் கொள்ள நாம் முயல்கிறோம். இந்தப் பழக்கம், உடனடியாக நம்மிடம் தோன்றுகின்ற எதிர்வினையாற்றல்களைக் கடந்து, எதிர்மறையான நிகழ்வுகள் குறித்த ஒரு நடுநிலையான, பச்சாதாபத்துடன்கூடிய புரிதலை வளர்த்துக்

கொள்வதற்கு நமக்கு உதவுகிறது.

நிகழ்கண வாழ்தலுக்காக வேகத்தை மட்டுப்படுத்துதல்

உடனடியான எதிர்வினையாற்றல்களும் உணர்ச்சிவசப்பட்டு மேற்கொள்ளப்படுகின்ற தீர்மானங்களும் முன்னணியில் இருக்கின்ற இன்றைய அவசர உலகில், ஒரு விஷயத்தை அனுபவிப்பதற்கும் அதற்கு எதிர்வினையாற்றுவதற்கும் இடையிலுள்ள நேரத்தை அதிகரித்துக் கொள்கின்ற திறனை வளர்த்துக் கொள்வது மிகவும் இன்றியமையாதது.

ஒரு விஷயத்திற்கு எதிர்வினையாற்றுவதற்கு முன்பாக உங்களால் ஒரு சில கணங்களை எடுத்துக் கொள்ள முடியவில்லை என்றால், "இதற்கு வேறு என்ன அர்த்தம் இருக்க முடியும்?" என்ற கேள்வியையோ அல்லது வேறு எதையோ உங்களால் கேட்க முடியாது. இந்த இடைவெளியை அதிகரித்துக் கொள்வதன் மூலம், நோக்கத்துடன்கூடிய நிகழ்கண வாழ்வை வாழ்வதற்கான இடத்தை நம்மால் உருவாக்கிக் கொள்ள முடியும். இது, அதிகமாகச் சிந்திப்பதையும் பதற்றத்தையும் குறைத்துக் கொள்வதற்கும், நிகழ்கணத்தில் இருப்பதற்கும் நம்மை இட்டுச் செல்கிறது.

உடனடியான உணர்ச்சிபூர்வமான எதிர்வினையாற்றலைத் தூண்டிவிடக்கூடிய ஓர் உரையாடலைக் கற்பனை செய்து கொள்ளுங்கள். உடனடியாக ஒரு சுடுசொல்லை வெளிப்படுத்துவதற்கோ அல்லது உங்களைத் தற்காத்துக் கொள்வதற்காக உங்களுக்குள் பதுங்கிக் கொள்வதற்கோ பதிலாக, எதிர்வினையாற்றுதலின் வேகத்தை நாம் மட்டுப்படுத்திக் கொள்வதை நாம் தேர்ந்தெடுக்கலாம்.

மன அழுத்தமிக்கக் கணங்களில் உடனடியாக எதிர்வினையாற்றுவதுதான் நம்முடைய இயல்பான மனப்போக்காக இருக்கும். ஒரு சூழலை எதிர்கொள்கின்றபோது, ஒன்று அங்கிருந்து ஓட்டம் பிடிப்பது அல்லது துணிந்து அதை எதிர்த்து நிற்பது என்ற இரண்டில் ஒன்றைத் தேர்ந்தெடுக்கின்ற,

ஆதிகாலம் தொட்டு நம்மிடம் படிந்துள்ள அடிப்படை இயல்பு இதை நம்மிடம் தூண்டிவிடுகிறது. உணர்ச்சிகள் மின்னல் வேகத்தில் நம்மிடம் வெடிக்கக்கூடியவை, தன்னிச்சையானவை; நிதானமான சீரிய யோசனைக்குச் சிறிது நேரம் பிடிக்கும். ஒரு விஷயத்திற்கு எதிர்வினையாற்றுகின்ற நேரத்தை வலுக்கட்டாயமாக நீட்டிப்பதன் மூலம், அதற்கு உணர்ச்சிபூர்வமாக எதிர்வினையாற்றாமல், சீரிய யோசனையுடன் எதிர்வினையாற்றுவதற்கான ஆற்றலை நம்மால் நம்மிடம் வளர்த்துக் கொள்ள முடியும்.

எடுத்துக்காட்டாக, உங்களுடைய அலுவலகத்தில் உங்களுக்கு வருகின்ற ஒரு மின்னஞ்சல், உங்களுடைய பதற்றத்தைத் தூண்டிவிட்டு, உங்களிடம் திக்குமுக்காடல் உணர்வைத் தூண்டிவிடுகிறது என்று வைத்துக் கொள்வோம். உணர்ச்சிவசப்பட்ட அந்த நிலையில், உடனடியாக அதற்கு பதிலெழுதுவதற்கு பதிலாக, சில நொடிகள் ஆழமாக சுவாசித்துவிட்டு, “இதற்கு வேறு என்ன அர்த்தம் இருக்க முடியும்?” என்ற கேள்வியை உங்களிடம் நீங்களே கேட்டுக் கொள்ளலாம். இந்தச் சிறிய இடைவெளி, நம்முடைய விழுமியங்களோடும் இலட்சியங்களோடும் ஒத்திசைவாக இருக்கின்ற எதிர்வினையாற்றலை நாம் தேர்ந்தெடுப்பதைச் சாத்தியப்படுத்தும்.

எதிர்வினையாற்றலைத் தாமதப்படுத்துகின்ற போக்கு, குறிப்பாக, தகவல் பெருவெள்ளம் நம்மை மூழ்கடிக்கத் துடிக்கின்ற இந்த டிஜிட்டல் காலகட்டத்தில், எதிர்வினையாற்றுதலுக்கு ஆகின்ற நேரத்தை மட்டுப்படுத்துவது இன்றியமையாதது. நம்மிடம் வலுவான உணர்ச்சிகளைத் தோற்றுவிக்கின்ற செய்திகள் மற்றும் சமூக ஊடகப் பதிவுகளை நாம் எதிர்கொள்கின்றபோது, அடுத்தக் கணமே அவற்றுக்கு எதிர்வினையாற்றுவதற்கோ அல்லது பதிலளிப்பதற்கோ பதிலாக, வலுக்கட்டாயமாக சில கணங்கள் இடைவெளி விடுகின்ற பழக்கத்தை நாம் வளர்த்துக் கொள்ளலாம். நம்மிடம் உணர்ச்சிக் கொந்தளிப்பை ஏற்படுத்துகின்ற விஷயங்களை நாம் எதிர்கொள்கின்றபோது, அதற்கு

எதிர்வினையாற்றுகின்ற நேரத்தை நீட்டித்துக் கொள்வதன் மூலம், தேவையற்றப் பிணக்குகள் உருவாவதை நம்மால் தவிர்த்துவிட முடியும்.

இதை நீங்கள் ஒரு பழக்கமாக ஆக்கிக் கொள்கின்றபோது, மற்றொரு விடயமும் உங்களுடைய கண்களில் படும். நம்முடைய கவனத்தைக் கவர்ந்திழுக்க ஒரு செய்தி அல்லது தகவல் முனையலாம். ஆனால், அதற்கு நாம் எதிர்வினையாற்ற வேண்டிய அவசியமே கிடையாது. குறிப்பாக, நாம் உணர்ச்சிக் கொந்தளிப்புடன் உடனடியாக வரிந்து கட்டிக் கொண்டு கொதித்தெழ வேண்டியதில்லை. அதை நாம் ஏற்றுக் கொள்ளவும் தேவையில்லை, அதை ஒதுக்கித் தள்ளவும் தேவையில்லை. அதிலிருந்து நம்மை அப்புறப்படுத்திக் கொண்டு, நம்முடைய கவனத்தை வேறு எங்காவது செலுத்துவதை நாம் தேர்ந்தெடுக்கலாம்.

நம்முடைய உறவுகளில், உடனடியாக எதிர்வினையாற்றாமல் இருப்பதைத் தேர்ந்தெடுப்பது, கருத்து வேறுபாடுகளைக் குறைத்துக் கொள்வதற்கான ஒரு சிறந்த வழி. உரையாடல்களின்போது, சிறிது இடைவெளி விட்டுவிட்டு, உடனடியாக எதிர்வினையாற்றாமல் இருப்பதைத் தேர்ந்தெடுப்பதன் மூலம் எத்தனை சூடான வாக்குவாதங்களை உங்களால் தணிக்க முடியும் என்று யோசித்துப் பாருங்கள். நீங்கள், "ஆமாம், உண்மையிலேயே இது எனக்குத் தேவையா?" என்ற கேள்வியைக் கேட்டுக் கொள்ளக்கூடிய அளவுக்கு உங்களால் இடைவெளி விட முடிந்தால், தேவையற்ற மன அழுத்தங்களையும் எதிர்மறையான எண்ணவோட்டங்களையும் எந்த அளவுக்கு உங்களால் தடுக்க முடியும் என்று கற்பனை செய்து பாருங்கள்.

2

சில நேரங்களில் நீங்கள் உங்களுக்குள்ளாகத் தேடிக் கொண்டிருக்கக்கூடாது

"எப்போதும் சிந்தித்துக் கொண்டேயிருக்கின்ற நபருக்கு, எண்ணங்களைத் தவிர வேறு எதைப் பற்றியும் சிந்திக்க எதுவும் இருக்காது. அதனால், அவர் எதார்த்தத்தின் தொடர்பை இழந்து, மாயையானதோர் உலகில் வாழ்கிறார்."

– ஆலன் வாட்ஸ்

இன்றைய நவீன உலகம், டிஜிட்டல் ரீங்காரங்கள், தொடர்ச்சியான வம்பளப்புகள் போன்ற கவனச்சிதறல்களால் நிறைந்துள்ளது. அதிர்வுகள், சிறு மணியோசைகள் போன்றவற்றின் கதம்பக் கலவை ஒலிகள் நாம் விழித்திருக்கும் நேரம் முழுவதும் நம்மைப் பாடாய்ப்படுத்திக் கொண்டிருக்கின்றன. நம்மைச் சூழ்ந்துள்ள அழுத்தமிக்க எதார்த்த உலகிலிருந்து தப்பிப்பதற்காக, நாம் இந்த டிஜிட்டல் உலகிற்குள் தஞ்சமடைந்து ஆறுதல் பெற விரும்புகிறோம். பிரபல தத்துவவியலாளர் ஆலன் வாட்ஸ் சுட்டிக்காட்டுவதுபோல, சுய அலசலில் ஈடுபடுவது என்ற போர்வையில் சிந்தித்துக் கொண்டே இருப்பது, எதார்த்த உலகிலிருந்து நம்மை அப்புறப்படுத்தி, மாயையான உலகிற்குள் நாம் பாய்ந்துவிட வழி வகுத்துவிடும். நம்முடைய அக உலகிற்குள்

மூழ்குவதற்கும், புற எதார்த்த உலகில் சஞ்சரிப்பதற்கும் இடையே ஒரு சமநிலையை உருவாக்கிக் கொள்வதன் மூலம், பதற்றமற்ற, நிகழ்கணத்தில் வாழ்கின்ற ஒரு வாழ்க்கைக்கான அடித்தளத்தை உங்களால் அமைத்துக் கொள்ள முடியும்.

சுய அலசலுக்கும் புற உலக அனுபவங்களுக்கும் இடையே ஒரு சமநிலையை உருவாக்கிக் கொள்ளுதல்

நம்மை ஊக்குவிக்கின்ற விஷயங்கள், நம்முடைய கனவுகள் மற்றும் கவலைகள் போன்றவற்றைப் புரிந்து கொள்வதற்கு சுய அலசல் இன்றியமையாதது என்றாலும், அதில் அளவுக்கதிகமாக ஈடுபடுவது, எதார்த்தத்தின் அரவணைப்பிலிருந்து நம்மைப் பிய்த்தெடுத்துவிடும்; நிகழ்கணத்தில் நாம் இயங்க முடியாமல் செய்துவிடும். நம்முடைய சொந்தச் சிந்தனைச் சிலந்திவலைக்குள் நாம் சிக்கிக் கொள்வோம், நாமே உருவாக்கிக் கொண்டுள்ள புதிர்க்கட்டத்திற்குள் மாட்டிக் கொண்டு வெளியே வர முடியாமல் தவிப்போம். இது ஒரு முரண்போலி. நாம் எவ்வளவு ஆழமாக நம் சிந்தனைக்குள் மூழ்குகிறோமோ, எது அந்த எண்ணங்களுக்கு இட்டுச் சென்றதோ அந்த அனுபவங்களிலிருந்து அவ்வளவு அதிகமாக நாம் விலகியிருப்போம்.

ஒரு சிறுவன் தன் கட்டிலுக்குக் கீழே ஒரு பூதம் மறைந்திருப்பதாகத் தன் தந்தையிடம் கூறுவதாகக் கற்பனை செய்து கொள்ளுங்கள். அச்சிறுவனின் தந்தை, அவனுடைய பயத்தை முற்றிலுமாகக் களைந்துவிடுவதென்று தீர்மானித்து அவனுக்குப் பக்கத்தில் அமர்கிறார். பூதம் என்ற ஒன்று இருக்கவே முடியாது என்று அவனுக்குப் புரிகின்ற விதத்தில் பகுத்தறிவுபூர்வமாக அவர் எடுத்துரைக்கிறார். அது அவனுடைய ஆழ்மனத்தில் பதிந்திருக்கின்ற ஒரு தேவையற்ற பயம் என்பதை அவர் சுட்டிக்காட்டுகிறார். ஆனால், அந்தச் சிறுவனுக்கு பயம் தெளியவில்லை. மறுநாள் காலையில், அவனுடைய அம்மா அவனிடம் ஒரு பொறுமையற்றக் குரலில், “நீயே, கட்டிலுக்கு

அடியில் குனிந்து பார்," என்று கூறுகிறார். அவனும் கட்டிலுக்கு அடியில் பார்க்கிறான்.

"அங்கு பூதம் ஏதாவது இருக்கிறதா?"

"எதுவும் இல்லை."

சிந்திப்பது பிரச்சனைகளைத் தீர்ப்பதற்கு உதவும். ஆனால், அதிகமாகச் சிந்திப்பது என்பதே ஒரு பிரச்சனைதான்.

நீங்கள் உங்களுடைய சகா ஒருவருடன் நடத்திய ஓர் உரையாடலை நீங்கள் அக்கு வேறு ஆணி வேராகப் பிரித்து அலசிக் கொண்டிருக்கிறீர்கள் என்று வைத்துக் கொள்வோம். அந்த உரையாடலின்போது பேசப்பட்ட ஒவ்வொரு சொல்லையும், அவற்றின் ஒவ்வொரு நுணுக்கத்தையும் நீங்கள் கூறுபோட்டுப் பார்த்துவிட்டீர்கள். நீங்கள் மேலும் அதிலேயே உழன்று கொண்டிருக்கிறீர்கள். அதே நேரத்தில், அந்த உரையாடலை உங்களுடன் நடத்திய நபர் அதற்குப் பிறகு இதைப் பற்றிக் கிஞ்சித்தும் கவலைப்படாமல் அடுத்த வேலையில் இறங்கிவிடுகிறார். ஒரு விஷயத்தை ஆழமாக அலசி ஆராய்வது என்பது பாராட்டத்தக்கதோர் அம்சம்தான் என்றாலும், நீங்கள் அதில் அளவுக்கதிகமாக மூழ்குவது, எதார்த்த உலகிலிருந்து உங்களை வெகுதூரம் விலக்கிச் சென்றுவிடுகிறது. அதனால், உங்களுடைய அலுவலக அறையில் கேட்டுக் கொண்டிருக்கின்ற சிரிப்பொலிகள், அந்த அறைக்கு வெளியேயிருந்து வருகின்ற காபியின் நறுமணம் போன்றவற்றை உங்களால் இரசிக்க முடியாமல் போய்விடுகிறது.

மற்றோர் எடுத்துக்காட்டைப் பார்க்கலாம். ஒரு பயணி தான் மேற்கொள்ளவிருக்கின்ற மலைநடைப் பயணம் ஒன்றுக்கு வெகு நாட்கள் முன்பே அது குறித்து விலாவாரியாகத் திட்டமிடுகிறார். அவர் அந்த இடத்தைப் பற்றிப் படிக்கிறார், அதன் வரைபடங்களைப் பார்க்கிறார், அதைப் பற்றிய மதிப்புரைகளை அலசுகிறார். பின் இறுதியாக, கச்சிதமான பயணத்திட்டம் ஒன்றை அவர் உருவாக்குகிறார். ஆனால், அவர் அந்த இடத்திற்கு நேரில் செல்கின்றபோது, அங்கு நிகழ்கின்ற எதிர்பாராத சம்பவங்கள், எதிர்பாராத திருப்பங்கள்,

தன்னிச்சையாக நிகழ்கின்ற மாயாஜாலச் சந்திப்புகள் ஆகியவற்றின் வடிவில் அவருக்கு ஒரு பெருவியப்பு காத்திருக்கிறது. தங்களுடைய திட்டங்களிலிருந்து சிறிதும் விலக விரும்பாமல் நூல் பிடித்தாற்போல அதைப் பின்பற்ற நினைப்பவர்கள், ஒரு பயணத்தில் நிகழ்கின்ற மாயாஜாலமான அம்சங்கள் அனைத்தையும் இழந்துவிடுகின்றனர்.

சமநிலையுடன் இருப்பதை நாம் விரும்பினால், சுய அலசலை மேற்கொள்கின்ற அதே வேளையில், எதார்த்தத்தின் இழைகள் விலகாமல் பார்த்துக் கொள்ள வேண்டும். நம்முடைய ஐம்புலன்களையும் நிகழ்காலத்தில் குவியச் செய்வதன் மூலம், நிகழ்கணலயிப்பை நம்மால் வளர்த்துக் கொள்ள முடியும். வெறுங்கால்களுடன் புற்தரையில் நடத்தல், உணவின் மணத்தை இரசித்தல், பிறர் பேசுவதை உண்மையிலேயே செவி கொடுத்துக் கேட்டல் போன்றவை அவற்றுக்கான ஒரு சில எடுத்துக்காட்டுகள். புலன்களால் உணரப்படக்கூடிய உலகோடு நாம் ஏற்படுத்திக் கொள்கின்ற இந்த மறுதொடர்பு, நம்முடைய எண்ணங்கள் எனும் புதிர்க் குகைகளுக்குள் மாட்டிக் கொள்ளாமல் எதார்த்த வாழ்வில் மூழ்கி முத்துக் குளிக்கின்ற அனுபவங்களை நமக்குப் பெற்றுக் கொடுக்கும்.

எதிர்மறையான சுய ஏமாற்று வேலைகளில் மாட்டிக் கொள்ளாதிருத்தல்

நிகழ்கண வாழ்வு மற்றும் சுய மேம்பாட்டை நோக்கிய நம்முடைய பயணத்தின்போது, நாம் சுய அலசல் மற்றும் சுய ஏமாற்று ஆகிய இரண்டுக்கும் இடையேயுள்ள மெல்லிய கோட்டின்மீது நடந்தாக வேண்டிய கட்டாயத்திற்கு ஆளாகிறோம்.

மனித மனம் தனக்குச் சாதகமான கட்டுக்கதைகளைத் தானே உருவாக்கிக் கொள்வதில் வல்லது. குறிப்பாக, நாம் நம்முடைய சௌகரிய வட்டத்தைவிட்டு வெளியே வர வேண்டியிருக்கின்றபோது, அது அந்த வேலையில் முனைப்பாக ஈடுபடும். அப்போது, நாம் எளிதாக

சுய ஏமாற்று மனநிலைக்குள் சறுக்கிவிடுவதற்கான வாய்ப்புகள் அதிகம். நம்முடைய செயலற்ற நிலையை நியாயப்படுத்துதல், நம்முடைய குறைபாடுகளுக்குப் புதிய விளக்கங்களை அளித்தல், நம்முடைய வரம்புகளை எதிர்த்து நிற்பதைத் தவிர்ப்பதற்குப் புளுகுமூட்டைகள் நிறைந்த கதைகளை அள்ளிவிடுதல் ஆகியவற்றை உள்ளடக்கிய நிலை அது. நாம் தஞ்சமடைகின்ற அந்தப் புகலிடம் பாதுகாப்பானதாக இருப்பதாகத் தோன்றக்கூடும். ஆனால், நம்முடைய பயங்களை நேரடியாக எதிர்கொண்டு அவற்றிலிருந்து பாடம் கற்றுக் கொண்டு வளர்வதற்கான வாய்ப்பை அது நம்மிடமிருந்து தட்டிப் பறித்துவிடும். நாம் எதையோ செய்து கொண்டிருக்கிறோம், ஏதோ ஒரு பிரச்சனைத் தீர்த்துக் கொண்டிருக்கிறோம் என்று நம்மை நாமே நம்ப வைத்துக் கொள்ளக்கூடும். ஆனால், உண்மையில் நாம் எதையும் செய்து கொண்டிருக்க மாட்டோம்.

ஒருவர் தன்னுடைய சொந்தத் தொழிலைத் துவக்க முனைந்து கொண்டிருக்கிறார் என்று வைத்துக் கொள்ளுங்கள். தன்னுடைய விற்பனைப் பொருளைக் கச்சிதமாக ஆக்குவதற்கும், சந்தை உத்திகளை உருவாக்கிக் கொள்வதற்கும், இணையத்தில் அது இலட்சக்கணக்கானோரின் கண்களைக் கவர்வதற்குத் தேவையான காரியங்களில் ஈடுபடுவதற்கும் அவர் பல மாதங்களைச் செலவழித்திருக்கக்கூடும். ஆனால், அந்தப் பொருளின் சந்தை அறிமுக நாள் நெருங்குகின்றபோது, திடீரென்று சுய சந்தேகம் அவருக்குள் புகுந்து கொள்கிறது. இது கச்சிதமான நேரமல்ல என்பது போன்ற பலவிதமான சாக்குப்போக்குகளை அவர் தனக்குத் தானே சொல்லிக் கொள்ளத் துவங்குகிறார். பின்னடைவு ஏற்பட்டுவிடக்கூடும் என்ற அச்சம் அவரை அலைக்கழிக்கத் தொடங்குகிறது.

இதை எப்படி மீறுவது?

உங்களுடைய சகாக்கள், நண்பர்கள், வழிகாட்டிகள் போன்றோருடன் நேர்மையான உரையாடல்களை நடத்துவது மதிப்புமிக்க வித்தியாசமான கண்ணோட்டங்களை உங்களுக்கு அளிக்கக்கூடும்.

அவர்களிடமிருந்து ஆரோக்கியமான விமர்சனங்களை நீங்கள் கேட்டுப் பெறலாம். அது நீங்கள் திறந்த மனத்துடன் விஷயங்களை அணுகுவதற்கு உங்களுக்கு உதவும். அதற்கு நீங்கள் அசௌகரியங்களை அரவணைத்துக் கொள்ளத் தயாராக இருக்க வேண்டும். சில நேரங்களில், நாம் நம்முடைய படுக்கைக்கு அடியில் குனிந்து பார்க்க வேண்டியிருக்கலாம்!

3

செயல்நடவடிக்கைகள் அத்தியாவசியமானவை

"வருங்காலத்தில் நாம் அச்சுறுத்தலுக்கு ஆளாகலாம் என்ற உணர்வு நமக்கு ஏற்படுவதால், நாம் பிரச்சனைகளுக்கு நம்முடைய மனத்திற்குள்ளேயே தீர்வுகளைக் கண்டுபிடிக்க முயல்கிறோம்."

– டேவிட் கார்போனெல்

அறியா வருங்காலம் குறித்த நம்முடைய அசௌரியம், பெரும்பாலும், நம்முடைய மனமெனும் கோட்டைக்குள் தொடர்ந்து பிரச்சனைகளைத் தீர்க்க முயல்கின்ற பாதையை நோக்கி நம்மைக் கொண்டு சென்றுவிடும். ஆனால், அது பிரச்சனைகளைத் தீர்ப்பதற்கான வழி அல்ல. நாம் நம்முடைய மனத்திற்குள் கற்பனையான சூழல்களை உருவாக்கிக் கொண்டு, அவற்றுக்குச் சிக்கலான திட்டங்களைத் தீட்டிக் கொண்டு, கணிக்கப்பட முடியாதவற்றைக் கணிப்பதற்கு தொடர்ந்து முயற்சி செய்து கொண்டிருக்கிறோம், அவ்வளவுதான். இந்தப் பயனற்ற முயற்சிக்குப் பதிலாக, வருங்கால இனம்புரியாத அச்சுறுத்தல் சாத்தியக்கூறுக்குப் பழகிக் கொண்டு, வருங்காலத்தின் கட்டுப்படுத்தப்பட முடியாத தன்மையை அரவணைத்துக் கொள்ள முடிந்தால் எப்படி இருக்கும்?

வருங்கால இனம்புரியாத அச்சுறுத்தல் சாத்தியக்கூறுக்குப் பழகிக் கொள்ளுதல்

நீங்கள் மேற்கொள்கின்ற நடவடிக்கைகள் ஒவ்வொன்றின் விளைவுகளின்மீதும் உங்களால் முழுமையான கட்டுப்பாடு செலுத்த முடிந்தால் எப்படி இருக்கும் என்று யோசித்துப் பாருங்கள். நீங்கள் ஆழமாக மூச்சு இழுத்து விட்டுவிட்டு, நிச்சயமற்ற வருங்காலக் காற்று உங்களை வழிநடத்துவதற்காக நீங்கள் காத்திருப்பதாக உங்கள் மனத்தில் காட்சிப்படுத்துங்கள். இது ஒரு முழுச் சரணாகதி அல்ல. உங்களுடைய பாதையில் நீங்கள் எதிர்கொள்ளவிருக்கின்ற சவால்களைத் திறம்பட எதிர்கொள்வதற்கான உள்ளார்ந்த திறமை உங்களிடம் இருக்கிறது என்ற ஆழமான நம்பிக்கைதான் அது.

உங்களுடைய கடந்தகாலத்தில் உங்களுடைய வாழ்க்கை திடீரென்று எதிர்பாராத விதமாகத் திசை திரும்பிய ஒரு காலத்தை நினைவுபடுத்திக் கொள்ளுங்கள். திடீரென்று நீங்கள் வேலையை இழந்த ஒரு காலகட்டமாக அது இருக்கலாம். அல்லது நீங்கள் கவனமாகத் திட்டமிட்டிருந்த ஒரு திட்டம் திடீரென்று தலைகீழாகத் திரும்பியதால் உங்களுக்குப் பிரச்சனை ஏற்பட்டிருந்த காலகட்டமாக அது இருக்கலாம். தொடக்கத்தில் நீங்கள் அதிர்ச்சியில் உறைந்து போயிருந்தாலும், பின்னர் சுதாரித்துக் கொண்டு அந்த நெருக்கடியிலிருந்து மீண்டு வந்து எப்படிப் பீடு நடை போட்டீர்கள் என்பதை நினைவுபடுத்திப் பாருங்கள். அந்த நேரத்தில் நீங்கள் உங்களுடைய கட்டுப்பாட்டை முழுமையாக விட்டுக் கொடுத்ததன் மூலம், நீங்கள் அதற்கு முன்பு கற்பனையில்கூட நினைத்திராத தீர்வுகளைக் கண்டுபிடித்தீர்கள்.

நாம் முன்பு சந்தித்திருந்த மலைநடைப் பயணியை உங்களுக்கு நினைவிருக்கிறதா? விரிவான பயணத் திட்டங்கள் அவசியம்தான் என்பதில் சந்தேகமில்லை. ஆனாலும், சில சமயங்களில் நீங்கள் எடுத்து வைக்கின்ற ஒவ்வோர் அடியும் சவால்மிக்கதாக

இருக்கலாம். படுவேகமாக மாறுகின்ற வானிலைக்கு ஏற்பத் தகவமைத்துக் கொள்ளுதல், சில சமயங்களில் சுற்றிக் கொண்டு செல்ல வேண்டிய தேவை, தவறான பாதைகளில் செல்கின்றபோது சரியான பாதைக்கு மீண்டு வருதல் போன்றவற்றின் காரணமாக, எதிர்பாராத சூழல்களை எதிர்கொள்கின்ற திறமை அந்தப் பயணியிடம் அதிகரிக்கக்கூடும். இது வளர்த்தக் கொள்ளப்படத்தக்க ஒரு திறமையாகும். அதோடு, இது வாழ்க்கை குறித்து அந்தப் பயணி கொண்டிருக்கின்ற கண்ணோட்டத்தையும் மாற்றக்கூடும்.

வருங்கால இனம்புரியாத அச்சுறுத்தல் சாத்தியக்கூறுக்குப் பழகிக் கொள்ளுதல் நல்லது என்பதற்காக, நீங்கள் உங்களுடைய பொறுப்பைத் தட்டிக் கழிக்க வேண்டும் என்று அர்த்தமில்லை. நீங்கள் முன்கூட்டியே என்னதான் கச்சிதமாகத் திட்டமிட்டிருந்தாலும், நீங்கள் உண்மையில் பயணிக்கின்றபோது எதிர்கொள்ளக்கூடிய ஒவ்வொரு திருப்பத்தையும் வளைவையும் உங்களால் கண்டிப்பாகத் துல்லியமாகக் கணிக்க முடியாது. எதிர்பார்ப்பும் அறியப்படாததும் சந்திக்கின்ற சந்திப்பில் நீங்கள் நின்று கொண்டிருக்கின்றபோது, சூழ்நிலைக்கு ஏற்ப வளைந்து கொடுக்கக்கூடிய உங்களுடைய திறன்தான் உங்களுடைய பயணத்தின் திசையைத் தீர்மானிக்கும் என்பதை நீங்கள் உங்களுக்கு நினைவுபடுத்திக் கொள்ள வேண்டும்.

எண்ணங்களிலிருந்து செயலுக்கு

சில சமயத்தில் நம்முடைய மனம், "இப்படி நடந்துவிட்டால்?" என்ற கேள்வியை எழுப்பி, அதற்கு இருக்கின்ற பலவிதமான சாத்தியக்கூறுகளைப் பற்றி மீண்டும் மீண்டும் யோசித்துக் கொண்டிருக்கும். மனம் அந்தச் சுழற்சிக்குள் சிக்கிக் கொள்கின்றபோது, அது கலங்கலாகிவிடுகிறது.

> "என்னுடன் வெளியே வருகிறாளா என்று அவளிடம் கேட்டு, அதற்கு அவள் முடியாது என்று சொல்லிவிட்டால்?"

“அதைக் கேட்டு அவள் என் முகத்திற்கு நேராக நகைத்துவிட்டால்?”

“அவளுக்கு ஏற்கனவே ஒரு காதலன் இருந்தால்?”

“அப்படிக் கேட்பதன் மூலம் நான் அவளைக் காயப்படுத்திவிட்டால்?”

“அதன் மூலம் என்னை நானே தர்மசங்கடத்திற்கு ஆட்படுத்திக் கொண்டால்?”

மேற்கண்ட அனைத்துக் கேள்விகளுமே பயனற்றவை. ஏனெனில், அவை அனைத்தும் ஊகத்தின் அடிப்படையில் அமைந்தவை. உண்மையிலேயே என்ன நடக்கும் என்பதைத் தெரிந்து கொள்வதற்கு ஒரே ஒரு வழிதான் இருக்கிறது. அவளிடம் நேரடியாகக் கேட்டுவிடுவதுதான் அது. இல்லாத சாத்தியக்கூறுகளைப் பற்றி ஒரு வாரம் நீங்கள் உங்களுடைய மனத்தைப் போட்டுக் குழப்பிக் கொண்டிருக்கலாம். அல்லது தீர்க்கமான ஒரே ஒரு செயலில் இறங்கி, அதன் விளைவுகளைத் தெரிந்து கொண்டு, அதற்கேற்ப உங்களுடைய அடுத்த நடவடிக்கையைத் தீர்மானித்துக் கொள்ளலாம். இதற்கு ஐந்து நிமிடங்களே ஆகும்.

இங்கு நாம் ஒரு முக்கியமான மனப்போக்கு மாற்றத்தைப் பற்றிப் பேசிக் கொண்டிருக்கிறோம். மனக்காட்சியிலிருந்து செயல்நடவடிக்கையை நோக்கிய மாற்றம் அது.

மற்றோர் எடுத்துக்காட்டு: ஒருவர் ஒரு துளிர் நிறுவனத்தைத் தொடங்கத் துடித்துக் கொண்டிருக்கிறார். கவனமான திட்டமிடுதல்களும், சந்தை குறித்த அலசல்களும் இன்றியமையாதவை என்றாலும், கோட்பாட்டுரீதியான விவாதங்களால் அதன் இறுதி வெற்றியைத் தீர்மானிக்க முடியாது. பொருளின் மாதிரியை உருவாக்குதல், பின்னூட்டக்கருத்துகளைப் பெறுதல், பொருளை மெருகேற்றுதல் போன்றவைதாம் அதற்கு உதவும். தொழிலதிபர்கள், ‘இப்படி நடந்துவிட்டால்?’ என்ற கேள்வியைக் கேட்பதற்குப் பதிலாக, ‘அடுத்து என்ன?’ என்ற கேள்வியைத்தான் கேட்பர்.

இப்போது இன்னோர் எடுத்துக்காட்டைப் பார்க்கலாம். ஓர் எழுத்தாளர் ஒரு நாவலை எழுத விரும்புகிறார். ஆனால், அதைத் தொடங்குவதற்கு அவர் திணறிக் கொண்டிருக்கிறார். தான் இன்னும் எழுதாத நாவலுக்கு என்னென்ன விமர்சனங்கள் வருமோ என்ற அச்சத்தில், அவர் விரிவான திட்டமிடுதல்களிலும், கதாபாத்திரங்களை வடிவமைப்பதிலும் நாட்களைக் கடத்திக் கொண்டிருக்கிறார். ஆனால், அவர் தன் முதல் வார்த்தையை எழுதத் தொடங்கும்போதுதான் அவர் எதிர்பார்க்கின்ற திருப்புமுனை அவருக்குக் கிடைக்கும். நம்பிக்கையின் அடிப்படையில் அவர் எடுத்து வைக்கின்ற அந்த முதலடிதான், எதிர்காலத்தில் அவர் பெற விரும்புகின்ற விளைவுகளை அவருக்குக் கொடுக்கும்.

அளவுக்கதிகமாகச் சிந்தித்தல் என்ற பொறிக்குள் மாட்டிக் கொள்ளாமல் இருப்பதற்கு, செயல்நடவடிக்கையில் இறங்குவது குறித்தத் தயக்கத்தை நீங்கள் உதறித் தள்ள வேண்டும். அந்த நடவடிக்கை கனகச்சிதமானதாக இருக்க வேண்டிய அவசியமில்லை. நீங்கள் சற்று பயந்து போய் இருக்கும்போதும், உங்களிடம் நிச்சயமின்மை நிலவும்போதும்கூட நீங்கள் நடவடிக்கையில் இறங்கலாம்.

முதலில் உங்களால் சமாளிக்கக்கூடிய ஒரே ஒரு நடவடிக்கையில் இறங்குங்கள். அதற்குப் பிறகு அடுத்த நடவடிக்கையில் இறங்குங்கள். நீங்கள் சந்திக்கச் சாத்தியமுள்ள இடர்பாடுகளில் உங்களுடைய கவனத்தைக் குவிக்காமல், உங்களுடைய முன்னேற்றத்தின்மீது கவனத்தைக் குவியுங்கள். அது எவ்வளவு சிறியதாக இருந்தாலும் பரவாயில்லை. நீங்கள் எதிர்பார்க்கின்ற வருங்கால விளைவுகள், வெறும் சிந்தனையின் மூலம் மட்டும் வரப் போவதில்லை என்பதை உணர்ந்து கொள்ளுங்கள். அதற்கு நீங்கள் செயலில் இறங்கியாக வேண்டும்.

4

நீங்கள் உண்மையிலேயே எதைக் கண்டு அஞ்சுகிறீர்கள்?

"மனிதர்கள் உண்மையான பிரச்சனைகள் குறித்துக் கவலைப்படுவதைவிட, அவர்களுடைய கற்பனையில் உதிக்கின்ற பிரச்சனைகள் குறித்துத்தான் அதிகமாகக் கவலைப்படுகின்றனர்."

– எபிக்டெடஸ்

இப்படிக் கற்பனை செய்யுங்கள்: பச்சைப்பசேல் என்ற சுற்றுச்சூழலில் ஓர் அமைதியான ஏரி இருக்கிறது. அதில் நீலவானம் தெளிவாகப் பிரதிபலித்துக் கொண்டிருக்கிறது. நீங்கள் அதன் அமைதியைப் பருகிக் கொண்டு, அதன் கரையில் உட்கார்ந்திருக்கிறீர்கள். அந்த அமைதியான சூழலில்கூட உங்களுடைய மனம் அலைக்கழிக்கப்பட்டுக் கொண்டிருக்கிறது. திடீரென்று, உங்களுடைய வேலை பறிபோவதற்கான வாய்ப்பு, நெருக்கடிக்கு உள்ளாகியுள்ள உறவுகள், நிச்சயமற்ற வருங்காலம் போன்ற எண்ணங்கள் உங்களைச் சூழ்ந்து கொள்கின்றன. நீங்கள் சொர்க்கத்தில் இருந்தாலும் நீங்கள் நரகத்தில் இருப்பதாக உங்களுடைய மனம் உங்களை எண்ண வைக்கிறது.

அர்த்தமற்ற பயங்களைக் கேள்விக்கு உட்படுத்துங்கள்

நம்மிடம் பயம் இருப்பதற்கு ஒரு காரணம் இருக்கிறது. நம்முடைய முன்னோர், அவர்களுடைய

உயிர்களுக்கு உண்மையிலேயே ஆபத்து விளைவிக்கின்ற சூழல்களை அடையாளம் காண்பதற்கும், அதிலிருந்து தப்பி ஓடுவதற்கும் பயம் அவர்களுக்கு உதவியது. எடுத்துக்காட்டாக, ஒரு கோரைப்பல் புலி, புற்களுக்கு இடையே பதுங்கிப் பதுங்கி அவர்களை நோக்கி வருகின்றபோது, அவர்கள் ஓட்டம் பிடிக்க அது அவர்களுக்கு உதவியது. ஆனால், இன்று அப்படிப்பட்ட ஆபத்துகள் எதுவும் நமக்குக் கிடையாது. ஆனால், ஆபத்தான சூழல் குறித்த எண்ணத்திற்கும் உண்மையான ஆபத்திற்கும் இடையேயுள்ள வேறுபாடுகளை உங்களுடைய உடலால் பிரித்தறிய முடியாது. எடுத்துக்காட்டாக, இன்று நீங்கள் உங்களுடைய வீட்டில் அமர்ந்து கொண்டு, அதே புலியைப் பற்றிய ஒரு நாவலைப் படித்துக் கொண்டிருக்கிறீர்கள் என்று வைத்துக் கொள்வோம். அப்போது, உங்களுடைய முன்னோர் அனுபவித்த அதே உடல்ரீதியான உணர்வுகளை உங்களுடைய உடலும் உணரும். ஆனால், இங்கு இது உண்மையான காட்சி அல்ல. சிந்திப்பதற்கும் கற்பனை செய்வதற்கும் நவீன மனிதர்களுக்கு இருக்கின்ற திறன், அர்த்தமே இல்லாமல் தங்களைத் தாங்களே பயமுறுத்திக் கொள்வதற்கு இருக்கின்ற திறனாகவும் செயல்படுகிறது.

அடுத்த வாரம் நீங்கள் ஒரு புதிய வேலைக்கான நேர்முகத் தேர்வுக்குச் செல்ல வேண்டியிருக்கிறது என்று வைத்துக் கொள்வோம். அந்த நேர்முகத் தேர்வில் நீங்கள் தடுமாற்றத்துடன் பதிலளிப்பதாகவும், அதில் நீங்கள் வெற்றி பெறாமல் போவதாகும், உங்களுடைய வருங்காலம் இருண்டு கிடப்பதாகவும் உங்கள் மனம் கற்பனை செய்கிறது. அந்த நேர்முகத் தேர்வு வருங்காலத்தில் நடக்கவிருக்கின்ற ஒன்று. ஆனால், அதைப் பற்றி இன்று நீங்கள் கொண்டிருக்கின்ற பதற்றம், உங்களுடைய நிகழ்காலத்தைச் சீரழிப்பதற்கு மட்டுமே பயன்படும். அதேபோல, நீங்கள் ஒரு சமூக நிகழ்வில் கலந்து கொள்ளவிருக்கிறீர்கள் என்று வைத்துக் கொள்வோம். அங்கு நீங்கள் உங்களுடைய உரையாடல்களில் தடுமாறிக் கொண்டிருப்பதாகவும்,

அதனால், அங்கிருந்து எப்போது வெளியேறலாம் என்று நீங்கள் துடித்துக் கொண்டிருப்பதாகவும் நீங்கள் கற்பனை செய்கிறீர்கள். அந்த நிகழ்வுகள் உண்மையில் எப்படி மலரும் என்று தெரியாதபோதிலும், நீங்கள் அதன் எதிர்மறையில் உங்களுடைய மனத்தைச் செலுத்திக் கொண்டிருக்கிறீர்கள், இல்லையா?

இந்தக் கற்பனையான பயங்களுக்கான அடிப்படைகளைக் கேள்விக்கு உட்படுத்துவதன் மூலம், நம்மால் அவற்றின் பிடியிலிருந்து விடுபட முடியும். உங்களிடம் இப்படிக் கேளுங்கள்: நான் பயப்படுகிறார்போல அந்த நிகழ்வுகள் நடப்பதற்கான எந்தச் சான்றுகள் என்னிடம் இருக்கின்றன? இதற்குப் பதிலாக ஒரு நேர்மறையான அணுகுமுறையை என்னால் சுவீகரிக்க முடியுமா? நான் உண்மையிலேயே இந்தச் சூழலை எதிர்கொண்டுள்ளேனா அல்லது அச்சூழல் குறித்து நான் கொண்டுள்ள கற்பனையான எண்ணங்களை எதிர்கொண்டுள்ளேனா? இப்படிப்பட்டக் கேள்விகளைக் கேட்பதன் மூலம், அவை குறித்து நம்பிக்கையளிக்கின்ற விதத்தில் யோசிப்பதற்கு ஏதேனும் வழியிருக்கிறதா என்று சிந்திப்பதற்கு உங்களுக்கு வாய்ப்புக் கிடைக்கும்.

தற்போதைய செயல்நடவடிக்கையைத் தேர்ந்தெடுத்தல்

சில நேரங்களில், நாம் ஏங்கிக் கொண்டிருக்கின்ற பிரகாசமான கனவுகள் குறித்த எதிர்பார்ப்புகளுக்குள் மாட்டிக் கொள்வதும் நடக்கிறது. அப்படித் தொடுவானத்தில் நம்மை நாம் தொலைத்துக் கொண்டிருக்கின்றபோது, நிகழ்காலத்தில் நாம் எடுக்க வேண்டிய நடவடிக்கைகளை எடுக்க நாம் தவறிவிடுகிறோம். அலைபாய்ந்து கொண்டிருக்கின்ற நம்முடைய மனத்தின் வெளிப்பாடே இது.

விற்பனையில் சாதனை படைக்கத் துடித்துக் கொண்டிருக்கும் எழுத்தாளர் ஒருவரைக் கற்பனை செய்து கொள்ளுங்கள். அவர் தட்டச்சு செய்கின்ற ஒவ்வொரு வார்த்தையும், பாராட்டுரைகள், பிரபலத்துவம், மதிப்புரைகள் போன்ற எதிர்பார்ப்புகளைப் பூர்த்தி

செய்கின்ற ஆற்றலைக் கொண்டிருக்கும். ஆனால், அவர் இந்தவருங்காலபோதையில் மயங்கியிருந்தால், வார்த்தைச் செதுக்கல்களின் அழகு, கதைப் பின்னல்களின் நேர்த்தி, கதை எழுதுகின்றபோது கிடைக்கின்ற உள்நோக்குகள் போன்றவற்றை அவர் தவறவிட்டுவிடுவார். எழுதுதல் என்பது சில நாட்களில் சலிப்பான ஒன்றாகிவிடக்கூடும் என்ற சாத்தியக்கூறை அவர்கள் கணக்கில் எடுத்துக் கொள்ளத் தவறிவிடுவதால், அச்சூழலை அவர்கள் சந்திக்கின்றபோது, அவர்கள் ஊக்கமிழந்து, அதிலிருந்து விலகிவிடுகின்றனர்.

அதனால், தொடுவானத்தில் நிலைத்திருக்கின்ற நம்முடைய பார்வையை அதிலிருந்து விலக்கி, காலடியில் இருக்கின்ற நிகழ்கணமெனும் செழிப்பான நிலத்தில் கவனத்தைக் குவிக்க வேண்டியது இன்றியமையாததாகிவிடுகிறது. எழுதிக் கொண்டிருக்கின்ற ஒவ்வோர் அத்தியாயத்திலும், நம்முடைய தேடல், தாகம், வேட்கை ஆகிய அனைத்தையும் நாம் கொட்டுகின்றபோது, நம்மால் நம்முடைய பயணத்தை இரசிக்கின்ற முடிவதோடு, ஆகச் சிறப்பாகச் செயல்படுவதன் மூலம் நமக்குக் கிடைக்கின்ற மனநிறைவையும் நம்மால் பெற முடியும். நம்மால் செயல்நடவடிக்கையில் ஈடுபட முடிகின்ற ஒரே கணமான நிகழ்கணத்தில் நம்மை உறுதியாகப் பதித்துக் கொள்ள முடியும்.

நம்முடைய தனிப்பட்ட வளர்ச்சிக் களத்திற்கும் இது பொருந்தும். நாம் முழுமையாக மாறுவதற்கும், நம்முடைய ஆகச் சிறந்த வடிவமாக ஆவதற்கும் நாம் ஏங்கிக் கொண்டிருக்கிறோம். ஆனால், இந்தத் தீவிர கவனக்குவிப்பே, நம்முடைய கச்சிதமற்ற சுயத்துடன் அர்த்தமுள்ள முறையில் ஈடுபடுவதற்குத் தடையாக இருந்துவிடக்கூடும். நாம் கடின உழைப்பைப் போட வேண்டிய இடம் நிகழ்காலம்தான்.

நாம் அசைபோட்டுக் கொண்டிருக்கின்றபோது, பொதுவாக, கடந்தகாலத்தில் நிகழ்ந்துள்ள விஷயங்களைப் பற்றிக் கவலைப்பட்டுக் கொண்டிருப்போம் அல்லது எதிர்காலத்தில் நிகழப் போகின்ற சம்பவங்களைப் பற்றி

அஞ்சிக் கொண்டிருப்போம். இந்த இரண்டுமே நாம் நம் வாழ்க்கைமீது கொண்டிருக்கின்ற அதிகாரத்தை இழக்கச் செய்பவை. கடந்தகாலம் அல்லது எதிர்காலம் குறித்து நாம் கொண்டிருக்கின்ற பதற்றம் கட்டுப்படுத்தப்பட முடியாத அளவுக்கு வளரக்கூடியது. நம்முடைய எண்ணங்களை நாம் நிகழ்கணத்திற்குள் மீண்டும் இழுத்துக் கொள்கின்றபோதுதான், நம்முடைய பிரச்சனை, நம்மால் நடவடிக்கை எடுக்கத்தக்க அளவில் இருக்கிறது என்ற உணர்வு நமக்கு ஏற்படும்.

இந்த எண்ணங்கள் குறித்து யோசியுங்கள்:

1. இதுவரை நான் ஐந்து நேர்முகத் தேர்வுகளுக்குச் சென்றிருக்கிறேன். ஆனால், எனக்கு வேலை கிடைக்கவில்லை. இனியும் எனக்கு வேலை கிடைக்கப் போவதில்லை. என் கதை முடிந்தது. அனைத்துமே எனக்கு எதிராக அடுக்கப்பட்டுள்ளது. நான் ஒரு தோல்வியாளன். இந்தப் படுகுழியிலிருந்து நான் எப்படி வெளியே வரப் போகிறேன்?

2. என்னால் நேற்றைய தினத்தை மாற்ற முடியாது. எதார்த்தம் சவாலானதாகத்தான் இருக்கிறது. என்னிடம் சில வளங்கள் இருக்கின்றன. நான் என்னால் முடிந்த அளவு சிறப்பாகச் செயல்பட்டுக் கொண்டிருக்கிறேன். முன்பு என்னால் ஒரு வேலையைத் தேட முடிந்திருந்தது. அதனால், இப்போதும் ஒரு வேலையைத் தேடிக் கொள்வதற்கான ஒரு வழியை என்னால் கண்டுபிடிக்க முடியும். அதைச் சாத்தியமாக்குவதற்கு இன்று நான் என்ன செய்ய வேண்டும்? இது பயமுறுத்துவதாக இருக்கிறது என்பது உண்மைதான். ஆனால், என்னுடைய அடுத்த அடியைப் பற்றி நான் யோசித்தாக வேண்டும்.

மேலேயுள்ள இரண்டில் எது உங்களை நல்லவிதமான உணர வைக்கிறது? எது எதார்த்தமானதாகத் தோன்றுகிறது? இந்த இரண்டில் எது உங்களுடைய பிரச்சனையை உண்மையிலேயே தீர்ப்பதற்குத் தேவையான, நடைமுறைச் சாத்தியமிக்க, அர்த்தமுள்ள செயல்நடவடிக்கைகளில் நீங்கள் இறங்குவதற்கு உங்களை ஊக்குவிக்கும்?

5

ஆம் என்று சொல்வது எப்படி, இல்லை என்று சொல்வது எப்படி

"உங்களுடைய மிக உயர்ந்த முன்னுரிமைகள் எவை என்பதைத் தீர்மானித்து, மற்ற அனைத்திற்கும் இனிமையாகவும், புன்முறுவலுடனும், மன்னிப்புக் கேட்கின்ற தொனி இல்லாமலும் 'முடியாது' என்று சொல்கின்ற துணிச்சலை நீங்கள் கொண்டிருக்க வேண்டும். அதற்கு, முன்னுரிமைகளுக்கு 'சரி' என்று சொல்வதற்கான விருப்பம் உங்களுக்குள் கொழுந்துவிட்டு எரிய வேண்டும்."

– ஸ்டீபன் கவி

இந்த நவீன உலகில் அதிகரித்துள்ள கவனச்சிதறல்கள் என்ற சுழலுக்குள் மாட்டிக் கொண்டுள்ள நாம், உண்மையிலேயே நமக்கு என்ன தேவை என்பதையே மறந்துவிடுகிறோம். இந்தக் கொந்தளிப்பான சூழலில்தான் ஸ்டீபன் கவியின் வழிகாட்டல் ஒரு கலங்கரைவிளக்கமாகத் திகழ்கிறது. நம்முடைய ஆழமான விருப்பங்களோடு ஒத்திசைவாக இருக்கின்ற ஒரு வாழ்க்கையை உருவாக்குவதற்குத் தேவையான ஆற்றலை உருவாக்கிக் கொள்வது எப்படி?

'சரி' என்பதன் வரையறை

சரி என்பதை வரையறை செய்வது என்பது, உங்களுடைய வாழ்வின் இலட்சியத்தை வடிவமைப்பதற்கு நிகரானது.

உங்களுடைய ஆழ்விருப்பம் மற்றும் பரவசத்தைத் தூண்டிவிடுகின்ற இலக்கு சுட்டிக்காட்டப்படுவதைப் பற்றியது அது. உங்களுடைய விழுமியங்களோடு ஒத்திசைவாக இருக்கின்ற செயல்பாடுகளை நோக்கி உங்களுடைய ஆற்றலைத் திருப்புகின்ற ஒன்று அது.

உங்களுடைய அலுவலகத்தில் மேற்கொள்ளப்படவிருக்கின்ற ஒரு புதிய பணித்திட்டத்தில் சேர்ந்து கொள்ளுமாறு உங்களுக்கு அழைப்பு விடுக்கப்படுகிறது என்று வைத்துக் கொள்ளுங்கள். ஆனால், ஏற்கனவே நீங்கள் உங்களுடைய சக்திக்கு மீறி வேலை பார்த்துக் கொண்டிருக்கிறீர்கள். அதை ஒப்புக் கொள்வது வேலையில் உங்களுக்கு பதவி உயர்வைப் பெற்றுக் கொடுப்பதற்கு உதவும் என்று நீங்கள் கருதினால், அது உங்களுடைய தொழில்வாழ்க்கை–குடும்ப வாழ்க்கைச் சமநிலையைப் பெரிதாக பாதிக்காது என்றால், நீங்கள் அதை ஏற்றுக் கொள்ளலாம்.

ஒரு தெளிவான இலட்சியம் இல்லை என்றால், பதற்றம் நம்மைத் தொற்றிக் கொள்வதற்கு அதிக வாய்ப்புகள் இருக்கின்றன. நாம் சரியான பாதையில்தான் சென்று கொண்டிருக்கிறோமா என்ற சந்தேகம் நம்மை அரித்துக் கொண்டேயிருக்கும். ஒரு சமூகப் பொறுப்பை ஏற்றுக் கொள்ளலாமா வேண்டாமா என்பதைத் தீர்மானிப்பது உங்களுக்குக் கடினமாக இருக்கும். அப்போது, அது உங்களுடைய இலட்சியத்தோடு ஒத்துப் போகிறதா இல்லையா, அது உங்களுடைய முன்னுரிமைகளைத் தடம்புரளச் செய்யாமல் இருக்கிறதா இல்லையா ஆகிய கேள்விகளை நீங்கள் உங்களைக் கேட்டுக் கொள்ள வேண்டும்.

நம்மில் பெரும்பாலானோர் ‘முடியாது’ என்று சொல்லத் தயங்குவதற்குக் காரணம் அது எதிர்மறையானதாக நமக்குத் தோன்றுவதுதான். முடியாது என்று கூறுவதன் மூலம், நாம் பிறரைக் கைவிட்டுவிடுகிறோம் என்றோ, புதிய வாய்ப்புகளைத் தவறவிட்டுவிடுகிறோம் என்றோ, அல்லது இறுக்கமாகவும் நியாயமற்ற முறையிலும் நடந்து கொள்கிறோம் என்றோ நாம் நினைத்துக் கொள்கிறோம். ஆனால், எதற்குச் சரி

என்று சொல்ல வேண்டும் என்பது குறித்தத் தெளிவு உங்களிடம் இருந்தால், இப்படிப்பட்ட நினைப்புகள் உங்களிடம் தோன்றாது. ஏனெனில், அப்போது நீங்கள் ஒன்றுக்கு முடியாது என்று கூறிக் கொண்டிருப்பதாக நீங்கள் நினைக்க மாட்டீர்கள். மாறாக, வேறு ஏதோ ஒன்றிற்குச் சரி என்று கூறிக் கொண்டிருப்பதாகத்தான் நீங்கள் நினைப்பீர்கள். மனிதர்கள் என்ற முறையில், நம்முடைய நேரம், ஆற்றல் மற்றும் பிற வள வசதிகளுக்கு ஒரு வரம்பு இருக்கிறது. நம்மால் அனைத்தையும் செய்ய முடியாது. நாம் ஒரு விஷயத்திற்கு முக்கியத்துவம் அளித்தால், இதர விஷயங்கள் கண்டிப்பாகப் பின்தள்ளப்படும் என்று அதற்கு அர்த்தம்.

இதற்கு ஜேனை ஓர் எடுத்துக்காட்டாக எடுத்துக் கொள்ளலாம். அவர் ஒரு சந்தையியல் வல்லுநர். அவர் ஒரு பெருநிறுவனத்தில் ஓர் உயர்பதவியில் இருக்கிறார். ஆனால், ஓர் ஆலோசகராக ஆக வேண்டும் என்ற தீவிர விருப்பம் அவரிடம் இருக்கிறது. அதில் அவர் குதித்தால், பிற சிறு தொழில்நிறுவனங்களுக்குச் சந்தை உத்திகளை வழங்குகின்ற ஆலோசனைத் தொழிலில் ஈடுபடுகின்ற ஓர் தொழில்முனைவோராக அவரால் தன்னை அடையாளம் காண முடியும். ஆனால், தான் வேலை பார்த்து வருகின்ற நிறுவனம் அல்லது அதைப் போன்ற பெருநிறுவனம் ஒன்றிற்கு பிரம்மாண்டமான தாக்கம் ஏற்படுத்துகின்ற சந்தை உத்தித் திட்டம் ஒன்றை வகுத்துக் கொடுப்பதோடு இதை ஒப்பிட்டுப் பார்ப்பதை அவரால் தவிர்க்க முடியாது. பெரிய வாய்ப்பு அவருக்குச் சபலத்தைக் கொடுக்கக்கூடும். ஆனால், தான் இதயபூர்வமாக விரும்புவது எது என்பதை அவர் உணர்ந்திருக்கின்றபோது, பெரிய வாய்ப்புக்கு முடியாது என்று சொல்வது அவருக்குக் கடினமாக இருக்காது.

எண்ணற்ற வாய்ப்புகள் கொட்டிக் கிடக்கின்ற இந்த உலகில், நீங்கள் எதற்குச் சரி என்று சொல்கிறீர்கள் என்பது உங்களுடைய தீர்மானம் எடுக்கின்ற திறனை மேம்படுத்தும். குற்றவுணர்வோ, தயக்கமோ இன்றி முடியாது என்று சொல்வது ஒரு கலை. அந்த ஒவ்வொரு முடியாதும், நீங்கள் உங்களுடைய இலட்சியத்தில்

அர்ப்பணிப்போடு இருக்கிறீர்கள் என்பதற்கான பிரகடனமாகும். உங்களுக்கு அர்த்தமுள்ளதாகப்படுகின்ற விஷயங்களுக்குச் சரி என்று சொல்வதன் மூலம் மனநிறைவானதொரு வாழ்க்கையை நோக்கி நீங்கள் அடியெடுத்து வைப்பீர்கள்.

'நேர்மறையான முடியாது'

ஒரு இலட்சியத்துடன்கூடிய ஒரு வாழ்க்கையை வாழ்கின்ற பயணம், நயமாகவும் உறுதியாகவும் 'முடியாது' என்று கூறுவதை உள்ளடக்கியதாக இருக்கும். அதை நேர்மறையான முடியாது என்று அழைக்கலாம். உறவுகளைப் பேணுவதற்கும், உங்களுடைய நேரம், ஆற்றல் போன்றவற்றைப் பாதுகாப்பதற்கும் இடையே ஒரு சமநிலையைப் பேணுவதற்கு உங்களுக்கு நேர்மறையான முடியாதுகள் உதவும். நீங்கள் உங்களுடைய எல்லை எது என்பதை உறுதிப்படுத்திக் கொள்ள அது உங்களுக்கு வழிகாட்டும்.

உங்களுடைய வாழ்க்கை ஏற்கனவே படுமும்முரமாகச் சென்று கொண்டிருக்கிறது. அப்போது, புதியதொரு சமூகக் கடமையை ஏற்றுக் கொள்ளுமாறு உங்களுக்கு ஓர் அழைப்பு விடுக்கப்படுகிறது. அதை எப்படி வேண்டாம் என்று சொல்வது என்ற குழப்பத்தால் நீங்கள் தவித்தால், நேர்மறையான முடியாது என்ற கருத்தாக்கத்தைப் பின்பற்ற முயலுங்கள். அந்தச் சமூக நிகழ்வை ஏற்பாடு செய்துள்ளவர்களிடம், "எனக்கு உங்களுடைய நிலைமை புரிகிறது. எனக்கு நீங்கள் அளிக்க முன்வருகின்ற கௌரவத்தை நான் மதிக்கிறேன். ஆனால், நான் தற்சமயம் அலுவலகத்தில் காலக்கெடுவுடன்கூடிய ஒரு முக்கியமான வேலையில் மாட்டிக் கொண்டுள்ளேன். அதனால் என்னால் இதில் கலந்து கொள்ள முடியாது. என் நிலைமையை நீங்கள் புரிந்து கொள்வீர்கள் என்று நான் நம்புகிறேன்," என்று கூறுங்கள். அதற்கு ஈடாக ஏதாவது செய்வதாக அவர்களுக்கு வாக்களியுங்கள். அவர்களுக்கு நீங்கள் பண உதவி அளிக்க முன்வரலாம். இன்று யோசிக்காமல் ஒத்துக் கொண்டுவிட்டுப் பின்னர்

அவதிப்படுவதைவிட இது சிறந்தது.

எல்லைக்கோடுகள் இருப்பது எப்போதுமே நல்லதுதான். உங்களுடைய வாழ்க்கையின் பல அம்சங்களில் நீங்கள் ஒருவிதமான சமநிலையோடு செயல்பட இது உங்களுக்கு உதவும். இது பிறரைப் பற்றியது அல்ல. இது உங்களைப் பற்றியது. உங்களுடைய வாழ்க்கை, உங்களுடைய இலக்கு, உங்களுடைய வரம்பெல்லை, மற்றும் உங்களுடைய விருப்பங்களைப் பற்றியது இது. அதனால், ஒரு திட்டவட்டமான எல்லையை வகுத்துக் கொள்வது என்பது உங்களுடைய செயல்களை நியாயப்படுத்துவதாகாது. அது ஒரு மன்னிப்புக் கேட்டலும் அல்ல. நீங்கள் யார் என்பதையும், நீங்கள் எதை மதிக்கிறீர்கள் என்பதையும் உறுதியாக வெளிப்படுத்துகின்ற ஒரு செயல் அது.

நீங்கள் இந்த நேர்மறையான முடியாது என்ற கலையைப் பயன்படுத்துகின்றபோது, நீங்கள் மேற்கொள்கின்ற ஒவ்வோர் உறவாடலும் உங்களுடைய உறவுகளை ஆழப்படுத்தும் என்பதை நினைவில் வைத்துக் கொள்ளுங்கள். உங்களுடைய நிராகரிப்புகள், உங்களுடைய முன்னுரிமைகள் குறித்து நீங்கள் எந்த அளவுக்கு அர்ப்பணிப்புடன் இருக்கிறீர்கள் என்பதையும், பிறருடைய தேவைகளை நீங்கள் எந்த அளவுக்கு மதிக்கிறீர்கள் என்பதையும், அர்த்தமுள்ள உறவுகளை வளர்த்துக் கொள்ள நீங்கள் எந்த அளவுக்குத் தீவிரமாக இருக்கிறீர்கள் என்பதையும் பறைசாற்றும்.

6

உங்களுடைய சுய ஒழுங்கைப் பேணுவதற்கு உங்களுடைய உட்குரல் உங்களுக்கு உதவும்

இப்படிக் கற்பனை செய்யுங்கள். ஒரு கடற்கரையோரமுள்ள ஒரு பாறையின் விளிம்பில் நீங்கள் நின்று கொண்டிருக்கிறீர்கள். கீழே கடலலைகள் பாறையின்மீது வேகமாக மோதிக் கொண்டிருக்கின்றன. உங்களுடைய இதயம் படபடவென அடித்துக் கொள்கிறது, உங்களுடைய உள்ளங்கைகள் வியர்த்துக் கொட்டுகின்றன, பெரும் பதற்றம் உங்களை ஆட்கொள்கிறது. ஆனால், உங்களை உடனடியாக அமைதிப்படுத்த உளவியல் அடிப்படையில் அமைந்த மிகச் சிறந்த உத்தி ஒன்று இருக்கிறது என்று நான் கூறினால், நீங்கள் என்ன நினைப்பீர்கள்?

சுய பேச்சின் மகத்துவம் குறித்து 2014ல் ஓர் உளவியல் ஆய்வு மேற்கொள்ளப்பட்டது. அதை மேற்கொண்ட ஆய்வாளர்கள், சுய பேச்சின் முக்கியத்துவத்தைப் பற்றியும், அது நம் நடத்தையின்மீதும் உணர்ச்சிகளின்மீது ஏற்படுத்துகின்ற தாக்கம் குறித்தும் ஆராய்ந்தனர். சுய அலசலின்போது நம்மை நாம் எப்படி அழைத்துக் கொள்கிறோம் என்பது சவாலான சூழல்களில் நாம் எப்படி நடந்து கொள்கிறோம் என்பதன்மீது பெரும்

தாக்கத்தை ஏற்படுத்துகிறது என்று அந்த ஆய்வின் முடிவுகள் தெரிவித்தன.

மனத்தளவில் தள்ளி நிற்பதிலுள்ள பயன்

நீங்கள் பதற்றத்தையோ அல்லது சவாலான சூழல்களையோ எதிர்கொள்கின்றபோது, நீங்கள் அதை வெளியிலிருந்து பார்த்துக் கொண்டிருக்கின்ற ஓர் அவதானிப்பாளரைப்போல, அதிலிருந்து சற்று விலகி இருந்து அச்சூழலைப் பார்க்கப் பழகிக் கொள்ள வேண்டும். மனத்தளவில் தள்ளி நிற்றல் என்று அழைக்கப்படுகின்ற இந்த உத்தியை நீங்கள் பயன்படுத்துகின்றபோது, ‘நான்’ அல்லது ‘எனக்கு’ போன்ற சொற்களைப் பயன்படுத்தாமல், ‘நீங்கள்,’ ‘அவன்,’ ‘அவள்,’ அல்லது ’உங்களுடைய சொந்தப் பெயரைப்’ பயன்படுத்த வேண்டும். இப்படிச் செய்வதன் மூலம் நீங்கள் உளவியல்ரீதியான ஓர் இடைவெளியை ஏற்படுத்திக் கொள்கிறீர்கள். அது, நீங்கள் உங்களிடமிருந்து விலகியிருந்து பார்ப்பதற்கான வாய்ப்பை உங்களுக்கு வழங்குகிறது.

“நான் இப்போது கடும் பதற்றத்தை அனுபவித்துக் கொண்டிருக்கிறேன். இந்தப் பாறையின் உச்சியிலிருந்து நான் கீழே விழுந்துவிடப் போகிறேன்,” என்று உங்களுக்கு நீங்களே கூறிக் கொள்வதற்குப் பதிலாக, “நிக், இப்போது நீ கடும் பதற்றத்தை அனுபவித்துக் கொண்டிருக்கிறாய். ஆனாலும் நீ பாதுகாப்பாகத்தான் இருக்கிறாய். இப்போது இங்கு நீ மயங்கி விழப் போவதில்லை,” என்று நீங்கள் கூற வேண்டும்.

இப்படிக் கூறுகின்றபோது, அது ஏற்படுத்துகின்ற வித்தியாசத்தை உங்களால் எளிதாக உணர முடியும். முதலாவது வாக்கியம், தனிப்பட்டரீதியானதாகவும், அச்சுறுத்துகின்ற ஒன்றாகவும், விவாதத்திற்கு அப்பாற்பட்டதாகவும் உங்களை உணர வைக்கும். இரண்டாவது வாக்கியம், அச்சூழலை ஏதோ ஒரு விதத்தில் கையாளத்தக்க ஒன்றாகச் சித்தரிக்கும்.

உங்களுடைய அலுவலகத்தில் வேலை சார்ந்த

விளக்கவுரை ஒன்றை நீங்கள் அளிக்க வேண்டியிருக்கிறது என்று வைத்துக் கொள்ளுங்கள். அந்த நினைப்பே உங்களுடைய இதயத்துடிப்பை எகிற வைக்கிறது, உங்களுடைய மனத்தில் எதிர்மறையான பல காட்சிகள் படபடவெனத் தோன்றி மறைகின்றன. உங்களுடைய இந்த உணர்ச்சிக் கொந்தளிப்புகளுக்குள் மாட்டிக் கொள்வதற்குப் பதிலாக, உங்களிடமிருந்து சற்று விலகிக் கொண்டு, மூன்றாவது நபர் ஒருவருக்கு நீங்கள் ஆலோசனை வழங்குவதுபோல உங்களிடம் இப்படிக் கூறுங்கள்: "சரி, நிக். இதை நீதான் செய்தாக வேண்டும். நீ இதற்காக ஏகப்பட்ட ஆய்வில் ஈடுபட்டுள்ளாய், போதுமான அளவு முன்தயாரிப்புகளை மேற்கொண்டுள்ளாய். இப்போது ஆழமாக ஒரு முறை சுவாசித்துக் கொள். தெளிவாகப் பேசு. பார்வையாளர்களை உன் வசம் கவர்ந்து கொள்."

இந்த உத்தியைப் பயன்படுத்துவதன் மூலம், சூழலை வேறு ஒரு கோணத்தில் பார்ப்பதற்கான வாய்ப்பு உங்களுக்குக் கிட்டுகிறது. உங்களுடைய வாழ்க்கையை ஒரு திரைப்படம்போலப் பார்ப்பதைப் போன்றது அது. இந்தக் கண்ணோட்டம், விஷயங்களுக்கு உணர்ச்சிபூர்வமான எதிர்வினையாற்றுதலிலுள்ள தீவிரத்தைக் குறைக்கவும், தெளிவாகவும் அமைதியாகவும் சிந்திக்கவும் உதவும். அதாவது, நீங்கள் அடிப்படையில் உளவியல்ரீதியாக ஓர் இடைவெளியை ஏற்படுத்திக் கொள்கிறீர்கள். உங்களை பயமுறுத்துகின்ற, திக்குமுக்காட வைக்கின்ற எண்ணங்கள் இனியும் உங்களிடம் இருக்காது.

பதற்றம் உங்களுடைய கவனக்குவிப்பைச் சுருக்குகிறது என்பதையும், அதன் மூலம் நீங்கள் உங்களுடைய சொந்த எண்ணங்களில் ஆழமாக மூழ்கி, சரியான கண்ணோட்டங்களை இழந்துவிடுகிறீர்கள் என்பதையும் நீங்கள் நினைவில் வைத்திருக்க வேண்டும். நீங்களாகவே உங்களுடைய உணர்ச்சிகளிலிருந்து விலகி நின்று கொள்வதுதான் இந்தக் குறுகிய கண்ணோட்டத்திற்கான மாற்றாகும். உங்களுடைய எண்ணங்கள் மற்றும் உணர்ச்சிகள்மீது நீங்கள் முழுக் கட்டுப்பாட்டைப் பெற இது உங்களுக்கு அதிகாரமளிக்கும்.

உங்களுடைய சொந்தப் பயிற்றுவிப்பாளராக ஆகுங்கள்

உங்களுடைய இலக்குகளை நோக்கிய உங்களுடைய பயணத்தில் நீங்கள் சவால்களை எதிர்கொள்கின்றபோது, உங்களுடைய மனத்திற்குள், உங்களையே உங்களுடைய சொந்தப் பயிற்றுவிப்பாளராக சுவீகரித்துக் கொள்ளுங்கள். எப்படி ஒரு விளையாட்டு வீரரின் பயிற்றுவிப்பாளர், வழிகாட்டுதல், ஊக்குவிப்பு, ஆரோக்கியமான பின்னூட்டக்கருத்து ஆகியவற்றின் மூலம் ஓர் ஆட்டக்காரரர் தன்னுடைய ஆகச் சிறந்த திறமையை வெளிப்படுத்த உதவுவாரோ, அதேபோல நீங்களும் உங்களுடைய வாழ்க்கைப் பிரச்சனைகளிலிருந்து மீள்வதற்கு உங்களுக்கு நீங்களே வழிகாட்டிக் கொள்ளலாம்.

எடுத்துக்காட்டாக, நீங்கள் உங்களுடைய மேடைப்பேச்சுத் திறனை வளர்த்துக் கொள்ள விரும்புகிறீர்கள் என்று வைத்துக் கொள்வோம். சுய சந்தேகங்களும் எதிர்மறை எண்ணங்களும் உங்களை ஆக்கிரமிக்க அனுமதிக்காதீர்கள். மாறாக, உங்களுடைய சொந்தப் பயிற்றுவிப்பாளரை உசுப்பிவிடுங்கள். உங்களுக்கு நீங்களே இவ்வாறு கூறிக் கொள்ளுங்கள்: "நிக், பயிற்சி செய்வதற்கும் வளர்வதற்கும் இன்று உனக்கு ஒரு வாய்ப்புக் கிட்டியுள்ளது. இன்று தலைசிறந்த பேச்சாளர்களாகத் திகழ்பவர்கள்கூட எங்கோ ஓரிடத்திலிருந்துதானே துவக்கியிருந்திருப்பார்கள்? உன் வலிமையின்மீது கவனத்தைக் குவி. உன்னுடைய வேட்கை உன் பேச்சில் பிரதிபலிக்கட்டும். நீ தடுமாறினாலும் அதற்காக அலட்டிக் கொள்ளாதே. கற்றுக் கொள்ளுதலின் ஒரு பகுதி அது."

இதுபோன்ற சுய பேச்சுகளை, சவால்களைக் குறைத்து மதிப்பிடுகின்றவையாகவோ அல்லது மேம்பாடுகளை அலட்சியப்படுத்துகின்ற செயல்களாகவோ எடுத்துக் கொள்ளத் தேவையில்லை. இது உங்களுடன் நீங்கள் உருவாக்கிக் கொள்கின்ற ஆரோக்கியமான உறவாகும். நீங்கள் இந்த அணுகுமுறையைக் கடைபிடிக்கின்றபோது, நீங்கள் உங்களை நோக்கி வெற்று வார்த்தைகளை எறிந்து

கொண்டிருக்கவில்லை. மாறாக, உங்களை நீங்கள் விரும்புகின்ற பாதையில் முன்னோக்கி அழைத்துச் செல்வதற்குத் தேவையான வளர்ச்சி மனப்போக்கை உங்களுக்குள் நீங்கள் வளர்த்துக் கொள்கிறீர்கள்.

“என்னால் இதைச் செய்ய முடியாது”, “நான் போதுமானவன் அல்லன்,” என்பன போன்ற எண்ணச் சுழற்சிக்குள் சிக்கிக் கொள்வதற்குப் பதிலாக, அது உங்களுக்கு ஆதரவாகச் செயல்படுமாறும், வழிகாட்டுமாறும், ஊக்குவிக்குமாறும் பார்த்துக் கொள்ளுங்கள். உங்களுடைய சுய பேச்சுகள் இப்படி இருக்கட்டும்:

“முதலில் வேலையை நான் சிறு சிறு பகுதிகளாகப் பிரித்துக் கொள்ள வேண்டும்.”

“கவனத்தைக் குவி. என்ன செய்ய வேண்டும் என்பதை நீ அறிவாய்.”

“ஆழமாக மூச்சிழுத்து விடு.”

“இதற்கு முன்பும் நீ பல தடைகளை உடைத்தெறிந்துள்ளாய். இப்போதும் உன்னால் அதை வெற்றிகரமாகச் செய்ய முடியும்.”

“தலையை நேராக வைத்துக் கொள். தோள்களை நிமிர்த்து.”

“நீ சிறப்பாகத்தான் செயல்பட்டுக் கொண்டிருக்கிறாய். தொடர்ந்து இப்படியே செய்து வா.”

ஒரு வழிகாட்டியாக நீங்கள் உங்களிடம் பேசிக் கொள்கின்றபோது, ஒரு வலுவான மனச்சூழலை நீங்கள் உருவாக்குகிறீர்கள். நீங்கள் உங்களுடைய மனத்தடைகளை உடைத்தெறிய உதவுவதோடு, வெற்றிகளைக் கொண்டாடவும் செய்வீர்கள். சுய சந்தேகங்களால் நிரம்பி வழிகின்ற இந்த உலகில், உங்களுடைய உள்ளார்ந்த வழிகாட்டி உங்களுக்குத் தன்னம்பிக்கையையும் தெளிவையும் அளிக்கட்டும்.

7

மனச்சோர்வு அடைந்துள்ளீர்களா? உங்களிடம் பரிவு காட்டுங்கள்

டேவிட் கிரெக் மற்றும் ஜென்னிஃபர் சிவென்ஸ், 'உதவுவதன் மூலம் நிவாரணம்: பிறரிடம் பரிவு காட்டுதல், சமூக நடவடிக்கைகளில் ஈடுபடுதல் ஒருவரின் மன ஆரோக்கியத்தில் ஏற்படுத்துகின்ற தாக்கம் குறித்த விசாரணை' என்ற தலைப்பில் ஓர் ஆய்வை மேற்கொண்டனர். பிறரிடம் பரிவு காட்டுதல், சமூக நடவடிக்கைகள் போன்றவை ஒருவரின் மன ஆரோக்கியத்திற்கு நல்லது என்பதை அந்த ஆய்வின் முடிவுகள் அழுத்தந்திருத்தமாக வெளிப்படுத்தின.

ஒருவர் பொதுவாகக் கொண்டிருக்கின்ற கண்ணோட்டத்திற்கு இது நேரெதிரானதாக இருக்கலாம். ஆனால், நமக்கு நாமே உதவி செய்து கொள்வதற்கான சிறந்த வழி, பிறருக்கு உதவி செய்வதுதான். இதற்கு நேர்மாறானதும் உண்மை. எப்போதும் நம்மீது மட்டுமே கவனம் செலுத்திக் கொண்டிருப்பது மகிழ்ச்சியின்மையை அடைவதற்கான விரைவுப் பாதையாகும்.

அறிவாற்றல் கட்டுப்பாட்டிற்கு உதவுகின்ற பரிவு காட்டுதல்

உங்களுடைய கவனத்தைப் பிறர்மீது குவிப்பதன்

மூலம் உங்களால் உங்களுடைய சொந்த மனநலத்தை மேம்படுத்திக் கொள்ள முடியும். இதற்கு என்ன காரணம்?

நாம் நம்முடைய நிகழ்கணத்தில் கவனம் செலுத்துகின்றபோது, நம்முடைய மனம் தேவையற்ற விஷயங்களில் கவனம் செலுத்துவதை நிறுத்திவிடும் என்பதை நாம் ஏற்கனவே பார்த்திருந்தோம். பரிவு காட்டுகின்ற நடவடிக்கைகளில் நாம் ஈடுபடுகின்றபோது, நாம் நேர்மறையான வழிகளில் சிந்திக்கத் துவங்குவோம். நாம் மனக்கொந்தளிப்புடன் இருக்கின்றபோது, நம்மால் எதார்த்தமாக யோசிக்க முடியாது. ஆனால், பிறர் அதுபோல நடந்து கொள்கின்றபோது நம்மால் அதைத் தெளிவாகப் பார்க்க முடியும்.

எடுத்துக்காட்டாக, எமிலியின் கதையை எடுத்துக் கொள்வோம். அவர் பதற்றத்தால் வெகுவாக பாதிக்கப்பட்டிருந்தார். ஆனாலும், மனச்சோர்வுக்காக மருத்துவமனைகளில் சேர்க்கப்பட்டிருந்த நபர்களுக்கு அவர் ஊக்குவிப்புக் கடிதங்களை எழுதினார். இதயபூர்வமான ஊக்குவிப்புக் கடிதங்களை அவர் எழுதியபோது, பதற்றச் சிந்தனைகளில் தான் சிக்கிக் கொள்வது குறைந்ததை அவர் கண்டார். இதன் காரணமாக அவருடைய தனிமையுணர்வும் குறைந்தது. பயனற்ற அசைபோடுதல்களை அவர் நிறுத்திக் கொண்டார், அவருடைய செயற்திறனும் உயர்ந்தது.

அதனால், அடுத்த முறை நீங்கள் எதிர்மறையான அசைபோடுதல்களில் சிக்கிக் கொள்கின்றபோது, வேறு யாராவது ஒருவருக்கு உதவிக்கரம் நீட்டுங்கள். அது உங்களுக்கு நீங்களே நீட்டிக் கொள்கின்ற உதவிக்கரமாக அமையும். நீங்கள் தனிமையாக உணர்ந்தால், தனியாக இருக்கின்ற முதியவர்களுக்கு நீங்களாகவே சென்று உதவுங்கள். உங்கள்மீது எவரும் அன்பு செலுத்திக் கொண்டிருக்கவில்லை என்று நீங்கள் உணர்ந்தால், அனாதை ஆசிரமங்களுக்குச் சென்று அங்குத் தன்னார்வப் பணியாற்றுங்கள். வாழ்க்கையில் நீங்கள் திக்குத்திசை அறியாமல் தவித்துக் கொண்டிருந்தால், அதேபோன்ற நிலையில் இருக்கின்ற பதின்ம

வயதினருக்குக் கோடைக்கால முகாம்களில் ஒரு வழிகாட்டியாகச் செயல்படுங்கள். நான் என்ன சொல்ல வருகிறேன் என்பது உங்களுக்குப் புரிந்திருக்கும் என்று நான் நம்புகிறேன்.

'வண்ணத்துப்பூச்சி விளைவு' என்ற ஒன்றைப் பற்றி நீங்கள் கேள்விப்பட்டிருப்பீர்கள். அது பரிவுக்கும் பொருந்தும். டேவிட் ஓர் ஆசிரியர். ஆனால், கடுமையான பதற்றத்தால் அவர் பாதிக்கப்பட்டிருந்தார். அவர் தன் மாணவர்களுக்கு சிறிய உதவித்தொகை வழங்குகின்ற திட்டம் ஒன்றைத் தொடங்கினார். அது எந்த அளவுக்கு நேர்மறையான பல விளைவுகளை உண்டாக்கும் என்பதை அவர் அப்போது அறிந்திருக்கவில்லை. அதன் மூலம் அவர் தன் மாணவர்களுக்கு மட்டுமே உதவிக் கொண்டிருக்கவில்லை. அதன் காரணமாக அவருடைய உடல் ஆரோக்கியமும் மேம்பட்டது. பிறருடைய வருங்காலம் மேம்படுவதற்குப் பங்களிக்கின்ற முயற்சியில் ஈடுபட்டதன் மூலம் அவரால் தன்னுடைய பதற்றமான எண்ணங்களிலிருந்து மெதுவாக விடுபட முடிந்தது.

நீங்கள் மேற்கொள்கின்ற பரிவான நடவடிக்கைகள் ஒருவருடைய வாழ்க்கையில் பிரம்மாண்டமான மாற்றங்களை ஏற்படுத்துகின்ற விதத்தில்தான் இருக்க வேண்டும் என்ற அவசியமில்லை. அது வசீகரமானதாகவும் இருக்க வேண்டியதில்லை. அதற்காக நீங்கள் ஓர் ஏழை நாட்டுக்குச் சென்று அங்குள்ள ஒரு தொண்டு நிறுவனத்தில் வேலை செய்ய வேண்டியதில்லை. உங்களைச் சுற்றிலும் பாருங்கள். வாழ்க்கையில் யாரெல்லாம் போராடிக் கொண்டிருக்கிறார்கள் என்று அவதானியுங்கள்.

எடுத்துக்காட்டாக, மனச்சோர்வால் கடுமையாக பாதிக்கப்பட்டிருந்த ஜேன் அதிலிருந்து மீள்வதற்கு ஒரு வழியை யோசித்தார். தினந்தோறும் அவர் யாராவது ஒருவருக்கு நன்றி தெரிவிக்க முடிவு செய்தார். அது நன்றிக் கடிதம் அல்லது ஒரு குறுஞ்செய்தி போன்ற ஏதோ ஒரு வடிவில் இருந்தது. அது மற்றவர்களுக்குப் பெரும் உத்வேகம் ஊட்டியதோடு, அவருடைய மனச்சோர்வுக்கும் மருந்தாக அமைந்தது. அதைத் தொடர்ந்து தான் எந்த

அளவுக்கு ஆசிர்வதிக்கப்பட்டவள் என்பதையும், தன்மீது நல்லெண்ணம் கொண்ட ஏராளமானவர்கள் தன்னைச் சுற்றி இருந்ததையும் அவர் உணர்ந்து கொண்டார். பிறருடைய வாழ்வில் பிரகாசத்தைப் பாய்ச்சுவதற்கான முயற்சியில் அவர் ஈடுபட்டபோது, தன்னுடைய வாழ்க்கையிலும் பிரகாசம் பாய்ந்ததை அவர் அறிந்து கொண்டார்.

பிறருக்கு உதவுவதன் மூலம் மனநிறைவைப் பெறுதல்

பதற்றமான எண்ணங்களுக்குள் சிக்கிக் கொள்வது என்பது ஒரு புதிர்க்கட்டத்திற்குள் மாட்டிக் கொள்வதைப் போன்றது. நீங்கள் தொடர்ந்து அதற்குள் சிக்குண்டு கிடக்க விரும்ப மாட்டீர்கள். நீங்கள் பிறரிடம் பரிவு காட்டுகின்றபோது, உங்களுடைய கவனத்தை உங்களுக்கு வெளியே செலுத்துகிறீர்கள். அதன் மூலம் உங்களால் உங்களுடைய அக உலகிலிருந்து மீண்டுவர முடியும்.

பிறருக்கு உதவுவது, உங்களுக்கு மனநிறைவு, வாழ்க்கை நோக்கம் மற்றும் திருப்தியைக் கொடுக்கும். அது உங்களுடைய மன அழுத்தத்தை குறைக்க உதவும். ஆறு மாதங்கள் மனச்சோர்வுக்குச் சிகிச்சை எடுத்துக் கொள்வதைக் காட்டிலும், யாரோ ஒருவருக்கு ஒரே ஒரு நாள் உதவுவது உங்களுக்கு அதிகப் பயனுள்ளதாக இருக்கும்.

இதற்கு சாம் என்ற நபரை ஓர் எடுத்துக்காட்டாகக் கூறலாம். அவர் தன் வேலை, குடும்பம் ஆகிய இரண்டுக்கும் இடையே ஒரு சமநிலையை உண்டாக்க முடியாமல் திணறிக் கொண்டிருக்கிறார். அவர் தன் சமூகத்திலுள்ள இளைஞர்கள் சிலருக்கு வழிகாட்டுதல்களை வழங்கத் தீர்மானிக்கிறார். அது அவருக்கு மனநிறைவை அளிக்கிறது. அதன் ஊடாக அவர் பல விஷயங்களைக் கண்டறிகிறார். அவற்றில் கீழ்க்கண்டவையும் அடங்கும்:

- தான் நினைத்திருந்ததைக் காட்டிலும் தனக்கு அதிகமாகத் தெரிந்திருந்தது என்பதை அவர் உணர்ந்து கொண்டார். இன்னும் சொல்லப் போனால், பிறருக்குத் தேவைப்படுகின்ற அறிவுரைகளைச் சொல்லக்கூடிய அளவுக்குத் தனக்கு அறிவாற்றல் இருப்பதை அவர் உணர்ந்து கொள்கிறார்.
- இளைஞர்களின் வளர்ச்சிக்குத் தான் பங்களித்துக் கொண்டிருக்கிறோம் என்ற உணர்வு தனக்குப் பெரும் திருப்தியளிப்பதை அவர் கண்டுகொள்கிறார்.
- தன்னுடைய வாழ்க்கை சவால்மிக்கதாக இருந்தபோதிலும், அது இன்னும் மோசமாக இருந்திருக்கக்கூடும் என்ற புரிதல் அவருக்கு ஏற்பட்டது. குடும்பம் என்றால் என்ன என்பதையே அறிந்திராத இளைஞர்களுக்கு ஒரு வழிகாட்டியாக விளங்கியபோது, அவர் தன் குடும்பத்தின் அருமையைப் புரிந்து கொண்டார்.
- பலப் பிரச்சனைகளைக் கொண்டிருந்த அந்த இளைஞர்கள் எப்படி அதிலிருந்து மீள்வதற்கான வழிமுறைகளை அறிந்து கொண்டார்களோ, அதேபோல, தான் வாழ்க்கையில் சந்திக்கின்ற பிரச்சனைகளிலிருந்து தன்னாலும் மீண்டு வந்துவிட முடியும் என்பதை அவர் அறிந்து கொண்டார்.
- இறுதியில், தான் எவ்வளவு சம்பாதிக்கிறோம் என்பது முக்கியமல்ல, மாறாக, தான் எந்த அளவுக்கு விழுமியங்களோடுகூடிய வாழ்க்கையை நடத்திக் கொண்டிருக்கிறோம் என்பதுதான் முக்கியம் என்பதையும் அவர் அறிந்து கொண்டார். இது அவருக்கு அவர் நினைத்திராத அளவு மீண்டெழுவதற்கான வலிமையை அளித்தது.

வாழ்க்கையின் சவால்களை எப்படிச் சமாளிப்பது என்பதை அவர் அந்த இளைஞர்களுக்குக் கற்றுக் கொடுத்த அந்தச் செயலானது, தன் கவலைகளைப் பற்றிப் பெரிதாக அலட்டிக் கொள்ளாத ஒரு

கண்ணோட்டத்தை அவருக்குக் கொடுத்தது. நீங்கள் பிறருக்கு உதவுகின்ற காரியங்களில் ஈடுபடுகின்றபோது, உங்களால் நிகழ்கணத்தில் இலயிக்க முடியும், நோக்கத்துடன்கூடிய ஒரு வாழ்க்கையை வாழ முடியும் என்ற ஆய்வு முடிவுகளுக்கு இது வலு சேர்த்தது.

கடந்த முறை நீங்கள் எப்போது பிறரிடம் பரிவாக நடந்து கொண்டீர்கள் என்பதை நினைவுகூருங்கள். அது ஒருவருக்குக் கதவைத் திறந்துவிடுவது போன்ற ஒரு சாதாரணமான காரியமாக இருக்கலாம், அல்லது உள்ளூர் அனாதை இல்லத்தில் தன்னார்வச் சேவையில் ஈடுபடுவதாக இருக்கலாம். அப்போது உங்களுக்குள் எப்படிப்பட்டதொரு நல்ல உணர்வு சுரந்தது என்பதையும், பிறருக்குப் பங்களித்தது உங்களுக்கு எப்படிப்பட்ட மகிழ்ச்சியைக் கொடுத்தது என்பதையும் நினைத்துப் பாருங்கள். அப்போது, அதேபோன்ற செயல்களை இன்னும் கூடுதலாகச் செய்ய வேண்டும் என்ற தூண்டுதல் எழுந்தது, இல்லையா? இதுபோன்ற மனநிறைவு உங்களுடைய பதற்றத்தைக் குறைப்பதற்கான ஒரு மாமருந்தாகத் திகழும். நம்மை அடிக்கடிச் சூழ்ந்து கொள்கின்ற கவலைகளைத் தாண்டி ஒரு வாழ்க்கை இருக்கிறது என்பதை அது நமக்கு நினைவூட்டும்.

8

கெட்ட செய்தியிலுள்ள நல்ல செய்தி

இந்த உலகம், திரும்பிய பக்கமெல்லாம் எதிர்மறைச் செய்திகளாலும் நம்மைத் துக்கப்பட வைக்கின்ற தகவல்களாலும் நிறைந்திருக்கின்ற காரணத்தால், பதற்ற உணர்வும் திக்குமுக்காடல் உணர்வும் நம்மைத் திணறடித்துக் கொண்டிருப்பதில் வியப்பில்லை. டெல் அவீவ் பல்கலைக்கழகத்தின் உளவியல் துறை சமீபத்தில் நடத்திய ஆய்வு ஒன்று, இதிலிருந்து எப்படி மீண்டு வருவது என்பதற்கான வழிகளைத் தெரிவிக்கிறது. மீண்டும் மீண்டும் எதிர்மறை நிகழ்வுகளை நாம் சந்தித்துக் கொண்டே இருக்கின்றபோது, அது நம்முடைய மனநிலை மற்றும் மூளையின் செயல்பாட்டின்மீது ஒரு நேர்மறையான தாக்கம் ஏற்படுத்துகிறது என்ற வியப்பான செய்தியை அது தெரிவிக்கிறது.

எதிர்மறை மனக்காட்சிப்படைப்பின் மூலம் மீண்டெழுதலைக் கட்டியெழுப்புதல்

இப்படிக் கற்பனை செய்யுங்கள். காலையில் கண்விழித்தவுடன் ஏகப்பட்ட எதிர்மறைச் செய்திகளால் நீங்கள் மூழ்கடிக்கப்படுகிறீர்கள். அதன் காரணமாக உங்களுடைய மனநிலை சரிவடைகிறது. உங்களுடைய மனம் மோசமான வருங்காலக் காட்சிகளை உங்கள்

முன் ஓட்டுகிறது. பெரும் தடைகள், இழப்புகள், சவால்கள் போன்றவற்றால் நிறைந்துள்ள ஓர் இருண்ட வருங்காலத்தை நீங்கள் காண்கிறீர்கள். இது உங்களுக்கு அடிக்கடி நடக்கிறதா? எதிர்மறை மனக்காட்சிப்படைப்பு இங்கு உங்களுக்கு உதவும். உங்களுக்குத் துயரத்தைக் கொடுக்கின்ற இந்த எண்ணங்களிலிருந்து தப்பி ஓடுவதற்குப் பதிலாக, அவற்றை அரவணைத்துக் கொள்ளுங்கள். அந்தச் சவால்கள் உங்கள் முன் நடந்தேறிக் கொண்டிருப்பதாக பாவித்து, அவற்றை உங்களுடைய மனத்தில் தெளிவாகவும் விரிவாகவும் காட்சிப்படுத்துங்கள்.

நடப்பதற்குச் சாத்தியமுள்ள இப்படிப்பட்ட எதிர்மறைக் காட்சிகளை நீங்கள் உங்களுடைய மனத்தில் மீண்டும் மீண்டும் போட்டுப் பார்க்கின்றபோது, அவற்றை நீங்கள் வெறுமனே அங்கீகரிப்பதோடு நிறுத்திக் கொள்வதில்லை. உங்களுடைய உணர்ச்சிசார் எதிர்வினையாற்றுதலின்மீதான உங்களுடைய கட்டுப்பாடும் அதிகரிக்கிறது. தொடக்கத்தில் அது உங்களுடைய மனநிலையின்மீது எதிர்மறையான தாக்கம் ஏற்படுத்தினாலும், தொடர்ந்து அதைச் செய்து வருகின்றபோது, அந்த எதிர்மறைச் சூழல்கள் உங்கள்மீதான கட்டுப்பாட்டை இழக்கின்றன என்று நாம் மேலே பார்த்த டெல் அவீவ் பல்கலைக்கழக ஆய்வு தெரிவிக்கிறது. வேறு வார்த்தைகளில் கூற வேண்டுமென்றால், உணர்ச்சிசார் தாக்கத்திற்கு நீங்கள் ஆளாக மாட்டீர்கள்.

அதற்காக நீங்கள் எதிர்மறை உணர்வுகளைத் தூண்டுகின்ற நிகழ்ச்சிகளை இணையத்தில் மணிக்கணக்காகப் பார்த்துக் கொண்டிருக்க வேண்டும் என்று அர்த்தமில்லை. அதனால், எந்தப் பயனும் கிடையாது. சில நேரங்களில், சில சூழல்களைப் பார்த்துக் கொண்டிருப்பதை நம்மால் சகித்துக் கொள்ள முடியாது. அப்போது, நாம் அதிலிருந்து வலுக்கட்டாயமாக நம்மை விலக்கிக் கொள்ள முயல்வோம். ஆனால், அப்படிச் செய்வதன் மூலம் நாம் அதற்குக் கூடுதல் சக்தியையே அளிப்போம்.

எடுத்துக்காட்டாக, உங்களுடைய திருமண வாழ்வு குறித்தக் கவலை உங்களை அரித்துக் கொண்டிருக்கிறது என்று வைத்துக் கொள்வோம். உங்களுடைய மனைவி உங்களை விவாகரத்து செய்ய மனு அளிக்கப் போகிறார் என்ற செய்தி உங்களைத் தூங்கவிடாமல் செய்து கொண்டிருக்கிறது. அது குறித்து நீங்கள் யோசிக்க யோசிக்க, உங்களுடைய மன அழுத்தம் இன்னும் அதிகரிக்கிறது.

படுக்கையில் படுத்துக்கொண்டு,“எனக்கு விவாகரத்து நடந்தால் என்னவாகும்?” என்று மீண்டும் மீண்டும் உங்களுடைய மண்டையைக் குழப்பிக் கொண்டிருப்பது உங்களுக்கு எந்தவிதமான நிவாரணத்தையும் வழங்கப் போவதில்லை. அதற்குப் பதிலாக நிலைமையை நேருக்கு நேராகச் சந்திப்பதுதான் நல்லது. பொதுவாக ஒரு கட்டத்திற்குப் பிறகு, உங்களுடைய மனம் அப்படியே நிலைத்து நின்றுவிடும். ஆனால், அதற்கு மேலும் அதை நீங்கள் உந்தித் தள்ள வேண்டும். அப்போது நீங்கள் பயப்படுகின்ற விளைவை நேருக்கு நேராக நீங்கள் எதிர்கொள்வீர்கள்.

“எனக்கு விவாகரத்து ஆனால் என்ன நடக்கும்?”

“அப்படி நடந்தால், நான் மிகவும் வருத்தமடைவேன்.”

“சரி, அதற்குப் பிறகு?”

இங்கு நீங்கள் பயப்படுகின்ற விளைவைத் தாண்டிச் சென்று கொண்டிருக்கிறீர்கள் என்பதைக் கவனியுங்கள்.

“அதற்குப் பிறகு நான் தனியாக இருக்க நேரிடும்.”

“நீங்கள் மிகவும் வருத்தமடைவீர்கள் என்பது உண்மைதான். எவ்வளவு காலத்திற்கு அது தொடரும் என்று நீங்கள் நினைக்கிறீர்கள்?”

“தெரியவில்லை. ஓராண்டு? அல்லது இரண்டு ஆண்டுகள்?”

“இரண்டு ஆண்டுகளுக்குப் பிறகு என்ன நடக்கும்?”

“நான் என் வழியைப் பார்த்துக் கொண்டு செல்வேன் என்று நினைக்கிறேன். ஆனாலும் நான் வருத்தமாகத்தான் இருப்பேன்.”

“வருத்தமாக இருப்பீர்கள் என்பதில் சந்தேகமில்லை. ஆனால், அதற்காக உலகமே இடிந்து விழுந்துவிடப்

போகிறதா?"

"இல்லை. ஆனாலும், அது கடினமானதாக இருக்கும்."

"ஆனால், அதை நீங்கள் சமாளித்துவிடுவீர்கள். நீங்கள் உங்கள் வழியில் செல்வீர்கள். சில ஆண்டுகளில், நீங்கள் வேறு ஏதாவது ஒன்றைச் செய்து கொண்டிருப்பீர்கள்."

"ஆமாம். நான் அதை ஒப்புக் கொள்கிறேன்."

அந்த ஆய்வை நடத்தியவர்கள், நீங்கள் நிரந்தரமாக பயங்கரமான வருங்காலச் சாத்தியக்கூறைப் பற்றியே நினைத்துக் கொண்டிருக்க வேண்டும் என்று பரிந்துரைக்கவில்லை. மாறாக, அந்தச் சூழல் உங்கள்மீது கொண்டிருக்கின்ற ஆதிக்கத்தின் சக்தியைச் சிறிதளவு விடுவிக்கவே அவர்கள் விரும்புகின்றனர்.

தினந்தோறும், உங்களுக்குக் கவலை ஏற்படுத்திக் கொண்டிருக்கின்ற விஷயங்கள் அதிகபட்சமாக எத்தகைய மோசமான நிலையை அடைய முடியும் என்பதை மனக்காட்சிப்படுத்துவதற்குச் சில நிமிடங்களைச் செலவழியுங்கள். நீங்கள் தவறவிட்டுவிட்ட ஒரு காலக்கெடுவைப் பற்றி, நீங்கள் செய்த ஒரு பெரும் தவற்றைப் பற்றி, நீங்கள் நிராகரிக்கப்பட்டதைப் பற்றி அல்லது அவமானப்படுத்தப்பட்டதைப் பற்றி உங்கள் மனத்தில் காட்சிப்படுத்துங்கள். உங்களுடைய கற்பனைக் குதிரையைத் தட்டிவிடுங்கள். அதற்குக் கடிவாளம் இடாதீர்கள்.

முதலில் அது உங்களுக்கு அசௌகரியமாக இருக்கும். ஆனால், நீங்கள் விடாப்பிடியாக அதைத் தொடர்கின்றபோது, உங்களுடைய அசௌகரியம் ஒரு பெரிய விடயமாக உங்களுக்குத் தோன்றாது. ஒரு நிகழ்வு உங்களுக்குப் பழகிவிடுகின்றபோது, உங்கள்மீதான அதன் உணர்ச்சித் தாக்கம் குறைவதை நீங்கள் கவனிப்பீர்கள். அது அசௌகரியமாக இருந்தாலும், அதை உங்களால் தாக்குப்பிடித்துவிட முடியும் என்பது உங்களுக்குப் புரியும். இவைதாம் உங்களை மீண்டெழச் செய்கின்றன.

தானாக முன்வந்து சிரமங்களை சுவீகரித்துக் கொள்ளுதல்

கடுங்குளிரான நீரில் குளித்தல், அதிகாலை மூன்று அல்லது நான்கு மணிக்கே விழித்தெழுதல், உண்ணாவிரதம் இருத்தல், வெகுமதியைக் காலந்தாழ்த்திப் பெறுதல் . . . சிலர் தங்களுடைய மகிழ்ச்சியை அதிகரித்துக் கொள்வதற்கு இவற்றைப் பயன்படுத்துகின்றனர்.

இது இடக்குமடக்கான விஷயம்போலத் தோன்றலாம். எதற்காக ஒருவர் வலிந்து தன் வாழ்க்கையில் அசௌகரியத்தை அதிகரித்துக் கொள்ள வேண்டும்? இது துன்பத்தில் இன்பம் காணுதல் அல்ல. மாறாக, மீண்டெழுதலைக் கட்டியெழுப்புவதும் பதற்றத்தைக் குறைப்பதும்தான் இதன் நோக்கம்.

கடுங்குளிரான நீரில் குளித்தல், இடையிடை உண்ணாவிரதம் போன்ற சிறிய சவால்களுடன் தொடங்குங்கள். இவை சிறிய அளவிலான அசௌகரியங்களைப்போலத் தோன்றக்கூடும். ஆனால், அவற்றால் உங்களுடைய மனவலிமையின்மீது பெரும் தாக்கம் ஏற்படுத்த முடியும். எடுத்துக்காட்டாக, குளிரான நீரில் குளித்தல், நீங்கள் அசௌகரியத்தை எதிர்கொள்வதை வலியுறுத்துவதோடு, நிகழ்கணத்தில் உங்களுடைய மனத்தை நிலைக்க வைக்கவும் உதவும். அதேபோல, இடையிடை உண்ணாவிரதம், மனக்கட்டுப்பாட்டை அதிகரித்துக் கொள்ள உங்களுக்கு உதவும்.

இது போன்ற சிறு அசௌகரியங்களை முயற்சி செய்த பிறகு, அசௌகரியத்தின் அளவைப் படிப்படியாக அதிகரியுங்கள். நீங்கள் உண்ணாமல் இருக்கின்ற நேரத்தின் அளவை நீட்டிக்கலாம். அல்லது நீரில் குளிரின் அளவைக் கூட்டலாம். நீங்கள் வலிந்து இப்படிப்பட்ட அசௌகரியங்களை எதிர்கொள்ளத் துணிவது என்பது, இன்னல்களை எதிர்கொள்வதற்கு உங்களுடைய மனத்திற்கு நீங்கள் பயிற்சி அளிப்பதாகும். அதைவிட மேலாக, இன்னல்கள் தற்காலிகமானவை என்பதையும்,

அவற்றிலிருந்து உங்களால் மீள முடியும் என்பதையும், இன்னும் சொல்லப் போனால், அவை உங்களை வலுவானவராக, கூடுதல் கவனக்குவிப்பு உள்ளவராக, அதிக நன்றியுடையவராக ஆக்கும் என்பதையும் உங்களுக்கு நீங்களே கற்றுக் கொடுக்கிறீர்கள்.

நான் இங்கு என்னுடைய நெருங்கிய உறவினர் மைக்கின் கதையை உங்களுடன் பகிர்ந்து கொள்ள விரும்புகிறேன். அவர் ஒரு கணினிப் பொறியாளர். அவர் எப்போதும் பதற்றத்திலேயே இருந்து வந்தார். அதிலிருந்து மீள்வதற்கு, வலிந்து தன்னை அசௌகரியப்படுத்திக் கொள்கின்ற நடவடிக்கைகளில் ஈடுபட அவர் தீர்மானித்தார். தினமும் கடுங்குளிரான நீரில் குளிப்பதிலிருந்து அதை அவர் தொடங்கினார். முதல் சில நாட்களில் அந்தக் குளிரான நீர் அவருக்குக் கடும் அதிர்ச்சியைக் கொடுத்தது. ஆனாலும் அவர் அதை விடாப்பிடியாகத் தொடர்ந்தார். குளிரான நீரில் குளிக்கின்றபோது, அவர் தன் சுவாசத்தின்மீது கவனத்தைக் குவித்து, அசௌகரியத்தை எதிர்ப்பதற்குப் பதிலாக அதை அரவணைத்துக் கொள்ளக் கற்றுக் கொண்டார்.

நாட்கள் செல்லச் செல்ல, அசௌகரியங்களைக் கையாள்கின்ற அவருடைய திறன் அதிகரிக்கத் தொடங்கியது. அவர் இனியும் குளிரான நீர்க்குளியல் குறித்து பயந்து கொண்டிருக்கவில்லை. அது அவருக்கு ஒருவிதமான தியானம்போல ஆனது. இதனால் ஊக்கமடைந்த மைக், அடுத்து இடையிடை உண்ணாவிரதத்தை முயன்று பார்த்தார். அவர் காலையுணவைத் தவிர்த்தார்.

மைக்கின் முயற்சி, தேவையற்றத் துன்பங்களை வலிந்து நாடுகின்ற ஒன்றல்ல. மனரீதியான மீண்டெழுதலைக் கட்டமைத்துக் கொள்வதற்கு உதவுகின்ற சவால்களை வாழ்க்கைக்குள் அறிமுகப்படுத்துவது அது. சிறிது காலத்தில், அவர் பதற்றமடைவதும் கவலைப்படுவதும் குறையத் தொடங்கின. வாழ்க்கையின் எதிர்பாராத நிகழ்வுகளை மேம்பட்ட விதங்களில் எதிர்கொள்வதற்கு அது அவரைத் தயார்படுத்தியது. அதன் பக்கவிளைவின்

ஒரு பகுதியாக, அவரால் புகைபிடித்தலை நிறுத்த முடிந்தது. ஏனெனில், புகைபிடித்தலை நிறுத்துவது உருவாக்குகின்ற அசௌகரியங்களை இப்போது அவரால் சுலபமாக எதிர்கொள்ள முடிந்தது. நீங்கள் எப்படி? வலிந்து அசௌகரியத்தை வாழ்க்கையில் சேர்த்துக் கொள்கின்ற பழக்கத்தை உருவாக்கிக் கொள்வதன் மூலம் பெறுகின்ற திறனை நீங்கள் எப்படிப் பயன்படுத்திக் கொள்ளப் போகிறீர்கள்?

9

நிகழ்கணலயிப்புடன்கூடிய இயக்கம் மன அழுத்தத்தைக் குறைக்கும்

மனத்தெளிவை வளர்த்துக் கொள்ளுதல்

நீங்கள் ஓர் அழகான வனப் பகுதியில் நடந்து சென்று கொண்டிருக்கிறீர்கள். உங்களைச் சுற்றி எல்லா இடங்களும் பச்சைப்பசேலென்று இருக்கின்றன. மர இலைகள் மென்மையான சத்தத்துடன் ஒன்றோடொன்று உரசிக் கொண்டிருக்கின்றன. புல்லினங்கள் இனிமையாகக் குரலெழுப்பிக் கொண்டிருக்கின்றன. அப்போது நீங்கள், செய்யப்பட வேண்டியிருக்கின்ற வேலைகளின் நீண்ட பட்டியலைப் பற்றியோ, அல்லது உங்களை நெருக்கிக் கொண்டிருக்கின்ற காலக்கெடுக்களைப் பற்றியோ கவலைப்பட்டுக் கொண்டிருப்பதற்குப் பதிலாக, உங்கள் கண்முன் விரிகின்ற அந்த அழகிய காட்சியில் உங்களுடைய மனத்தைப் பறிகொடுத்திருப்பீர்கள். உங்களைத் தழுவிச் செல்லும் தென்றல் தரும் சுகத்தையும், ஒரு தாளகதியோடு கேட்டுக் கொண்டிருக்கின்ற உங்களுடைய காலடி ஓசையையும், அந்த மலைக்காற்றின் நறுமணத்தையும் நீங்கள் அனுபவித்துக் கொண்டிருப்பீர்கள். நடவடிக்கைகளின் ஊடாக நிகழ்கணலயிப்பில் ஈடுபடுவது என்பது இதுதான்.

நடத்தல் போன்ற நடவடிக்கைகளில்

ஈடுபட்டிருக்கின்றபோது நிகழ்கணலயிப்பைக் கடைபிடிக்கின்ற நபர்கள், குறிப்பாக மாணவர்கள், பதற்றம் மற்றும் எதிர்மறை உணர்ச்சிகளைக் குறைவாக அனுபவிக்கின்றனர் என்று சமீபத்திய ஆய்வு ஒன்று தெரிவிக்கிறது. நிகழ்கணத்தில் இலயிப்பதன் மூலம் அவர்களால் தங்களுடைய மண்டைக்குள்ளிருந்து வெளியே வர முடிகிறது.

அடுத்த முறை நீங்கள் எங்காவது நடந்து செல்கின்றபோது இப்படிச் செய்து பாருங்கள்: உங்களுடைய சுவாசத்தின்மீதும், நீங்கள் எடுத்து வைக்கின்ற காலடியின் உணர்வின்மீதும் கவனத்தைக் குவியுங்கள். உங்களைச் சுற்றியுள்ள இடத்தின்மீது உங்களுடைய பார்வையை ஓட்டுங்கள், அந்த இடத்திலிருந்து எழுகின்ற ஓசைகளைச் செவிமடுங்கள். உங்களுடைய பாதங்களுக்கு அடியில் இருக்கின்ற நிலத்தை உணருங்கள். இப்படி நீங்கள் வலிந்து உங்களுடைய நிகழ்கணத்தில் கவனத்தைக் குவிக்கின்ற செயல், உங்களுடைய மனத்தைத் தெளிவுபடுத்தும், உங்களுடைய மனக்குழப்பத்தைப் போக்கும்.

அப்போது உங்களுக்கு மனக்குழப்பம் தோன்றினால்கூட, அது குறித்து நீங்கள் அலட்டிக் கொள்ளத் தேவையில்லை. அதைக் கவனித்துவிட்டு மீண்டும் உங்களுடைய சுவாசத்தில் கவனத்தைக் குவியுங்கள். அக்கணத்தில் உங்களைச் சுற்றி நடைபெறுகின்ற விஷயங்களில் கவனத்தைக் குவியுங்கள். உங்களுடைய மனத்தில் தோன்றுகின்ற எண்ணங்கள் என்னவாக இருந்தாலும், அவை காத்துக் கிடக்கட்டும் என்று உங்களுக்கு நீங்களே கூறிக் கொள்ளுங்கள். அவை எங்கேயும் ஓடிவிடப் போவதில்லை. நீங்கள் உங்களுடைய நடையை முடிக்கும்வரை அவை உங்களுக்காகக் கண்டிப்பாகக் காத்துக் கொண்டிருக்கும். உங்களை உறுதியாக நிகழ்கணத்தில் நிறுத்திக் கொள்வதற்கு உங்களுடைய ஐம்புலன்களையும் பயன்படுத்திக் கொள்ளுங்கள். உங்களுடைய மனம் தடம்புரள்கின்றபோது, மீண்டும் உங்களுடைய ஐம்புலன்கள்மீது உங்களுடைய கவனத்தைத் திருப்புங்கள்.

- உங்களால் எவற்றை முகர முடிகிறது? அது மழை வாசமா? மரத்திலிருந்து உதிர்ந்து நிலத்தில் படர்ந்திருக்கின்ற இலைகளின் வாசமா?
- உங்களால் எவற்றைப் பார்க்க முடிகிறது? உங்களைச் சுற்றிக் கண்களை ஓடவிட்டு, சுற்றுப்புறத்தில் இருக்கின்ற பலவிதமான நிறங்களைப் பாருங்கள். இலைகளின் நிறங்களையும், மரத்தின்மீது பட்டுத் தெறிக்கின்ற சூரியக் கதிர்களையும் பாருங்கள்.
- உங்களால் எந்த ஓசைகளைக் கேட்க முடிகிறது? உங்களுடைய சுற்றுப்புறத்தில் உள்ள ஓசைகளை இன்னும் காதுகொடுத்துக் கேளுங்கள். உங்களால் உண்மையில் எவற்றைக் கேட்க முடிகிறது?
- உங்களால் எவற்றை உணர முடிகிறது? நடக்கின்றபோது, நிமிர்ந்து நிற்கின்றபோது, நீங்கள் எப்படி உணர்கிறீர்கள்? நடக்கின்றபோது ஒரு புல்லைப் பிடுங்குங்கள். அதை உங்களுடைய விரல்களால் வருடுங்கள். அப்போது நீங்கள் எப்படி உணர்கிறீர்கள்?
- நடக்கின்றபோது உங்களால் ருசியைக்கூட உணர முடியும் என்று நான் கூறினால் உங்களால் நம்ப முடிகிறதா? இனிமைச் சுவையுடன்கூடிய புல்லின் நுனியைக் கடித்துப் பாருங்கள். அல்லது நீங்கள் நடக்கச் செல்கின்றபோது, ஏதாவது ஒரு தின்பண்டத்தை எடுத்துச் செல்லலாம். அதை மிகவும் மெதுவாகக் கடித்துச் சுவைத்து அனுபவியுங்கள்.

மெதுவாக வலிந்து மேற்கொள்கின்ற இயக்கம்

உங்களுடைய மூச்சின்மீது கவனத்தைக் குவித்துக் கொண்டே அவசரமற்ற உடலியக்கத்தில் ஈடுபடுதல் உங்களுக்குக் கூடுதல் ஆற்றலளிக்கும். இந்த இரண்டு விஷயங்களும் உங்களுடைய நரம்பு மண்டலத்திற்குத் தெளிவான செய்தியை அனுப்பி, உங்களுடைய தன்னியல்பு நரம்பு மண்டலத்தைத் தூண்டிவிடும். நாம்

எப்போதும் அவசர கதியில் இயங்கிக் கொண்டிருப்பதால், நம்முடைய உணர்வலைகள் தூண்டப்பட்டு, நாம் எப்போதும் பதற்றத்தில் உழன்று கொண்டிருப்பதற்கான சாத்தியக்கூறுகள் அதிகரிக்கின்றன.

ஒரு நாள் உங்களுக்கு மிக மோசமான நாளாக அமைந்திருப்பதாகக் கற்பனை செய்யுங்கள். நீங்கள் உங்களுடைய அலுவலகத்தில் சோர்வாக அமர்ந்திருக்கிறீர்கள். எண்ணற்றக் கவலைகள் உங்களைச் சூழ்ந்திருக்கின்றன. அந்தப் பதற்றத்திற்குள் மூழ்கியிருப்பதற்குப் பதிலாக, நீங்கள் நிமிர்ந்து உட்கார்ந்து, உங்களுடைய கண்களை மூடி, ஆழமாக ஒரு முறை சுவாசித்துப் பாருங்கள். நீங்கள் ஆழமாக மூச்சை உள்ளே இழுத்து வெளியே விடுகின்றபோது, உங்களுடைய பதற்றம் படிப்படியாக மெதுவாக வெளியேறுவதை நீங்கள் உணர்வீர்கள். அடுத்து நீங்கள் ஏதாவது ஓர் உடலியக்க நடவடிக்கையில் ஈடுபடுங்கள். அது கை-கால்களை நீட்டி மடக்குவதாக இருக்கலாம், அல்லது சில யோகா பயிற்சிகளை மேற்கொள்வதாக இருக்கலாம், அல்லது ஒரு கோப்பை நீரை அருந்துவதாக இருக்கலாம். ஆனால், அதை நீங்கள் மெதுவாக, வலிந்து உங்களுடைய உடலசைவுக்கும் சுவாசத்தின் ஏற்ற இறக்கத்திற்கும் ஏற்பச் செய்ய வேண்டும்.

நிகழ்கணலயிப்புடன் உடலியக்க நடவடிக்கைகளைச் சேர்ந்து கொண்டவர்கள், தங்களுடைய உடல்நலன் கணிசமாக மேம்பட்டதாகத் தெரிவித்தனர். உடலியக்கம், சுவாசம் ஆகிய இரண்டும் சேர்ந்த இக்கலவை, நீங்கள் உங்களுடைய உடலோடு கொண்டிருக்கின்ற தொடர்பை மேம்படுத்த உதவுவதோடு, பதற்றத்தையும் தணிக்கும். கவலை நிலையிலிருந்து அமைதி நிலைக்கு வருவதற்கான எளிய, சிறப்பான வழி இது.

உட்கார்ந்து கொண்டுதான் தியானிக்க வேண்டும் என்று கட்டாயமில்லை. ஒரு நாளின் ஊடாக, சிறிய அளவில், பல விதங்களில் நீங்கள் நிகழ்கணலயிப்பில் ஈடுபடலாம். உங்களுடைய வாழ்க்கையின் அன்றாட நிகழ்வுகளில் நிகழ்கணலயிப்பைப் புகுத்துவது உங்களுடைய வாழ்க்கையில் புரட்சிகரமான

மாற்றங்களை ஏற்படுத்தும். உங்களுடைய மனம் தெளிவடையும், பதற்றம் தணியும், ஆரோக்கிய உணர்வு உங்களிடம் பரவும். அதைத் தொடங்குவதற்குத் தேவையான, உங்களுடைய உடல், சுவாசம், தொடர்ந்து மலர்ந்து கொண்டிருக்கின்ற நிகழ்கணம் ஆகிய அனைத்தும் உங்களிடம் ஏற்கனவே இருக்கின்றன.

10

தேவையற்ற எதிர்மறை எண்ணங்கள் தொந்தரவு செய்கின்றனவா? அவற்றைத் தூக்கியெறியுங்கள்

எண்ணங்களின் நிர்வாகம் குறித்து ஒஹையோ அரசுப் பல்கலைக்கழகம் மேற்கொண்ட ஓர் ஆய்வு, சில வியப்பளிக்கும் தகவல்களை வெளிப்படுத்தியுள்ளது. அனைத்து எண்ணங்களும் ஒரே மாதிரியானவை அல்ல. பல எண்ணங்கள் பயனுள்ளவை. சில ஓரளவுக்குப் பயனுள்ளவை. சில பயனற்றவை. உங்கள் மனத்தில் தோன்றுகின்ற பயனற்ற எண்ணங்களை ஒதுக்கித் தள்ளுவதற்கு நீங்கள் சிரமப்பட்டுக் கொண்டிருந்தால், அதைக் களைவதற்கான சில உத்திகளை நான் இந்த அத்தியாயத்தில் கொடுக்கிறேன்.

எண்ணங்களை உருப்படியான விஷயங்களாக மாற்றுதல்

உங்களுடைய எதிர்மறை எண்ணங்களை எழுதிக் கொள்வது முதல் உத்தி. இந்த எளிய உத்தி, நம்முடைய மன உலகை நிர்வகிக்க வெகுவாக உதவும். உங்களைத் தொந்தரவுபடுத்திக் கொண்டிருக்கின்ற அக எண்ணங்களை, காகித வடிவில் அல்லது டிஜிட்டல்

வடிவில் புற விஷயங்களாக மாற்றுவதை இந்த உத்தி உள்ளடக்கியுள்ளது. இங்கும் நாம், நமக்குச் சிரமங்களைக் கொடுக்கின்ற எண்ணங்களிலிருந்து உளவியல்ரீதியாக நம்மைத் தள்ளி வைத்துக் கொள்ள முயல்கிறோம்.

நான் பதின்ம வயதில் இருந்தபோது, ஒரு புதினத்தை எழுத வேண்டும் என்ற ஆசை என்னுள் கொழுந்துவிட்டு எரிந்து கொண்டிருந்தது. நான் எழுதப் போகின்ற புதினம் என்றாவது ஒரு நாள் பிரசுரமாகும் என்று நான் நம்பினேன். ஆனாலும், நான் சுய சந்தேகத்தால் கடுமையாக பாதிக்கப்பட்டேன். என் புதினம் பிரசுரிக்கத்தக்க அளவு சிறந்ததாக இருக்காதோ என்ற சந்தேகம் என்னை ஆட்டுவித்துக் கொண்டிருந்தது. என்னிடம் படிந்துவிட்டிருந்த இந்த எதிர்மறை எண்ணங்கள், என்னுடைய எழுத்து ஆசைக்கு வேட்டு வைத்துக் கொண்டிருந்தன.

பின் என்னுடைய அக எண்ணங்களை, எழுதுவதன் வாயிலாகப் புறவயப்படுத்துகின்ற உத்தியை நான் கண்டறிந்தேன். ஒரு நாள், அதிகமாக வெளிச்சம் இல்லாத ஓர் அறையில் நான் அமர்ந்து கொண்டு, என் எழுத்துத் திறமை குறித்துக் கவலைப்பட்டுக் கொண்டிருந்தபோது, திடீரென்று ஒரு காகிதத்தை எடுத்து எழுத வேண்டும் என்று எனக்குள் தோன்றியது. என்னைத் தொந்தரவுபடுத்திக் கொண்டிருந்த எண்ணங்களை நான் அதில் எழுதத் தொடங்கினேன். என்னை அழுத்திக் கொண்டிருந்த சந்தேகங்களை அந்தக் காகிதத்தில் இறக்கி வைத்துக் கொண்டிருந்ததைப்போல நான் உணர்ந்தேன். என்னுடைய எதிர்மறைகளை நான் கையெழுத்தில் பார்த்தபோது எனக்குள் ஏதோ ஒரு பெரும் மாற்றம் நிகழ்ந்தது. என்னுடைய எண்ணங்களை எனக்கு வெளியே நின்று என்னால் பார்க்க முடிந்தது. அவை சகித்துக் கொள்ள முடியாதவையாக இருந்தன. இவற்றையா நான் இவ்வளவு காலமும் எனக்குள் சுமந்து திரிந்து கொண்டிருந்தேன்?

என்னுடைய எண்ணங்கள் எனக்கு வெளியே வந்துவிட்டப் பிறகு அவற்றைக் கையாள்வது எளிதாக இருந்தது. எனக்குள் இருந்தபோது, அவை

உண்மைபோலத் தோன்றின. ஆனால், அவற்றைக் காகிதத்தில் பார்த்தபோது அவை வெறும் வார்த்தைகளாகத் தெரிந்தன. அதனால், என்னுடைய புதினங்களைத் திருத்துவதைப்போல அவற்றையும் என்னால் திருத்த முடியும் என்பதை நான் உணர்ந்து கொண்டேன். உடனே நான் ஒரு சிவப்புப் பேனாவை எடுத்து அவற்றைத் திருத்த முயன்றேன். ஒரு சில நிமிடங்களுக்குள் எனக்குள் ஒரு பொறி தட்டியது. அவற்றில் திருத்துவதற்கு எதுவும் இல்லை. அவை மதிப்பற்றவை. குப்பைக்குச் சமானம். அதனால், நான் அந்தக் காகிதத்தைக் கசக்கி வீசியெறிந்தேன்.

என் புதினம் குறித்து நான் கொண்டிருந்த எதிர்மறை எண்ணங்களும் இதைப் போன்றவைதாம் என்பதை நான் புரிந்து கொண்டேன். அந்த எண்ணங்களைப் புறவயப்படுத்தி, அவற்றை என்னால் தள்ளியிருந்து பார்க்க முடிந்தது. என்னுடைய குறைபாடுகளைப் பெரிதுபடுத்திப் பார்ப்பது மற்றும் என்னுடைய வலிமையைக் குறைத்து மதிப்பிடுவது போன்றவை அவற்றில் அடங்கியிருந்ததை நான் தெரிந்து கொண்டேன். அந்த எண்ணங்கள் மீண்டும் தோன்றின. ஆனால், அவற்றை நான் முன்புபோலத் தீவிரமாக எடுத்துக் கொள்ளவில்லை. “உங்களுக்கு இங்கு என்ன வேலை? நீங்கள் இருக்க வேண்டிய இடம் குப்பைத்தொட்டி அல்லவா?”

அறிவுசார் நெகிழ்வுத்தன்மையை ஊக்குவித்தல்

நம்முடைய மனங்களைப் பொதுவாக மொய்த்துக் கொண்டிருக்கின்ற, நெகிழ்வுத்தன்மையற்ற, மீண்டும் மீண்டும் தோன்றிக் கொண்டிருக்கின்ற எண்ணப் போக்கை இது தடம்புரளச் செய்கிறது. அந்த இடத்தில் மாற்றுக் கண்ணோட்டங்களுக்கான இடங்கள் உருவாக்கப்படுகின்றன.

பதற்றமான ஒரு சுழற்சி வட்டத்திற்குள் நீங்கள் சிக்கிக் கொண்டுள்ளதாகக் கற்பனை செய்து கொள்ளுங்கள். நீங்கள் ஒரு கடினமான தேர்வை

எதிர்கொண்டிருக்கிறீர்கள் அல்லது அலுவலகத்தில் ஒரு முக்கியமான பணித்திட்டத்தில் ஈடுபட்டிருக்கிறீர்கள் என்று வைத்துக் கொள்ளுங்கள். இந்த எண்ணங்கள் உங்களுடைய மன ஆற்றலை உறிஞ்சிவிடும். அதன் காரணமாக நீங்கள் திக்குமுக்காடல் உணர்வையும் பதற்றத்தையும் அனுபவித்துக் கொண்டிருப்பீர்கள். அவை தோன்றுகின்றபோது, நீங்கள் அவற்றை அப்படியே எழுதிக் கொள்ளுங்கள். அவற்றை எடைபோடாமல் அப்படியே ஏற்றுக் கொள்ளுங்கள்.

அடுத்து வருவது அவற்றைத் தூக்கி எறிகின்ற கட்டம். உங்களை அழுத்திக் கொண்டிருக்கின்ற கவலைகளை உங்களைவிட்டு விடைபெறச் செய்வது அது. அது ஒரு குறியீடு. நீங்கள் அந்தக் காகிதத்தைக் கிழித்து அல்லது கசக்கி எறியலாம். அல்லது நீங்கள் விரும்பினால், அவற்றை நீங்கள் எரித்துப் பொசுக்கலாம்.

பயனற்ற எண்ணங்கள் தோன்றுகின்றபோது, அவற்றை உடனடியாக வழிமறிக்கின்ற திறனை இந்த உத்தி நம்பியிருக்கிறது. உங்களுடைய மனத்தில் இடம்பெற்றுள்ள பதற்றச் சுழற்சி வட்டத்தை நீங்கள் உடைத்து நொறுக்குகிறீர்கள். அப்போது உங்களுடைய மனத்திற்கு ஒரு சிறிய இடைநிறுத்தம் கிடைக்கிறது, மாற்றுக் கண்ணோட்டம் ஒன்றை உருவாக்கிக் கொள்வதற்கான வாய்ப்பும் வாய்க்கிறது.

11

கண்களை மூடிக் கொண்டு குதியுங்கள் – எதையாவது செய்யுங்கள்

"செயல்நடவடிக்கையைத் தவிர, பதற்றத்தை வேகமாகக் குறைக்கின்ற வேறெதுவும் கிடையாது."

- வால்ட்டர் ஆன்டர்சன்

இப்போது நாம் வால்ட்டர் ஆன்டர்சனின் மேலேயுள்ள மேற்கோளின்மீது நம் கவனத்தைக் குவிக்கலாம். அவருடைய கூற்று ஓர் எளிய உண்மையை அடிக்கோடிட்டுக் காட்டுகிறது. நம்முடைய கனவுகளை நோக்கி நாம் வலிந்து அடியெடுத்து வைக்கின்றபோது, தள்ளிப்போடுதல் எனும் புதைகுழிக்குள் விழுந்துவிடாமல் தப்பிப்பதோடு, நம்மை இறுக்கிப் பிடித்து வைத்திருக்கின்ற பதற்றத்தின் பிடியிலிருந்தும் நாம் தப்பித்துவிடுகிறோம்.

இப்படி யோசித்துப் பாருங்கள்: எண்ணங்களும் செயல்நடவடிக்கைகளும் ஒரே இடத்தில் இருக்க முடியாது. நீங்கள் சிந்தித்துக் கொண்டிருந்தால், உங்களால் செயலில் இறங்க முடியாது. நீங்கள் செயலில் இறங்கி இருக்கின்றபோது, உங்களால் சிந்தித்துக் கொண்டிருக்க முடியாது. "நான் முதலில் மிகவும் பயந்தேன். ஆனால், அதைத் துவக்கிய பிறகு எல்லாம் சரியாகிவிட்டது. இன்னும் சொல்லப் போனால், அதை நான் இரசிக்கவும் தொடங்கிவிட்டேன்," என்று மக்கள் கூறுவது இதனால்தான்.

நேர்மறைப் பின்னூட்டக்கருத்துச் சுழற்சி வட்டத்தை உருவாக்கிக் கொள்ளுதல்

மேம்பட்ட ஆரோக்கியத்திற்கான தேடலை நீங்கள் மேற்கொண்டிருப்பதாக வைத்துக் கொள்வோம். உடற்பயிற்சி, ஆரோக்கியமான உணவுப் பழக்கம் ஆகியவற்றை உங்களுடைய நடைமுறையாக ஆக்கிக் கொள்ள நீங்கள் தீர்மானிக்கின்றபோது, பரிபூரண மாற்றத்திற்கான ஒரு பயணத்திற்குள் நீங்கள் அடியெடுத்து வைக்கிறீர்கள். உங்களுடைய உடலில் நேர்மறையான மாற்றங்கள் ஏற்படத் தொடங்கும். நீங்கள் நல்லவிதமாக உணரத் தொடங்குவீர்கள். நீங்கள் மேற்கொள்கின்ற ஒவ்வோர் உடற்பயிற்சியும், நீங்கள் உண்கின்ற ஒவ்வொரு சத்தான உணவும், உங்களுடைய உடலின் ஆரோக்கியம் இப்போது உங்கள் கட்டுப்பாட்டில் இருக்கிறது என்பதற்கான நிரூபணமாகத் திகழும்.

அலெக்ஸ் ஓர் எழுத்தாளராக ஆக விரும்பினார். தொடக்கத்தில் கடுமையான சுய சந்தேகம் அவரை வாட்டி வதைத்தது. தன் ஆசை ஒரு நிறைவேறாத கனவாகவே இருந்துவிடுமோ என்று அவர் அஞ்சினார். அவர் தனக்குத் தானே பல கேள்விகளைக் கேட்டுக் கொண்டார்: 'எழுதுவதற்கான திறமை என்னிடம் இருக்கிறதா? அச்சுப் புத்தகங்களின் காலம் முடிந்துவிட்டதா? மக்கள் என்னை எள்ளி நகையாடுவார்களா? எனக்குப் பிடித்தமான கவிதைகளை எழுத வேண்டுமா அல்லது இளைய தலைமுறையினருக்கான கதைகளை எழுத வேண்டுமா?' ஆனால், தான் செய்யாமல் இருக்கின்ற ஒன்று இருக்கிறது என்பதை அவர் உணர்ந்தார். எழுதுதல்தான் அது. அதனால், எழுதுதலில் மட்டும் கவனத்தைக் குவிக்க அவர் தீர்மானித்தார். ஒரு நாள் எப்படி இருந்தாலும், தினந்தோறும் குறைந்தபட்சம் முந்நூறு வார்த்தைகளாவது எழுதுவது என்று அவர் முடிவெடுத்தார். தன் மண்டைக்குள் ஒலித்துக் கொண்டிருந்த இதர குரல்களை அவர் உதாசீனப்படுத்தினார்.

காலப்போக்கில், அவருடைய எழுத்து, கட்டுரைகளாக உருவெடுத்தது. பின் அவருடைய எழுத்து பிரசுரமானது. பாராட்டுகள் குவியத் தொடங்கின. அதற்காக அவருக்கு நோபல் பரிசு கிடைத்ததா அல்லது அவர் ஒரு கோடீஸ்வரராக ஆனாரா என்று கேட்டால், இல்லை என்பதுதான் அதற்கான பதில். ஆனால், அவர் தினந்தோறும் செயல்நடவடிக்கையில் இறங்கினார். அவருடைய எழுத்து மேம்படத் தொடங்கியது. அவருடைய முன்னேற்றம் படிப்படியானதாக இருந்து வந்தபோதிலும், அது, அவர் தன் எழுத்தைக் குறித்து வெறுமனே கவலைப்பட்டுக் கொண்டு ஒன்றுமே செய்யாமல் இருந்திருப்பதைக் காட்டிலும் மேலான ஒன்று என்பதில் சந்தேகம் இருக்க முடியாது.

நீங்கள் உங்களுடைய கதையின் நாயகனாக இருக்க விரும்பினால், செயல்நடவடிக்கைதான் உங்களுடைய அதிஆற்றலாக இருக்க முடியும் என்பதை நினைவில் வைத்துக் கொள்ளுங்கள்.

செயல்நடவடிக்கையின் மூலம் உங்களுடைய பதற்றத்தின் சக்தியை மழுங்கடியுங்கள்

உங்களுடைய பதற்றத்திடம், நீங்கள், "டேய்! இன்று உன் பருப்பு என்னிடம் வேகாது!" என்று கூறுவதாகக் கற்பனை செய்யுங்கள்.

இப்போது நான் என்னுடைய சொந்தக் கதை ஒன்றை உங்களிடம் பகிர்ந்து கொள்ளப் போகிறேன். ஒரு கட்டத்தில் நான் சொந்தமாக ஒரு தொழிலைத் துவக்க விரும்பினேன். ஆனால், அதில் இறங்க நான் பயந்தேன். ஆனால், இந்த பயத்தை நேருக்கு நேர் எதிர்கொள்ள நான் துணிந்தேன். அது ஒரு சுமூகமான பயணமாக இருக்கவில்லை என்பது உண்மைதான். ஆனால், ஒவ்வொரு சிறு வெற்றியும் என்னுடைய பதற்றத்தைப் படிப்படியாகக் குறைத்தது. என் தொழில் படிப்படியாகச் செழிக்கத் தொடங்கியதும் என் தன்னம்பிக்கை வானளாவ உயர்ந்தது.

இதை மேற்கொள்ள நீங்கள் விரும்பினால்,

நீங்கள் உங்களுடைய கவலைகளைக் கேள்விகளாக மாற்ற வேண்டும். எடுத்துக்காட்டாக, நீங்கள் இப்படி நினைக்கிறீர்கள் என்று வைத்துக் கொள்வோம்:

"நான் துவக்கவிருக்கின்ற தொழில் இலாபம் ஈட்டுகின்ற நிலையை அடைவதற்கு முன்பாக என்னுடைய சேமிப்பு முழுவதும் தீர்ந்துவிடும் என்று எனக்குக் கவலையாக இருக்கிறது."

இதை நாம் கீழ்க்கண்ட கேள்வியாக மாற்றலாம்:

"நான் துவக்கவிருக்கின்ற தொழில் இலாபம் ஈட்டுகின்ற நிலையை அடைவதற்கு முன்பாக என்னுடைய சேமிப்பு முழுவதும் தீர்ந்துவிடுமோ?"

இதற்கான சரியான பதில், "எனக்குத் தெரியாது என்பதுதான்." உடனே நாம் 'தொழில் வெற்றியடையும் அல்லது நசிந்துவிடும்' என்ற இருதுருவச் சிந்தனைக்குள் மாட்டிக் கொள்கிறோம். அதற்குப் பதிலாக, இந்தக் கேள்வியை, இன்று நாம் மேற்கொள்ள வேண்டிய செயல்நடவடிக்கைகளைத் தீர்மானிக்கின்ற ஒன்றாக மாற்றிக் கொள்ளலாம்:

"என்னிடம் உண்மையில் எவ்வளவு சேமிப்பு இருக்கிறது?"

"இதை வைத்துக் கொண்டு என்னால் எவ்வளவு காலம் தாக்குப்பிடிக்க முடியும்?"

"இன்னும் கூடுதல் காலத்திற்குத் தாக்குப்பிடிக்கின்ற நிலைக்கு அதை என்னால் எப்படி மாற்றிக் கொள்ள முடியும்?"

"என் தொழிலில் விரைவில் இலாபம் ஈட்டுவதற்கு நான் என்ன செய்ய வேண்டும்?"

இப்படிச் செய்கின்றபோதே, நம்முடைய பயங்கள் பயனுள்ளவையாக மாறிவிடும். மேலே கூறப்பட்டுள்ள கேள்விகள் குறித்துச் சிந்தித்தப் பிறகு நீங்கள் கீழ்க்கண்ட நடவடிக்கைகளை எடுக்கத் தீர்மானிக்கிறீர்கள்:

1. உங்களுடைய அனைத்துச் சேமிப்புகளையும் ஒன்றுதிரட்டுங்கள்.
2. குறைந்தபட்ச செலவுகளை உள்ளடக்கிய வரவுசெலவுத் திட்டம் ஒன்றை உருவாக்கிக்

கொள்ளுங்கள்.

3. இந்த வரவுசெலவுத் திட்டத்தின் அடிப்படையில், உங்களுடைய சேமிப்பை வைத்துக் கொண்டு உங்களால் எவ்வளவு காலம் தாக்குப்பிடிக்க முடியும் என்பதைக் கண்டறியுங்கள்.
4. உங்களுடைய தொழிலை விரைவாகத் தொடங்கி, இலாபம் ஈட்டுகின்ற நிலைக்கு அதைக் கொண்டு செல்வதற்கான வழிமுறைகளை ஆராயுங்கள்.

இனி நீங்கள் கவலைப்படத் தேவையில்லை. வெறுமனே செயலில் இறங்க வேண்டும், அவ்வளவுதான். நீங்கள் கவலையுடன் உட்கார்ந்து கொண்டு, அதிலிருந்து எப்படி விடுபடுவது என்று யோசித்துக் கொண்டிருந்தால், நீங்கள் செய்ய வேண்டியதெல்லாம், அதைத் தூக்கியெறிவது மட்டும்தான்.

அடுத்த முறை பயம் உங்களை ஆட்டிப் படைத்துக் கொண்டிருந்தால் இதை நினைவில் வைத்துக் கொள்ளுங்கள்: நடவடிக்கை எடுத்தல்தான் பதற்றத்திற்கு எதிரான ஆயுதம். உங்களுக்குள் ஒளிந்து கொண்டிருக்கின்ற பயத்தை, தடுமாற்றமில்லாத உறுதிப்பாட்டால்தான் வெல்ல முடியும். உங்களுடைய கதையின் நாயகன் நீங்கள்தான். உங்களுடைய அசாதாரணமான வாழ்க்கையெனும் ஓவியத்தை, செயல்நடவடிக்கை எனும் தூரிகை கொண்டு உங்களால் உருவாக்க முடியும்.

12

‘அதனால் என்ன?’ என்பதன் முக்கியத்துவம்

“நான் மிக மோசமாக உணர்வதற்கு எனக்கு நானே அனுமதி அளித்துக் கொள்கிறேன் . . . இது எனக்குப் பெரும் சுதந்திர உணர்வை அளிக்கிறது.”

– ஜான் கிரீன்

இளைய தலைமுறையினருக்குக் கதை எழுதுகின்ற பிரபல நூலாசிரியரான ஜான் கிரீனின் உலகிற்குள் நான் உங்களை அழைத்துச் செல்லப் போகிறேன். அவருடைய வார்த்தைகள் அறிவார்ந்தவை மட்டுமல்ல. ஒரு குறும்பான வழிகாட்டியின் விளையாட்டுத்தனமான ஊக்குவிப்பாகவும் அவை இருக்கும். நீங்கள் அசாதாரணமானதொரு பயணத்திற்குள் அடியெடுத்து வைக்க அவர் நமக்கு அழைப்பு விடுக்கிறார்.

வலிந்து தோல்விகளைத் தழுவுதல்

இப்படிக் கற்பனை செய்யுங்கள்: கற்றுக்குட்டி ஓவியர் ஒருவர் ஒரு வெற்று ஓவியத் துணியின் முன் நின்று கொண்டிருக்கிறார். அவர் தன் தூரிகையை எடுத்து நளினமாகக் கோடுகளை வரையாமல், துணிச்சலுடன் அதில் வண்ணம் தீட்டுகிறார். தன்னுடைய ஒவ்வொரு கோடும் ஆகச் சிறந்த ஒன்றாக இருக்காது என்பதை அவர் அறிவார். அவற்றில் சில, புகழ்பெற்ற அரூப

ஓவியங்களைவிட அருமையாகக்கூட இருக்கக்கூடும். இதில் முக்கியமான விஷயம் ஓவியம் தீட்டுகின்ற நடவடிக்கையில் அவர் இறங்குகிறார் என்பதுதான். பயத்தால் தன் வாழ்க்கை முடங்கிப் போக அவர் அனுமதிப்பதில்லை.

நான் இப்போது உங்களுக்கு ஜானை அறிமுகப்படுத்தப் போகிறேன். அவர் மிகவும் கூச்ச சுபாவம் உள்ளவர். ஓர் அழகான பெண்ணைச் சந்தித்து அவரைக் காதலிக்க வேண்டும் என்பது அவருடைய தலையாய ஆசை. ஆனால், அழகான பெண்கள் தன்னை நிராகரித்துவிடுவார்களோ என்று அவர் அஞ்சினார். காதல் தொடர்பான விஷயங்களில் அறிவுரை வழங்குபவர்களின் பரிந்துரைகள் நிலைமையை மேலும் மோசமாக்கியது. அவர்களின் பரிந்துரைகளுக்குப் பின்னால் அமைந்திருந்த அடிப்படை விஷயங்கள் இவைதாம்: துணிச்சலாக இருங்கள், நளினமாக இருங்கள், அலட்டிக் கொள்ளாமல் இருங்கள்.

ஆனால், இதற்கு நேரெதிரானதுதான் உண்மை என்பதை ஜான் கண்டறிந்தார். ஒரு நாள் அவருடைய நண்பர் ஒருவர், ஜானிடம், "நீ எதற்காகப் பயப்படுகிறாய்? ஒரு பெண் உன்னை நிராகரித்துவிட்டால் குடியா முழுகிவிடும்? அவள் உன்னைப் பற்றி மோசமாக நினைத்திருக்கக்கூடும். அதனால் என்ன?" என்று கேட்டார். அவருடைய மனத்தில் திடீரென்று ஓர் ஒளி பாய்ந்ததுபோல அவர் உணர்ந்தார். தன்னுடைய பிரச்சனை துணிச்சலை வரவழைத்துக் கொள்வதைப் பற்றியது அல்ல, மாறாக, தோல்வி அடைந்துவிடுவோம் என்ற பயத்தில் செயலில் இறங்காததைப் பற்றியது என்பதை அவர் அறிந்தார்.

அதனால், ஜான் ஒரு முடிவெடுத்தார். அவர் ஒரு நாள் காலையில் வெளியே சென்றபோது ஒரு திட்டவட்டமான நோக்குடன் சென்றார். ஐம்பது பெண்களுடன் பேசி, அவர்கள் ஒவ்வொருவராலும் நிராகரிக்கப்பட வேண்டும் என்பதுதான் அது. அவர் எதிர்பார்த்ததுபோலவே, அவர் அணுகிய பெண்கள் நாசூக்காக அவரை நிராகரித்தனர். ஆனால், அது அவர்

நினைத்திருந்த அளவுக்கு ஒரு மோசமான அனுபவமாக இருக்கவில்லை என்பது அவருக்கு வியப்பளித்தது. இன்னும் சொல்லப் போனால், அது அவருக்குச் சலிப்பூட்டியது.

அதற்காக, அவர் சந்தித்த ஐம்பதாவது பெண் அவர்மேல் காதல் கொண்டாள் என்றெல்லாம் நான் கூறப் போவதில்லை. அது காதல் திரைப்படங்களில்தான் நிகழும். ஆனால், அதைத் தொடர்ந்து ஜானிடம் ஒரு பெரிய மாறுதல் ஏற்பட்டது. தான் கச்சிதமற்றவராக இருப்பதற்கு அவர் தனக்குத்தானே அனுமதி வழங்கிக் கொண்டார். கவலைகளையும் பலவீனங்களையும் கொண்டிருக்கின்ற குறைபாடுள்ள ஒரு மனிதனாக இருக்க அவர் தனக்குத் தானே அனுமதி அளித்துக் கொண்டார். சில சமயங்களில் பயங்கரமானதாக இருந்தாலும், வெளியே சென்று இந்த உலகை எதிர்கொள்வதற்கான அனுமதியை அவர் தனக்குத் தானே வழங்கிக் கொண்டார்.

இந்த மனநிலையை அவர் சுவீகரித்துக் கொண்டதும், அவருடைய துணிச்சல் அதிகரித்தது, அவருடைய பதற்றமும் பயமும் குறைந்தன. இந்த மனப்போக்கின் காரணமாகப் பல பெண்கள் அவரை நோக்கி வசீகரிக்கப்பட்டனர். அப்பெண்கள் அவரை நோக்கிக் கவர்ந்திழுக்கப்பட்டதற்கு, அவர் பிறரைப்போல ஒரு சராசரியான மனிதராக விளங்கியதுதான் காரணம்.

வாழ்க்கை என்பது ஓர் அருமையான ஓவியத் துணி. கச்சிதம் என்ற தளையிலிருந்து நம்மை நாம் விடுவித்துக் கொள்கின்றபோது, தனிப்பட்ட உன்னதத்தைத் தேடுவது ஒரு கலை வடிவமாக உயர்ந்துவிடுகிறது. வலிந்து தோல்வியைத் தழுவுவதன் மூலம், மீண்டெழுதல் மற்றும் வளர்ச்சி அடங்கிய ஒரு சிறந்த படைப்பை நாம் உருவாக்குகிறோம். அதே நேரத்தில், நம்முடைய கச்சிதமின்மையின் அழகையும் நாம் இரசிக்கத் துவங்குவோம்.

செயல்முறை > விளைவு

ஒரு பிரம்மாண்டமான திரைப்படத்தைக் காண்பதற்காக நீங்கள் கடைசியாக எப்போது ஒரு திரையரங்கிற்குச் சென்றீர்கள்? அங்கு ஒரு பெரிய கோப்பை நிறைய பாப்கார்னைக் கொறித்துக் கொண்டும், ஒரு பெரிய பாட்டிலில் குளிர்பானத்தை அருந்திக் கொண்டும் இருந்தபோது, நீங்கள் எந்த அளவுக்குப் பரவசமாக இருந்தீர்கள்? இப்போது இந்தக் கேள்விக்கு பதிலளியுங்கள்: படத்தின் இறுதியில் அந்தப் படத்திற்குப் பங்களித்தவர்களின் பெயர்கள் ஓடிக் கொண்டிருக்கும்போதே நீங்கள் அங்கிருந்து நடையைக் கட்டிவிட்டீர்களா? அல்லது தொடக்கக் காட்சியிலிருந்து கடைசிக் காட்சிவரை இரசித்துப் பார்த்துவிட்டு, கடைசி நபராக அரங்கத்தைவிட்டு வெளியேறினீர்களா?

வாழ்க்கையும் ஒரு திரைப்படத்தை இரசித்து அனுபவிப்பதைப் போன்றதுதான். உங்களுடைய வாழ்க்கையெனும் திரைப்படத்தின் இயக்குநராக உங்களை நினைத்துக் கொள்ளுங்கள். அதில் ஒவ்வொரு நாளும் ஒரு காட்சி. இதில் கதை எவ்வாறு முடிகிறது என்பதில் முழுக் கவனத்தையும் செலுத்துவதற்குப் பதிலாக, ஒவ்வொரு காட்சியையும் செதுக்குவதில் நீங்கள் ஏன் மூழ்கக்கூடாது? உங்களுடைய பயணத்தின் ஊடாக எதிர்ப்படுகின்ற எதிர்பாராத திருப்பங்கள், சாகசங்கள் ஆகியவற்றை சுவீகரித்துக் கொள்வதைப் பற்றியது இது.

இப்போது நான் உங்களுக்கு மைக்கை அறிமுகப்படுத்தப் போகிறேன். அவர் என்னுடைய சகா. ஒரு காலத்தில் அவர் கச்சித ஆசாமியாக இருந்தார். ஒவ்வொரு சிறு விஷயம் குறித்தும் அவர் மிகவும் கவனம் செலுத்துவார். அவருக்கு அனைத்தும் மிக ஒழுங்காக இருக்க வேண்டும்.

பின் ஒரு நாள், மைக் தன் வாழ்க்கையெனும் திரைப்படத்தை வேறு விதமாகக் காட்சிப்படுத்தத் திட்டமிட்டார். பிரம்மாண்டமான இறுதிக் காட்சிக்காகக் காத்திருப்பதிலிருந்து தன் கவனத்தைத்

திருப்பி, பயணத்தின் ஒவ்வோர் அம்சத்தையும் இரசிக்க அவர் முடிவெடுத்தார். இறுதிக் காட்சிவரை அனைத்தும் கனகச்சிதமாக இருந்தே ஆக வேண்டும் என்ற தன் பிடிவாதத்தை அவர் கைவிட்டார். அவர் செயல்முறையில் கவனத்தைச் செலுத்தினார். அந்தப் பயணத்தின் ஊடாக, அவர் பயனுள்ள வாழ்க்கைப் பாடங்களைக் கற்றுக் கொண்டார்.

இந்தச் செயல்முறைசார் அணுகுமுறையைத் தத்தெடுத்துக் கொண்டதன் மூலம் அவருடைய பதற்றம் வெகுவாகக் குறைந்தது. முடிவைவிடப் பயணம் சாகசமிக்கதாகவும் சுவாரசியமானதாகவும் இருந்ததை மைக் உணர்ந்து கொண்டார்.

13

கடந்தகாலம் முடிந்துவிட்ட ஒன்று

"அனுபவித்து முடிந்துவிட்ட வேதனைகளைப் பற்றி நினைத்துக் கொண்டிருப்பதில் என்ன பயன்? அப்போது நீங்கள் படுமோசமாக இருந்ததால், இப்போதும் அப்படியேதான் இருக்க வேண்டுமா, என்ன?"

- செனீக்கா

கடந்தகாலத் தவறுகள் மற்றும் மனக்காயங்கள் குறித்தச் சிந்தனைச் சுழற்சிக்குள் மாட்டிக் கொண்டு வெளியே வர முடியாமல் நீங்கள் எப்போதாவது தவித்தது உண்டா? இது கண்டிப்பாக எல்லோருக்கும் நடந்திருக்கும். ஆனால், இங்குக் கேட்கப்பட வேண்டிய முக்கியமான கேள்வி 'இதனால் என்ன பயன்?' என்பதுதான்.

நம்முடைய தற்போதைய மகிழ்ச்சியைப் பாதிக்கின்ற அளவுக்குக் கடந்தகாலக் கவலைகளில் மூழ்கிக் கிடப்பதில் எந்தவிதமான பயனும் கிடையாது என்று செனீக்கா நமக்கு அறிவுறுத்துகிறார். அதற்குப் பதிலாக, நம்முடைய தற்போதைய சூழலை மேம்படுத்திக் கொள்வதற்குத் தேவையான நடவடிக்கைகளை எடுக்கவும், நிகழ்கணத்தில் கவனத்தைக் குவிக்கவும் அவர் நம்மை ஊக்குவிக்கிறார்.

"என்னுடைய பெற்றோர் என்னை ஒரு சிறு குழந்தையாக நன்றாக நடத்தும்வரை என்னால் மகிழ்ச்சியாக இருக்க முடியாது," என்ற வேடிக்கையான கூற்றை நீங்கள் கேள்விப்பட்டிருக்கக்கூடும். இது ஓர் அபத்தமான கூற்று. ஏனெனில், மாற்றப்பட முடியாத

ஒன்றை மாற்ற இங்கு நீங்கள் முயல்கிறீர்கள். எவற்றை மாற்ற முடியும், எவற்றை மாற்ற முடியாது என்பது குறித்தத் தெளிவான புரிதல்களுக்குப் பெயர்போனவர்கள் ஸ்டோயிக்குகள். மாற்றப்பட முடியாத விஷயங்களில் கவனத்தைச் செலுத்திக் கொண்டிருப்பது ஓர் உருப்படாத வேலை. அதில் செலவிடப்படுகின்ற ஆற்றலை வேறு பயனுள்ள காரியங்களுக்குச் செலவிடுவது நல்லது.

நடைமுறையில், நம்முடைய கடந்தகால அனுபவங்கள் தற்போதைய உணர்ச்சிகள் மற்றும் தேர்ந்தெடுப்புகளின்மீது தாக்கம் ஏற்படுத்த அனுமதிக்காமல் அவற்றை ஏற்றுக் கொள்வது என்று இதற்கு அர்த்தம். கடந்தகாலச் சுமைகளை இறக்கி வைத்துவிட்டு நிகழ்காலச் சாத்தியக்கூறுகளையும் வாய்ப்புகளையும் அரவணைத்துக் கொள்வது இது. அப்படிச் செய்வதன் மூலம், நம்மால், நோக்கத்துடன்கூடிய திருப்திகரமானதொரு வாழ்க்கையை வாழ முடியும்.

கடந்தகாலத்தை விடுவித்தல்

கீறல் விழுந்த ஓர் இசைத்தட்டைப்போல, நீங்கள் எப்போதாவது மீண்டும் மீண்டும் கடந்தகாலப் பின்வருத்தங்களில் உங்களைத் தொலைத்துக் கொண்டிருப்பதை அவதானித்தது உண்டா?

நானும் இந்தப் புதைகுழிக்குள் விழுந்துள்ளேன். வண்ணத்துப்பூச்சிகளைப் பிடிக்கின்ற வலையைக் கொண்டு புகையைப் பிடிக்க முயல்வதைப் போன்றது இது. உண்மையிலேயே பதிலளிக்கப்பட முடியாத பின்வரும் கேள்விகளை என்னிடம் நானே கேட்டுக் கொண்டேன்:

"இது எனக்கு ஏன் நடக்கிறது?"

"வாழ்க்கை எனக்கு ஏன் நியாயமற்றதாக இருக்கிறது?"

"நான் 'அதைச்' செய்வதற்குப் பதிலாக 'இதை' ஏன் செய்தேன்?"

"இது இன்னும் எளிதாக இருந்தால் நன்றாக இருக்கும்."

இவை போன்ற கேள்விகளால் உங்களுக்கு எந்தப் பயனும் கிடையாது. பின்வரும் கேள்வியை அவதானியுங்கள்:

"நான் பள்ளியில் படித்தக் காலத்தில் பிற மாணவர்களால் கேலிக்கும் துன்புறுத்துதலுக்கும் ஆளாக்கப்பட்டேன். ஆனால், அவர்கள் ஏன் ஒருபோதும் தண்டிக்கப்படவே இல்லை?"

இந்தக் கேள்விக்கான சரியான பதில் என்ன? அதற்கான சரியான பதிலேதும் கிடையாது. ஏனெனில், அந்தக் கேள்வியே சரியானது அல்ல. அது ஓர் எதிர்மறைச் சுழலுக்குள் உங்களை இட்டுச் செல்வதற்கான அழைப்பிதழாகும். நம்முடைய மனம் கீழ்வரும் எண்ணச் சுழற்சிக்குள் சிக்கிக் கொண்டுவிடும்:

"ஆசிரியர்களின் அக்கறையின்மைதான் அவர்கள் தண்டனை எதுவும் பெறாமல் இருப்பதற்குக் காரணம். ஆசிரியர்களுக்குப் போதுமான அளவு சம்பளம் கொடுக்கப்படாததால், அவர்கள் இது குறித்து அக்கறை காட்டுவதில்லை. பெற்றோர்களும் பள்ளி நிர்வாகத்தைக் கேள்வி கேட்டுத் தங்களுடைய குழந்தைகளின் எதிர்காலத்தைப் பிரச்சனைக்கு உள்ளாக்க விரும்பவில்லை. அதனால் சிறுவர்கள் இது போன்ற பிரச்சனைகளுக்குள் சிக்கிக் கொள்வது தொடர்கிறது. அவர்கள் வளர்ந்து பெரியவர்களாக ஆகின்றபோதும் எதார்த்த உலகம் இப்படித்தான் இருக்கப் போகிறது என்பதற்கான ஒரு முன்னறிவிப்புதான் இது . . ."

கடந்த காலத்தில் ஒரே ஒரு முறை நீங்கள் பிற மாணவர்களால் துன்புறுத்தப்பட்ட நிகழ்வை நினைவுகூர்தலோடு தொடங்கிய இது, அனைத்து ஆசிரியர்களின்மீது, எல்லா பெரியவர்களின்மீது, வேலையிடங்களின்மீது, ஒட்டுமொத்த மனிதகுலத்தின்மீதான மோசமான எண்ணங்களுக்கு இட்டுச் செல்கிறது. இந்தக் கண்ணாடி வழியாக நீங்கள் உலகத்தைப் பார்க்கின்றபோது, உங்களிடம்

பரிவு காட்டியிருந்த எண்ணற்ற ஆசிரியர்கள், உங்களுடைய நலனில் அக்கறை கொண்டிருந்த அலுவலக சகாக்கள், உங்களுடைய பெற்றோர், உங்களுடைய பல சாதனைகள் போன்றவற்றை நீங்கள் சௌகரியமாக நிராகரித்துவிடுகிறீர்கள். சில சமயங்களில், நீங்கள்கூடப் பிறரைக் கேலி செய்து அவர்களைத் துன்புறுத்தியிருந்திருக்கக்கூடும். அதையும் நீங்கள் அலட்சியமாகக் கடந்துவிடுகிறீர்கள்.

உங்களுடைய இத்தகைய சிந்தனைச் சுழல், நீங்கள் எப்போதும் ஒரு பலிகடாவாக இருந்தீர்கள் என்ற எண்ணத்திற்கு உரமூட்டி வலு சேர்ப்பதைத் தவிர வேறு எதையும் செய்யாது. இதனால், உங்களுக்குப் பெரிய அளவில் பயனேதும் கிடையாது.

அதனால், உங்களுடைய கண்ணோட்டத்தில் குறிப்பிடத்தக்கதொரு மாறுதல் தேவை. உங்களுடைய கடந்தகால அனுபவங்கள் எந்த அளவுக்கு மோசமானவையாக இருந்தாலும் சரி, எந்த அளவுக்கு நியாயமற்றவையாக இருந்தாலும் சரி, இன்று நீங்கள் வாழ்ந்து கொண்டிருக்கின்ற வாழ்க்கைக்கு அவை பங்களிப்பை நல்கியுள்ளன என்பதை நீங்கள் ஏற்றுக் கொண்டுதான் ஆக வேண்டும். எல்லாவற்றுக்கும் மேலாக, இன்று, இக்கணத்தில் நீங்கள் முற்றிலும் வேறுபட்ட ஒருவராக இருப்பதற்கும், வேறுவிதமாக உணர்வதற்கும், வேறுபட்ட ஒன்றைத் தேர்ந்தெடுப்பதற்குமான சுதந்திரம் உங்களுக்கு இருக்கிறது.

கடந்தகாலத்தைக் கடந்தகாலமாகவே வைத்திருப்பதை நான் கற்றுக் கொண்டவுடன், ஒரு விளக்கு அணைக்கப்பட்டதைப் போன்ற உணர்வு எனக்கு ஏற்பட்டது. அதுவரை என்னுடைய உற்றத் தோழனாக இருந்து வந்த பின்வருத்தம் என்னிடமிருந்து விடைபெற்றுச் சென்றுவிட்டது. சுயபச்சாதாபம் என்மீது கொண்டிருந்த பிடியை விலக்கிக் கொண்டது.

நாட்கள் செல்லச் செல்ல, என்னுடைய கடந்தகாலத் தவறுகளிலிருந்து நான் கற்றுக் கொண்ட பாடங்களை அடித்தளமாகக் கொண்டு நான் வளர்த்துக் கொண்டிருந்த நேர்மறையான மனப்போக்கு மேலும்

மேலும் வலுப் பெற்றது. நான் காரணமாக அமைந்திராத சில மோசமான அனுபவங்களை நான் ஒதுக்கித் தள்ளிவிடவும் கற்றுக் கொண்டேன்.

விழிப்புணர்வும் தற்காலத்திய அமைதியும்

தொடர்ந்து பழைய விஷயங்களை அசைபோட்டுக் கொண்டிருப்பதிலிருந்து விடுபடுவதில் நிகழ்கணலயிப்பு ஒரு முக்கியப் பங்காற்றுகிறது. அதை இப்போது பார்க்கலாம்.

ஒரு முறை நான் என்னுடைய கடந்தகாலத் தவறு ஒன்றைக் குறித்து அளவுக்கதிகமாகச் சிந்தித்துக் கொண்டிருந்தேன். எனக்குக் கிடைத்திருந்த ஒரு நல்ல வாய்ப்பை நான் அநியாயமாகத் தவறவிட்டுவிட்டேன். அது குறித்து நான் எவ்வளவுதான் அவமானகரமான உணர்வு கொண்டிருந்தபோதிலும், அது நடந்து முடிந்துவிட்டிருந்த ஒன்று என்பதையும், அது ஏற்படுத்தியிருந்த சில பின்விளைவுகளை மாற்ற முடியாது என்பதையும் என்பதை நான் புரிந்து கொண்டேன். இதையொத்த நிகழ்வுகள் நம் எல்லோருக்கும் நடந்திருக்கும் என்று நான் நம்புகிறேன்.

இது ஒரு புதைகுழியில் மாட்டிக் கொள்வதைப் போன்றது. நம்முடைய ஒவ்வொரு புதிய பதற்ற எண்ணங்களும் நம்மை மேலும் மேலும் அந்தப் புதைகுழிக்குள் இழுத்துக் கொள்ளும்; நம்முடைய நிகழ்கண நேரங்களை அது திருடிக் கொள்ளும். செனீக்காவின் கேள்வியை நான் மீண்டும் உற்று நோக்கினேன்:

"அனுபவித்து முடிந்துவிட்ட வேதனைகளைப் பற்றி நினைத்துக் கொண்டிருப்பதில் என்ன பயன்?"

அது குறித்து நான் மீண்டும் மீண்டும் நினைவுகூர்ந்து கொண்டிருப்பதை நியாயப்படுத்துவதற்கு என் மனம் ஓராயிரம் காரணங்களை அடுக்கும். இறுதியில் அது எப்போதும் ஒரே ஒரு கேள்வியில்தான் முடியும்: *"இந்தச் சிந்தனை அனைத்தும் எனக்கு எந்த விதத்தில் உதவும்? நடந்து முடிந்துவிட்ட நிகழ்வுகளை மாற்றியமைப்பதற்கு*

அந்தக் கவலைகளால் ஏதாவது ஒரு விஷயத்தையாவது செய்ய முடிந்ததா?"

இல்லை என்பது என்பது வெளிப்படை. அதற்குப் பிறகு அனைத்தும் தெளிவாயிற்று. இதன் மூலம், எந்தவிதமான நியாயமான காரணங்களுமின்றி என்னை நானே வருத்தப்படுத்திக் கொள்கிறேன். நான் கவலைப்பட்டாலும் கவலைப்படாவிட்டாலும் கடந்தகாலம் அப்படியேதான் இருக்கப் போகிறது எனும்போது, நான் கவலைப்படாதிருப்பதைத் தேர்ந்தெடுப்பதுதானே புத்திசாலித்தனமானதாக இருக்க முடியும்?

படிப்படியாக நான் என்னுடைய எண்ணங்களை எந்தவிதமான எடைபோடுதல்களுமின்றி அவதானிக்கக் கற்றுக் கொண்டேன். கடந்தகாலத் துன்பங்கள் பற்றிய நினைவு என்னிடம் பீறிட்டெழுந்தபோது, அவற்றிடம் இனியும் பயங்கரமான, பழிவாங்குகின்ற குணம் குடிகொண்டிருக்கவில்லை என்ற உண்மையை நான் புரிந்து கொண்டேன்.

நிகழ்கணத்திற்கான உறுதியான நங்கூரம்தான் நிகழ்கணலயிப்பு. நிகழ்கணத்தில் இலயித்திருப்பதற்கு நான் தியானத்தையும் சுவாசப் பயிற்சியையும் கடைபிடித்து வருகிறேன். ஒரு காலத்தில் எனக்குக் கைகூடும் என்று நான் கனவில்கூடக் கருதியிராத அமைதி எனக்குப் படிப்படியாகக் கிடைக்கத் தொடங்கியது. என்னுடைய எண்ணங்களை மெதுவாக அவற்றின் கடந்தகாலச் சுழல்களிலிருந்து திருப்பி, நிகழ்காலத்திற்குள் என்னை நிறுத்திக் கொண்டதன் மூலம், என் மனம் மட்டுமல்லாமல், என் வாழ்க்கையும் என் முழுக் கட்டுப்பாட்டிற்குள் வந்தது.

14

பழி போடுவதை நிறுத்துங்கள்

“நாம் மோசமாக உணர்கின்றபோது, ஒன்று நாம் மோசமானவராக இருக்க வேண்டும் அல்லது அடுத்தவர் மோசமானவராக இருக்க வேண்டும் என்ற முடிவுக்கு நாம் உடனடியாக வந்துவிடுகிறோம்.”

– டீன் ஸ்பேடு

கீழ்க்கண்டவற்றை ஒப்பிடுங்கள்:

1. “நான் மனக்காயம் அடைந்துள்ளதாக உணர்கிறேன்.”
2. “நீங்கள் என்னைக் காயப்படுத்தியுள்ளீர்கள்.”

ஒரு கணம் எடுத்துக்கொண்டு, மேலே கூறப்பட்டுள்ள இரண்டு கூற்றுகளில் இழையோடுகின்ற உணர்ச்சிகளுக்கு இடையேயுள்ள வேறுபாட்டை அவதானியுங்கள்.

பெரும்பாலான நேரங்களில் நாம் பழிபோடுகின்ற காரியங்களில் இறங்கிவிடுகிறோம். ஏதோ ஒரு விஷயம் தவறாகப் போய்விடுகிறது. அதைச் செய்த நபர் யாரென்று அறிந்து கொள்ள நாம் துடிக்கிறோம். நாம் அதற்கு நம்மீது பழி போட முயல்கிறோம் அல்லது அதில் தொடர்புடைய ஒருவர்மீது பழி சுமத்த முனைகிறோம்.

பிரச்சனைகள் முளைக்கின்றபோது, நம்முடைய சொந்த அனுபவத்தை அர்த்தப்படுத்திக் கொள்வதற்காக, நம்மீதோ அல்லது பிறர்மீதோ முத்திரை குத்த முனைகிறோம். ஒரு பலிகடா இருந்தால் ஒரு வில்லன் இருந்துதானே ஆக வேண்டும், சரிதானே?

நீங்கள் பழைய பதற்றமான நினைவுச் சுழலுக்குள் சிக்கிக் கொண்டால், அதற்கு யாராவது ஒருவர்மீது பழி போட வேண்டும் என்ற எண்ணத்தை நீங்கள் கைவிட வேண்டும். அப்படி ஒருவர்மீது பழி போடுவது, அல்லது அவரைத் தண்டிப்பதுகூட, நீங்கள் விரும்புகின்ற விளைவை உங்களுக்குக் கொடுக்காது. அதனால், அதற்குப் பதிலாக, விஷயங்களை மேம்படுத்துவதற்கு இப்போது என்ன செய்ய வேண்டும், எத்தகைய தெரிவுகளை மேற்கொள்ள வேண்டும் என்பதில் கவனத்தைக் குவியுங்கள். சுயபச்சாதாபத்தில் மூழ்கிக் கிடப்பதற்கான சபலத்தை நீங்கள் எதிர்த்து நிற்க வேண்டியிருக்கும். பிறர்மீது பழி போடுவது, பலிகடாவாக இருப்பதை இரசித்து அனுபவிப்பது போன்றவற்றிலும் நீங்கள் மாட்டிக் கொள்ளாமல் இருக்க வேண்டும்.

உங்களுடைய எதார்த்தம்மீறிய எதிர்பார்ப்புகள்

நம்முடைய நற்குணங்கள் அல்லது துர்குணங்கள் குறித்த ஒரு முடிவை நோக்கிப் பாய்வதை நாம் சற்று நிறுத்திக் கொள்ளலாம். வாழ்க்கை என்பது அதைவிட மிக மிகச் சிக்கலானது.

நான் என்னுடைய தனிப்பட்டக் கதை ஒன்றை இங்கு உங்களோடு பகிர்ந்து கொள்கிறேன். ஒரு முறை நான் ஈடுபட்டிருந்த பணித்திட்டம் ஒன்று எதிர்பாராத விதமாகப் படுதோல்வி அடைந்தது. அதன் காரணமாக என்மீதே எனக்கு அவநம்பிக்கை பிறந்தது. மலர்ந்து கொண்டிருந்த அந்த நாடகத்தில் என்னை நானே ஒரு வில்லனாகச் சித்தரித்துக் கொண்டேன். நிறைய அசைபோடுதலுக்குப் பிறகே எனக்குத் தெளிவு பிறந்தது.

நான் ஒரு முறை ஆழமாகச் சுவாசித்துவிட்டு என் குறிப்பேட்டைத் திறந்தேன். என்னைக் குழப்பத்திற்கும் பதற்றத்திற்கும் ஆளாக்கிய சூழல் குறித்து அதில் நான் விரிவாக எழுதத் தொடங்கினேன். இப்போது நான் வந்து சேர்த்திருக்கும் இடத்தை வந்தடைவதற்கு நான் மேற்கொண்டிருந்த நடவடிக்கைகளை நான் அதில் குறித்தேன்.

இந்த நடவடிக்கை, என்னுடைய செயல்நடவடிக்கைகளின் இயல்பு குறித்துப் பாரபட்சமின்றிச் சிந்திக்க எனக்கு வாய்ப்பளித்தது. நான் மேற்கொண்டிருந்த நடவடிக்கைகளின்மீது நான் எந்த அளவுக்குச் செல்வாக்குக் கொண்டிருந்தேன் என்பது குறித்து நான் தீவிரமாக யோசித்தேன். என்னுடைய தேர்ந்தெடுப்புகள் அவற்றின் விளைவின்மீது பெரும் தாக்கம் ஏற்படுத்தியிருந்தன என்றாலும், அவை அனைத்தும் முழுக்க முழுக்க மோசமானவையாக இருக்கவில்லை என்பதை நான் புரிந்து கொண்டேன்.

அடுத்து, எனக்கு நானே சில கேள்விகளைக் கேட்டுக் கொண்டேன். அவற்றில் சில:

கடந்தகாலத்தில் எவை என் கட்டுப்பாட்டின்கீழ் இருந்தன?

இப்போது எவை என் கட்டுப்பாட்டில் இருக்கின்றன?

அவற்றை மாற்றுவதற்கு இப்போது என்னால் எவற்றைச் செய்ய முடியாது?

அச்சூழலை மேம்படுத்துவதற்கு இப்போது என்னால் எதைச் செய்ய முடியும்?

என்னையும் பிறரையும் மன்னிப்பதற்கு நான் என்ன செய்ய வேண்டும்?

இவற்றிலிருந்து என்னால் எத்தகைய பாடங்களைக் கற்றுக் கொள்ள முடியும்?

இதை மறந்துவிட்டு அடுத்து என் வழியில் மேற்கொண்டு பயணிப்பதற்கு நான் என்ன செய்ய வேண்டும்?

வேறு வார்த்தைகளில் கூற வேண்டுமென்றால், குற்றம் கண்டுபிடிப்பதை விட்டுவிட்டு, கட்டுப்பாட்டைக் கைக்கொள்வதற்கு என்ன செய்ய வேண்டும் என்று யோசியுங்கள். உங்களுடைய கட்டுப்பாட்டில் எவை இருக்கின்றன, எவை இல்லை? எவற்றை உங்களால் மாற்ற முடியும், எவற்றை உங்களால் மாற்ற முடியாது? துவக்குவதற்கு இது ஒரு நல்ல இடம்.

அதற்கு நானும் ஒரு காரணம் என்றாலும், என்னை ஒரு வில்லனாகச் சித்தரிக்க வேண்டிய அவசியமில்லை என்பதை நான் புரிந்து கொண்டேன். அதற்குப் பதிலாக,

நான் சூழலைப் புரிந்து கொண்டு, அதிலிருந்து என்னால் என்னென்ன பாடங்களைக் கற்றுக் கொள்ள முடியும் என்பதை அறிந்து கொள்வதுதான் முக்கியம். அதனால், நான் உடனடியாக அதற்கு மன்னிப்புக் கேட்டுவிட்டு, என் வேலையைத் தொடரச் சென்றுவிட்டேன். அதேபோன்ற தவறான புரிதல்களை இனியும் நான் மேற்கொள்ளாதிருப்பேன் என்று எனக்கு நானே உறுதி பூண்டேன்.

கதையில் கதாநாயகனையும் வில்லனையும் அடையாளம் காண்பதிலேயே நான் குறியாக இருந்திருந்தால் இவற்றில் எவையும் நேர்ந்திருக்காது. நம் ஒவ்வொருவருக்குள்ளும் கதாநாயகர்களும் இருக்கின்றனர், வில்லன்களும் இருக்கின்றனர்.

நமக்கு நாமே பரிவு காட்டிக் கொள்வதும், நமக்கு வரம்பெல்லைகள் இருக்கின்றன என்பதை நினைவில் வைத்துக் கொள்வதும் நல்லது. அது நம்முடைய தனிப்பட்ட வளர்ச்சிக்கான அடித்தளமாக அமையும். வாழ்க்கையின் நெளிவுசுளிவுகளை நாம் கடந்து செல்கின்றபோது, சுய அலசல் மற்றும் சுய பரிவு ஆகியவை நமக்கு ஆறுதலளிப்பதை நாம் காண்போம்.

புரிந்துணர்வின் சக்தி

நம்முடைய அன்றாட நடவடிக்கைகள் மற்றும் எதிர்வினையாற்றுதல்களுக்குப் பின்னால் ஒரு போராட்டம் அடிநாதமாக இருக்கிறது. பழிபோடுதலும் விஷயங்களை கருப்பு மட்டும் வெள்ளையாக மட்டுமே பார்த்தலும் சிக்கலான சூழல்களைப் புரிந்து கொள்வதற்கான எளிய வழியாகத் தோன்றலாம். ஆனால், வாழ்க்கையின் ஊடாகப் பயணிப்பதற்கான நம்புதற்கு உகந்த வழி அது அல்ல. நாம் ஒவ்வொருவரும், தனித்துவமான சவால்களை உள்ளடக்கிய நம்முடைய வாழ்க்கையின் புதிரான சூழல்களின் ஊடாகப் பயணித்துக் கொண்டிருக்கிறோம் என்பதே உண்மை.

ஜெஃப்ரி ஒரு முறை, தன் அலுவலகத்தில் வழக்கமாக நிகழ்கின்ற நாடகச் சிக்கல்களுக்குள்

மாட்டிக் கொண்டார். அதனால், கடுமையான விரக்தியும் பின்வருத்தமும் அவரை வாட்டி எடுத்தன. அதன் காரணமாக அவர் தன் சகா ஒருவரை விமர்சனரீதியாக எடைபோட்டார். ஆனால், விரைவில் சுதாரித்துக் கொண்டு, அந்த நபரை ஒரு வில்லனாகத் தான் சித்தரிக்க முயல்வதை நிறுத்திக் கொள்ளத் தீர்மானித்தார். முடிவுகளுக்குள் துள்ளிக் குதிப்பதற்குப் பதிலாக, தன்னுடைய சகாவின் வாழ்க்கைக்குள் நுழைந்து பார்க்க அவர் முடிவு செய்தார். அவருடைய சகா தன் வாழ்க்கையில் எதிர்கொள்கின்ற பிரச்சனைகள், அழுத்தங்கள் மற்றும் சிக்கல்களை ஜெஃப்ரி கற்பனை செய்து பார்த்தார். இப்போது, எடைபோடுதலுக்குப் பதிலாக, சூழலை ஆர்வக் குறுகுறுப்புடன் பார்க்க அவரால் முடிந்தது. பரிவு மற்றும் புரிந்துணர்வுக்கான முதல் கட்டம் அது.

ஜெஃப்ரி தன் சகாவின் இடத்தில் தன்னை வைத்துப் பார்க்கத் துவங்கியதும், விஷயங்கள் மாறத் துவங்கின. உண்மையில், அவருடைய சகாவின் அம்மா சமீபத்தில்தான் இறந்திருந்தார் என்பது ஜெஃப்ரிக்குத் தெரிய வந்தது. இது ஜெஃப்ரியிடம் தன் சகா குறித்தப் புரிதலுணர்வை ஏற்படுத்தியது. அது அவர்களுக்கு இடையில் ஒரு நல்ல உறவு மலர்வதற்கும் காரணமாக அமைந்தது.

ஆனால், இது அந்த முரண்பாட்டை மாயாஜாலமாக அப்படியே காணாமல் போகச் செய்துவிடவில்லை. ஆனால், அந்தப் பிரச்சனையில் ஆத்மார்த்தமாக ஈடுபடுவதற்கு இது வழிகோலியது. அதற்குப் பிறகு, ஜெஃப்ரியால் தன் சகாவுடன் அமர்ந்து நீண்டநேரம் உரையாட முடிந்தது. சில சமயங்களில் அவர்களுடைய உரையாடல் காரசாரமாகவும் நடந்தது. இதன் காரணமாக, ஜெஃப்ரியால் வேலைச் சூழலில் இறுக்கத்தைப் போக்கி, அதை நல்லவிதமாகப் பரிணமிக்க வைக்க முடிந்தது. அதோடு, தன்னுடைய சொந்தத் தவறுகள்மீது கடுமையான விமர்சனங்களை வைக்கின்ற மனப்போக்கையும் அவர் மாற்றிக் கொண்டார்.

15

தேவைகளும் ஆசைகளும்

"உண்மையான தேவைகளுக்கும் செயற்கையான விருப்பங்களுக்கும் இடையேயான வேறுபாட்டை உணர்ந்து கொண்டு, பிந்தையதைக் கட்டுப்படுத்துங்கள்."

– மகாத்மா காந்தி

மேலும் மேலும் வாங்கிக் குவிக்க நம்மைத் தூண்டுகின்ற செய்திகளால் மூழ்கடிக்கப்படுகின்ற ஓர் உலகில் நாம் வாழ்ந்து கொண்டிருக்கிறோம். காந்தியின் அறிவுறுத்தலை சுவீகரித்துக் கொள்வதன் மூலம், உண்மையான தேவைகளுக்கும், தேவை என்ற போர்வை தரித்து வருகின்ற அபத்தங்களுக்கும் இடையேயுள்ள வேறுபாட்டைப் புரிந்து கொள்கின்ற கலையில் கைதேர்ந்தவராக நம்மால் ஆக முடியும். எது தேவை, எது தேவையில்லை என்பது குறித்த முதிர்ந்த பகுத்தறிவை வளர்த்துக் கொள்வதன் மூலம், உங்களுடைய சொந்தச் சபலங்களை எப்படி மீறுவது என்பதையும் உங்களால் கற்றுக் கொள்ள முடியும்.

செயற்கையான தேவைகளுக்கும் உண்மையான தேவைகளுக்கும் இடையேயுள்ள வேறுபாடுகள்

உங்களுடைய வாழ்க்கையை ஒரு பரந்த கடலில் மிதக்கின்ற ஒரு கப்பலாகக் கற்பனை செய்து கொள்ளுங்கள். அந்தக் கப்பலிலுள்ள சரக்கை உங்களுடைய நலனின்

மூலாதாரமாக வைத்துக் கொள்ளலாம். அந்தச் சரக்குகளுக்குள், வாழ்வாதாரம், நீர், உறைவிடம், மனித உறவுகள் போன்ற உங்களுடைய உண்மையான தேவைகள் பொதிந்திருக்கும். உங்களுடைய பயணம் சுமூகமாக அமைந்திருக்க இவை அத்தியாவசியமானவை.

இதே சரக்கில் மற்றோர் அம்சமும் அடங்கியுள்ளது. அதுதான் செயற்கையான தேவைகள். சமுதாயத்தால் உங்கள்மீது ஏற்றப்பட்டுள்ள கூடுதல் பொதி அது. உங்களைக் குறி வைத்து ஏவப்படுகின்ற விளம்பரங்கள், சகாக்களின் அழுத்தங்கள் போன்றவை அவற்றில் அடங்கும். இந்தத் தேவைகள், பொருட்களின் சேகரிப்பு, அந்தஸ்து, அங்கீகாரம் போன்றவற்றின் வடிவில் வெளிப்படும். இந்தத் தேவையற்ற விருப்பங்கள் எவ்வளவுதான் வசீகரமாக இருந்தாலும், உங்களுடைய பயணத்திற்கு இடையூறாகவே இருக்கும். அதனால், உங்களுடைய கப்பல் தடுமாறக்கூடும்; ஏன், மூழ்கியும் போகக்கூடும்.

ஓர் ஆடம்பரக் காரை எடுத்துக் கொள்ளுங்கள். அந்த விலையுயர்ந்த கார் வசீகரமாகவும் இருக்கிறது. ஆனால், அதன் அந்த ஆடம்பரத்தன்மையால் உண்மையில் என்ன பயன்? உங்களுடைய நலன் அதனால் உண்மையிலேயே மேம்படுமா? அல்லது அது போலி அந்தஸ்தை வெளிக்காட்டுவதற்கான உங்களுடைய ஆசைக்குத் தீனி போடுகின்ற ஒன்றா?

அந்தக் காருடன் சேர்ந்து வருகின்ற கவலைகள் மற்றும் பதற்றங்கள் குறித்துக் கற்பனை செய்யுங்கள். அதை நீங்கள் தொடர்ந்து ஒழுங்காகப் பராமரித்து வர வேண்டும். அதன் ஒரு குறிப்பிட்டப் பொருள் பழுதாகிவிட்டால், அது வெளிநாட்டிலிருந்து இறக்குமதி செய்யப்பட வேண்டியிருக்கும். அதற்கு அவர்கள் கொள்ளை விலையையும் வசூலிப்பார்கள். அந்தக் காரை நீங்கள் பாதுகாப்பாக நிறுத்துவதற்கு ஓர் இடத்தை வைத்திருக்க வேண்டும். அதைச் சுத்தம் செய்பவரால் அதன் மெருகு குலைந்துவிடக்கூடும் என்ற அச்சம் உங்களிடம் இருக்கும்.

இப்போது நீங்கள் என்ன செய்ய வேண்டும்?

உங்களுக்குக் கண்டிப்பாக ஒரு கார் தேவை என்பதில் சந்தேகமில்லை. ஆனால், ஓர் ஆடம்பரக் கார் தேவையா என்பதுதான் கேள்வி.

தேவைக்கும் விருப்பத்திற்கும் இடையே ஒரு நூலிழை வித்தியாசம்தான் உள்ளது. உங்களுடைய மேசையின்மீது ஒரு டம்ளர் இருக்கிறது. அதில் யாரோ ஒருவர் நீரை ஊற்றுகிறார். பாதியளவு நீர் உங்களுக்குப் போதுமானது. ஆனால், முழு அளவு நீர் இருந்தால் நன்றாக இருக்கும் என்று நீங்கள் நினைக்கிறீர்கள். அதனால், நீங்கள் அவரிடம் மேலும் ஊற்றும்படி கேட்டுக் கொள்கிறீர்கள். அவர் மேலும் நீர் ஊற்றுகிறார். உங்களுடைய டம்ளர் நிறைந்த பிறகும் அவர் தொடர்ந்து ஊற்றிக் கொண்டேயிருக்கிறார். டம்ளர் நிரம்பி வழிகிறது. ஆனாலும் அவர் நீர் ஊற்றுவதை நிறுத்தவில்லை. விரைவில் உங்களுடைய மேசையிலுள்ள அனைத்தும் நீரில் நனைந்து நாசமாகப் போகிறது. டம்ளருக்கு வெளியே வழிந்திருக்கின்ற நீர் உங்களுடைய தாகத்தைத் தணிக்கப் போவதில்லை. மாறாக, அது உங்களுக்குப் பிரச்சனையை மட்டுமே கொடுக்கும்.

உங்களுடைய தாகத்தைத் தணிக்க உங்களுக்கு ஒரு டம்ளர் நீர் போதும். அதற்கு அதிகமாக இருக்கின்ற அனைத்தும் வெறும் விருப்பம் மட்டுமே. அதனால் எந்தப் பயனும் இல்லை.

வாழ்க்கையில் உங்களுக்கு என்ன வேண்டும்? வாழ்க்கையில் உங்களுக்கு என்ன தேவை? உங்களுடைய விருப்பத்தின் காரணமாக உங்களுக்கு எவ்வளவு பதற்றம் உண்டாகிறது?

அலையின் போக்கில்

உங்களுக்கு உண்மையிலேயே தேவைப்படாத விஷயங்கள் குறித்து உங்களுக்குச் சபலம் ஏற்படுகின்றபோது, நீங்கள் காந்தியின் அறிவுரையை நினைவில் கொள்ள வேண்டும். அவருடைய அறிவுரையைக் கடலின் அலைகளோடு ஒப்பிடுவது பொருத்தமாக இருக்கும். இந்தச் சபலங்களை எதிர்ப்பது என்பது அந்த அலைகளுக்கு எதிராக

மல்லுக்கு நிற்பதைப் போன்றது. அதனால் உங்களுடைய ஆற்றல் முழுவதும் விரைவில் தீர்ந்துவிடும். உங்களால் அலையின் போக்கில் நகர முடிந்தால், உங்களால் அவற்றை எளிதாகச் சமாளித்துவிட முடியும்.

ஒரு பொருளுக்கான உங்களுடைய ஏக்கத்தை அலையோடு ஒப்பிடுவது சரியாக இருக்கும். தொடக்கத்தில் அது ஆற்றல்மிக்கதாக இருக்கும். பின்னர் படிப்படியாக அதன் வீரியம் குறைந்துவிடும். அதற்கு எதிராக மல்லுக்கு நிற்பதைக் காட்டிலும், அதன் போக்கில் செல்வதே சிறந்தது. அலைகளை ஒரு மாலுமி எப்படி விட்டேத்தியானதொரு மனநிலையுடன் பார்ப்பாரோ, அதேபோல நீங்கள் நோக்க வேண்டும். தேவையற்ற ஒரு பொருளின்மீது உங்களுக்கு நாட்டம் ஏற்படுகின்றபோது, உடனடியாக அதைச் செயல்படுத்தாதீர்கள். சிறிது பொறுத்திருங்கள். அதன் வீரியம் விரைவில் குறைந்துவிடும். அது நீண்டகாலத்திற்கு நிலைத்திருக்காது.

எடுத்துக்காட்டாக, உங்களுக்கு உருளைக்கிழங்கு வறுவல் வேண்டும் என்ற ஆசை வருகிறது என்று வைத்துக் கொள்வோம். அது தோன்றியவுடன் அதை முதலில் அங்கீகரித்துக் கொள்ளுங்கள். அது ஒரு செயற்கையான விருப்பம் என்பதை முதலில் நீங்கள் உணர வேண்டும். உடனடியாக ஒரு வறுவல் பாக்கெட்டை எடுக்க முயலாதீர்கள். பொறுமையைக் கடைபிடியுங்கள். உங்களுடைய கவனத்தை வேறு ஏதாவது ஒரு நடவடிக்கையின்மீது குவியுங்கள். சில முறை ஆழமாக மூச்சை உள்ளே இழுத்து வெளியே விடுங்கள். இப்போது உங்களுக்கு உருளைக்கிழங்கு வறுவல் வேண்டும் என்ற விருப்பத்தின் வீரியம் குறைந்திருப்பதை நீங்கள் காண்பீர்கள். பின்னர் அது படிப்படியாகக் குறைந்து இறுதியில் மறைந்தே போய்விடும்.

நான் பருவ வயதில் இருந்தபோது, சமூக ஊடகங்கள்மீது நான் அதிக நாட்டம் கொண்டிருந்தேன். டிஜிட்டல் அங்கீகாரம் என்ற தாகம் என்னிடம் அதிகமாக இருந்தது. நான் அடிக்கடி என் அலைபேசியைப் பார்த்துக் கொண்டிருப்பேன். புதிதாக ஏதாவது ஒரு

செய்தி வராதா என்று ஏங்குவேன். பின்னர் அதைக் கையாள நான் ஒரு வழியைக் கண்டுபிடித்தேன். நான் உடனடியாக இணையத்தில் குதிக்காமல் வேறு ஏதாவது உருப்படியான நடவடிக்கைகளில் இறங்குவேன். என் விருப்பம் முதலில் அதிகரித்தாலும், பின்னர் படிப்படியாகக் குறைவதை நான் பார்த்தேன். அது எளிதாக இருக்கவில்லை. நான் அதைத் தொடர்ந்து செய்து வர வர, அது எனக்கு எளிதாகத் தொடங்கியது. காலப்போக்கில் எனக்கு என்மீதான கட்டுப்பாடு அதிகரிக்கத் தொடங்கியது, எனக்கு மன அமைதியும் கிடைத்தது.

16

உணர்ச்சிசார் நுண்ணோக்கை வளர்த்துக் கொள்ளுதல்

"ஸ்டோயிசிசம் என்பது உணர்ச்சிகளை வசப்படுத்துவதே அன்றி, அவற்றை ஒழித்துக்கட்டுவதல்ல."

– நசீம் நிகோலஸ் தலேப்

ஸ்டோயிக்குகளுக்கு ஒரு கெட்ட பெயர் இருக்கிறது. உங்களுடைய உணர்ச்சிகளை ஒரு பாதாள அறையில் போட்டு அடைத்து வைத்துவிட்டு, அப்படியொன்று இல்லவே இல்லை என்பதுபோல நடிப்பது அவர்களுடைய தத்துவம் அல்ல. மாறாக, அவற்றை மதிப்புமிக்க விருந்தாளிகளாகக் கருதுவதாகும். உங்களுடைய கோபத்தை ஒரு துடைப்பத்தை வைத்துப் பெருக்கித் தள்ளுவதற்குப் பதிலாக, உங்களுடைய வரவேற்பறையில் அமர்ந்து அதனுடன் தேநீர் பருகுவது அது.

உணர்ச்சிகளை வசப்படுத்திக் கொள்கின்ற இந்தப் பயணம் இரண்டு ஆற்றல்மிக்கக் கருவிகளை உள்ளடக்கியுள்ளது: உணர்ச்சிசார் மாற்றம் மற்றும் உணர்ச்சிசார் எதிர்பார்ப்பு. அமளி துமளியாக இருக்கின்ற அன்றாட வாழ்க்கையை, நளினத்துடனும் குழப்பக்குறைவுடனும் வழிநடத்துவதற்கு இது உங்களுக்கு உதவும். இது உணர்ச்சிகளை அடக்கி வைப்பதைப் பற்றிய ஒன்றல்ல.

உணர்ச்சிசார் மாற்றம்

முதலில் நாம் உணர்ச்சிசார் மாற்றத்தைப் பற்றிப் பேசலாம். நீங்கள் போக்குவரத்து நெரிசலில் மாட்டிக் கொண்டிருப்பதாகக் கற்பனை செய்து கொள்ளுங்கள். நீங்கள் ஒரு முக்கியமான சந்திப்புக்கூட்டத்தில் கலந்து கொள்ள வேண்டியிருக்கிறது. அதனால், உங்கள் பொறுமை கோடைக்கால ஐஸ்கிரீமைவிட வேகமாக உருகிக் கொண்டிருக்கிறது. நீங்கள் உங்களுடைய காரின் ஹாரனை அடித்து உங்களுக்கு முன்னால் இருக்கின்ற நபரை வெறுப்பேற்றலாம். அல்லது அதற்குப் பதிலாக ஒரு ஸ்டோயிக் உத்தியைக் கடைபிடிக்கலாம்.

ஹாரனை இடைவிடாமல் அடிப்பதற்குப் பதிலாக, உங்களுடைய கோபத்தின் மூலகாரணம் என்ன என்று நீங்கள் ஆராயலாம். இது போக்குவரத்து நெரிசல் தொடர்பானது மட்டுமல்ல. எப்போதும் கூட்டங்களுக்குத் தாமதமாக வருகின்ற பேர்வழி என்ற பெயர் உங்களுக்கு வந்து சேரும் என்ற கவலையும் அங்கு இருக்கிறது. இதுபோன்ற இடங்களில் நீங்கள் உணர்ச்சிசார் மாற்ற உத்தியைக் கடைபிடிக்கலாம். அதற்கு, நீங்கள் முதலில் ஆழமாக ஒரு முறை மூச்சை உள்ளே இழுத்து வெளியே விடவேண்டும். அடுத்து, கோபத்தில் வெடிப்பதற்குப் பதிலாக அதை வேறு ஏதாவது ஓர் ஆக்கபூர்வமான நடவடிக்கையின்பால் திருப்பிவிடலாம். இழந்துவிட்ட நேரத்தை வேறு எந்த வழியில் ஈடுகட்டலாம் அல்லது உங்களுடைய அன்றாடப் பயணத்தை எப்படி இன்னும் இனிமையானதாக மாற்றலாம் என்று நீங்கள் யோசிக்கலாம்.

உணர்ச்சிசார் மாற்றம் என்பது உங்களுடைய உணர்ச்சிகளை ஏதோ ஒரு பெட்டிக்குள் போட்டு மூடி வைத்துவிடுவது அல்ல. அவற்றைப் புதுமையான முறையில் பயன்படுத்துவதாகும். போக்குவரத்து நெரிசல் சூழல் ஒன்றில் கோபத்தில் குமுறிக் கொண்டிருப்பதற்குப் பதிலாக, மூளையைக் கசக்கி ஏதாவது ஒரு முக்கியமான பணித்திட்டத்திற்குப் புதிய உத்திகளைக் கண்டுபிடிக்க நீங்கள் முயலலாம். இங்கு

நீங்கள் உங்களுடைய உணர்ச்சிசார் நெருக்கடியை உடனடியாகத் தணிப்பதோடு, மேம்பட்டத் தீர்வுகளைப் பெறுவதற்கான முயற்சியிலும் இறங்குகிறீர்கள்.

இதைப்பயிற்சிசெய்வதன்மூலம்நீங்கள்உங்களுடைய உணர்ச்சிகளின் எஜமானனாகவும் ஆகிறீர்கள். கோபம், வருத்தம், விரக்தி போன்ற உணர்ச்சிகளின் அடிமையாக நீங்கள் இனியும் இருக்க மாட்டீர்கள். நீங்கள் அவற்றை ஆட்டுவிக்கின்ற சூத்திரதாரியாக இருப்பீர்கள். வாழ்க்கையின் எதிர்பாராத அம்சங்களை அமைதியுடன் நீங்கள் எதிர்கொள்வீர்கள்.

உணர்ச்சிசார் எதிர்பார்ப்புகள்

இப்போது நாம் உணர்ச்சிசார் எதிர்பார்ப்புகள் குறித்துப் பார்க்கலாம். அரங்கேறவிருக்கின்ற வாழ்க்கையெனும் நாடகத்திற்கான மனரீதியான ஒத்திகையாக இதை நீங்கள் பார்க்கலாம். சூறாவளிப் புயலிலிருந்து உங்களைப் பாதுகாத்துக் கொள்ள ஒரு காப்பீட்டை எடுத்துக் கொள்வதைப் போன்றது இது.

நாம் எதிர்கொள்ளக்கூடியதிலேயே மிக மோசமான சாத்தியக்கூறு ஒன்றைக் கற்பனை செய்து கொள்ளுமாறு ஸ்டோயிசிசம் பரிந்துரைக்கிறது. ஷேக்ஸ்பியரின் துன்பவியல் நாடகத்தைவிட சோகமான ஒன்றாக அது இருக்க வேண்டும். அதற்காக, நீங்கள் உலகமே இடிந்து விழப் போவதாகக் கற்பனை பண்ண வேண்டும் என்று கூறவில்லை. மனரீதியாக உங்களைத் தயார்படுத்திக் கொள்வதைப் பற்றியது அது. அப்போது, வாழ்க்கை உங்களை எதிர்பாராதவிதமாகப் போட்டுத் தாக்கினாலும்கூட, நீங்கள் அதை எதிர்கொள்ளத் தயாராக இருப்பீர்கள்.

நீங்கள் உங்களுடைய வேலை தொடர்பான முக்கியமான விளக்கவுரை ஒன்றை நிகழ்த்தவுள்ளீர்கள் என்று வைத்துக் கொள்வோம். நீங்கள் அதை நிகழ்த்திக் கொண்டிருக்கின்றபோது நீங்கள் தடுமாறுவதுபோலவும், அங்கிருப்போர் உங்களைக் கேலி செய்வதுபோலவும், படம் காட்டும் கருவி பழுதாகிவிடுவதுபோலவும் நீங்கள்

கற்பனை செய்கிறீர்கள். உங்களை நீங்களே வருத்திக் கொள்வதற்கான யோசனை அல்ல இது. எதிர்பாராத சம்பவங்கள் ஏற்பட்டால், அதைச் சமாளிப்பதற்கு உங்களைத் தயார்படுத்திக் கொள்வது தொடர்பானது இது.

இங்கேதான் மாயாஜாலம் தொடங்குகிறது. இருப்பதிலேயே மிக மோசமான சாத்தியக்கூறுகளில் ஒன்று நிகழ்வதாக மனத்தில் நீங்கள் ஒத்திகை பார்ப்பதன் மூலம், நீங்கள் நிகழ்கணத்தில் இலயிக்கிறீர்கள். அதனால், பதற்றமும் அதீதச் சிந்தனையும் பின்னுக்குத் தள்ளப்பட்டுவிடுகின்றன. ஏனெனில், நீங்கள் அற்ப விஷயங்களுக்காக அலட்டிக் கொள்ளப் போவதில்லை.

இப்பயிற்சி, எதிர்மறையில் உழன்று கொண்டிருப்பதைப் பற்றிய ஒன்றல்ல. உங்களுடைய மனத்தின் இருண்ட மூளைகளுக்கு வெளிச்சம் பாய்ச்சுவதைப் பற்றியது இது. நீங்கள் பயத்தால் உறைந்து போய் இருக்கப் போவதில்லை. முன்தயாரிப்பின் காரணமாக ஊக்கம் பெற்றிருப்பீர்கள். உங்களுடைய சொந்த உணர்ச்சிசார் திரைப்படத்தின் கதாநாயகனாக நீங்கள் ஆகிவிடுவீர்கள்.

உங்களுடைய உணர்ச்சிசார் எதிர்விளைவுகள் எப்படி இருக்கும் என்பதை முன்கூட்டியே எதிர்பார்த்திருப்பது, வாழ்க்கையின் சவால்களை எதிர்கொள்வதற்கு நல்ல உத்திகளைக் கொண்டிருப்பதாகும். அதன் காரணமாக நீங்கள் எளிதாக மீண்டெழுவீர்கள், உங்களுடைய பதற்றம் வெகுவாகக் குறையும். அதனால், அடுத்த முறை வாழ்க்கை உங்களை நோக்கி ஒரு பெரும் சவாலை வீசியெறிகின்றபோது, உங்களுக்குள் உறங்கிக் கிடக்கின்ற ஸ்டோயிக்கை உசுப்பிவிடுங்கள்; இருப்பதிலேயே மிக மோசமான சாத்தியக்கூறு ஒன்றைக் கற்பனை செய்யுங்கள். வாழ்க்கைப் பயணத்திற்கு நீங்கள் மனரீதியாகவும் உணர்ச்சிரீதியாகவும் தயாராக இருக்கின்றபோது, அந்தப் பயணம் மிகவும் சுலபமானதாக இருப்பதைக் கண்டு நீங்களே வியப்படைவீர்கள்.

17

நீங்கள்தான் எஜமான் என்பதை மறக்காதீர்கள்

"உங்களை எது கவலைக்குள்ளாக்குகிறதோ, அது உங்களை அடிமைப்படுத்தும்."

– ஜான் லாக்

உங்களுடைய கவலையை அறிந்து வைத்திருத்தல்

கவலை வெளியே தெரியாதவாறு நம் மனத்திற்குள் ஒளிந்து கொண்டு நம் உணர்ச்சிகளோடு விளையாடத் தொடங்கும். கவலைப்படுவதன் மூலம், ஒரு பயங்கரமான சூழல்மீது நமக்கு ஓரளவு கட்டுப்பாடு இருப்பதாக நாம நம்புகிறோம். ஆனால், உண்மையில், கவலை நமக்குப் பணிந்து நடக்கின்ற ஒன்றல்ல. மாறாக, அது நம்முடைய எஜமான். நாம் கவலையில் மூழ்கியிருக்கின்ற ஒவ்வொரு நிமிடமும் பகுத்தறிவற்ற முறையில் இயங்குகின்ற மனப்போக்கின் பிடியில் நாம் சிக்கிக் கொள்கிறோம். நாம் எந்த அளவுக்குக் கவலைப்படுகிறோமோ, அந்த அளவுக்கு, பிரச்சனைகளைத் தீர்க்கின்ற நம்முடைய திறன் குறைந்துவிடும்; நம் முன் இருக்கின்ற வாய்ப்புகளைக்கூட நம்மால் தெரிந்து கொள்ள முடியாமல் போய்விடும்.

ஒரு சிக்கலான விஷயம் குறித்து உங்களுடைய நெருங்கிய நண்பருடன் இதயபூர்வமாகவிவாதிப்பதற்கான துணிச்சலை நீங்கள் வரவழைத்துக் கொள்வதாகக் கற்பனை செய்து கொள்ளுங்கள். அந்த நிகழ்வு

குறித்த அனைத்துத் தகவல்களையும், அவற்றுக்கான தீர்வுகளையும் விலாவாரியாக விவரிப்பதற்குப் பதிலாக, "எனக்கு இந்த விவாதம் குறித்து உதறலாக இருக்கிறது," என்று நேரடியாக ஒப்புக் கொள்ளுங்கள். உங்களுடைய சொந்தப் பதற்றத்தைத் தணிப்பதற்கான ஒரு முயற்சியாகவே இதை நீங்கள் பாருங்கள்.

உங்களுடைய கவலையை நீங்கள் அங்கீகரித்தவுடன் நீங்கள் செய்யப் போகின்ற அடுத்த நடவடிக்கை முக்கியமானது. உங்களுடைய மனத்தின் கவனத்தை வேறு ஏதாவது ஒன்றின்மீது திருப்புங்கள். உங்களுடைய கவலையில் மூழ்கியிருப்பது என்பது முடிவேயில்லாத தொலைக்காட்சித் தொடர் ஒன்றைப் பார்ப்பதைப் போன்றது. அது தொடர்ந்து கொண்டேயிருக்கும். வலுக்கட்டாயமாக மனரீதியாக நீங்கள் வேறு ஒரு காட்சிக்கு மாறுவது உங்களுக்கு அமைதியைக் கொண்டுவரும்.

சிக்கலான விவாதத்தை மேற்கொள்கின்ற ஒரு சூழலில், உங்களுடைய கவலையை அங்கீகரித்து முடித்தவுடன், அடுத்து, உங்களுடைய மனத்தை வேறு ஒன்றில் திருப்புங்கள். உங்களுக்குத் தேநீர் தயாரித்துக் கொள்வதாக அது இருக்கலாம்; அல்லது ஒரு புத்தகத்தைப் படிப்பதாக இருக்கலாம்; அல்லது உங்களுடைய பொழுதுபோக்குகள் ஒன்றில் மூழ்குவதாக இருக்கலாம்.

அந்தச் சூழல் குறித்து உங்களால் எதையாவது செய்ய முடியுமா? முடியுமென்றால், அதைச் செய்யுங்கள். இல்லையென்றால், வலுக்கட்டாயமாக உங்களுடைய மனத்தைப் பயனுள்ள அல்லது சுவாரசியமான வேறு ஒன்றில் திருப்புங்கள்.

உங்களுடைய மனம் மீண்டும் உரையாடலின் பக்கம் சென்றால், அந்தக் கவலை உங்களுக்குப் பயனுள்ளதாக இருக்கிறதா என்று சோதியுங்கள். "எதையாவது திட்டமிட நான் மறந்துவிட்டேனா? இங்கு எதையாவது நான் தவறவிட்டுவிட்டேனா?" என்று கேளுங்கள். இவற்றுக்கு நீங்களே பதிலும் அளித்துக் கொள்ளுங்கள். பின் உங்களுடைய வேலையைப் பார்க்கச் சென்றுவிடுங்கள்.

நீங்கள் உண்மையிலேயே ஓர் உரையாடலுக்குத் தயாராக இருந்து, உங்களுக்கு என்ன தேவை என்பது குறித்து அறிந்திருந்தால், உங்களுடைய மூளைக்கு நன்றி தெரிவித்துவிட்டு, அதன் உதவி இனி உங்களுக்குத் தேவையில்லை என்று அதனிடம் கூறிவிடுங்கள்.

இந்தக் கண்ணோட்டத்தை நீங்கள் கடைபிடிக்கின்றபோது, நீங்கள் கவலையைப் பயனுள்ள ஒன்றாக மாற்றுகிறீர்கள். ஒன்று, பிரச்சனையைத் தீர்க்கின்ற ஒன்றாக நீங்கள் அதைப் பயன்படுத்துகிறீர்கள். இல்லையெனில், உங்களுடைய நேரத்தை மேம்பட்ட வழியில் செலவழிப்பதற்கு உங்களுக்கு நினைவுபடுத்துகின்ற ஒன்றாக அதை உபயோகப்படுத்திக் கொள்கிறீர்கள்.

கவலை என்பது சிந்திப்பது அல்ல

கவலைப்படுதல் என்பது வெறுமனே மனம் மட்டும் சம்பந்தப்பட்ட விஷயம் அல்ல. அதில், மனம், உடல் மற்றும் வாழ்க்கையும் பின்னிப் பிணைந்துள்ளன. வேறு விதமாகச் சொல்ல வேண்டுமென்றால், கவலைப்படுத்தல் வெறும் சிந்தித்தலை மட்டுமே உள்ளடக்கிய ஒன்றல்ல. அதில் மனம் மட்டுமே தொடர்பு கொண்டிருக்கவில்லை. அது உங்களுடைய செயல்நடவடிக்கைகள், நடத்தைகள், உங்களுடைய வாழ்க்கையின் போக்கு ஆகியவற்றை வடிவமைக்கவல்லது. உங்களுடைய எண்ணங்கள் உங்களுடைய உணர்ச்சிகளின்மீதும் உங்களுடைய செயல்நடவடிக்கைகளின்மீதும் தாக்கம் ஏற்படுத்துகின்றன. இவை இரண்டும் உங்களுடைய வாழ்க்கையின்மீதும், இந்த உலகிலிருந்து நீங்கள் பெறுகின்ற உங்களுடைய அனுபவங்களின்மீதும் தாக்கம் ஏற்படுத்துகின்றன.

கவலை உங்களுடைய வாழ்க்கையெனும் நாடகத்தின் இயக்குநராக இருப்பதை நீங்கள் விரும்புகிறீர்களா? அதில் பயம் முக்கியப் பாத்திரம் வகிக்க நீங்கள் விரும்புகிறீர்களா? ஒவ்வொரு பதற்றமான எண்ணமும் ஒரு விதையை ஊன்றும். அது முளைவிட்டு,

உங்களுடைய செயல்நடவடிக்கை மற்றும் நடத்தையாகத் துளிர்விட்டு உங்களுடைய வாழ்க்கையின் போக்கைத் தீர்மானிக்கும். இது ஒரு நாடகத்திற்குக் கதை எழுதுவதைப் போன்றது. உங்களுடைய நடிப்பு, அதில் நீங்கள் என்ன எழுதியிருக்கிறீர்களோ அதை அப்படியே பிரதிபலிக்கும்.

நல்லவேளையாக நீங்கள் இந்த நாடகத்தை ஒரு பார்வையாளராக மட்டுமே பார்த்துக் கொண்டிருக்க வேண்டும் என்று நீங்கள் சபிக்கப்பட்டிருக்கவில்லை. உங்களால் அதன் கதையை மாற்ற முடியும். தேவையற்றக் கவலைகளை ஒழித்துக்கட்டிவிட்டு, பதற்றமின்றி நிகழ்கணத்தில் வாழ்ந்தால், அது எளிதாக உங்களுக்குக் கைகூடும்.

நிகழ்கணலயிப்புதான் அளவுக்கதிகமான கவலைக்கு எதிரான உங்களுடைய போராட்டத்திற்கான இரகசிய ஆயுதம். நீங்கள் நிகழ்கணத்தில் இலயித்திருக்கும்போது, தேவையற்றப் பதற்றம் உங்களைத் தொற்றிக் கொண்டிருக்காது. நிகழ்கணத்தில் இலயிப்பது என்பது உங்களுக்கு உதவுவதற்காக ஒரு திட்டவட்டமான முறையில் செயல்நடவடிக்கைகளில் இறங்குவது அல்லது எதார்த்தத்தை எந்தவிதமான எதிர்ப்பும் எடைபோடுதல்களுமின்றி ஏற்றுக் கொள்வது ஆகும். இரண்டிலுமே நீங்கள் உங்களுடைய மனத்தின் அபத்தமான முணுமுணுப்புகளுக்குச் செவி சாய்க்க வேண்டியிருக்காது.

இப்படி நடந்தால் என்னவாகும், அப்படி நடந்தால் என்னவாகும் என்று தொடர்ந்து மண்டைக்குள் ஓடிக் கொண்டிருப்பதை நிறுத்துவது இது. இங்கு நீங்கள் தற்போதைய காட்சியில் தற்போதைய ஓசையில் மனத்தைச் செலுத்துவீர்கள். வலுக்கட்டாயமாக நீங்கள் மேற்கொள்கின்ற தேர்ந்தெடுப்பு, நிச்சயமற்ற வருங்காலத்திலிருந்து புலன்களால் உணரக்கூடிய நிகழ்காலத்திற்கு உங்களுடைய கவனக்குவிப்பை மாற்றுகிறது.

இப்படிக் கற்பனை செய்யுங்கள்: உங்களுடைய வாழ்க்கையை ஒரு குறிப்பிட்ட இலக்கை நோக்கிப்

பயணித்துக் கொண்டிருக்கின்ற ஒரு காரோடு ஒப்பிடுங்கள். அதில் பல பயணிகள் இருக்கின்றனர். ஆனால், ஒரே ஒரு ஓட்டுநர் இருக்கிறார். அதில் பயணிக்கின்ற நபர்கள் ஒவ்வொருவரும் பதற்றம், சந்தேகம் மற்றும் பயத்தைக் கொண்டிருக்கின்றனர். நாம் இந்த அனுபவத்தை ஓர் ஓட்டுநராக அனுபவிக்க வேண்டுமா அல்லது ஒரு பயணியாக அனுபவிக்க வேண்டுமா என்ற கேள்வி எழுகிறது. நாம் பயமே இல்லாமல் இருக்க வேண்டிய அவசியமில்லை. ஆனால், பயம் நம்மை ஆக்கிரமித்து ஆட்சி செய்ய நாம் அதை அனுமதிக்க வேண்டியதில்லை. பதற்றத்தை நேருக்கு நேராக நோக்கி இவ்வாறு கூறுங்கள்: "நீ இங்கு இருக்கிறாய் என்பதை நான் அறிவேன். ஆனால், அதற்காக நீ இதற்குப் பொறுப்பேற்றுக் கொள்ள நான் உன்னை விடமாட்டேன். நீ இந்தக் காரை ஓட்ட நான் அனுமதிக்க மாட்டேன். அது என் வேலை."

18

பயத்தை உணருங்கள் ஆனாலும் அதை மீறிச் செயல்படுங்கள்

“உங்களுடைய மோசமான மட்டையடிகூடச் சிறப்பான ஒன்றுதான் என்று அறிந்திருப்பதுதான் அமைதியாகும்.”

– ஜானி மில்லர்

நம்முடைய மூளை சில சமயங்களில் ஒரு நாடக நடிகரைப்போலச் செயல்படக்கூடும். நீங்கள் ஒரு போட்டியில் குதித்திருக்கிறீர்கள். நீங்கள் அதில் முன்னேறிக் கொண்டிருக்கின்றபோது, அதன் முடிவுகள் மோசமாக இருக்கும் என்ற ஒரு கற்பனை உங்கள் மனத்தில் ஊற்றெடுக்கிறது. நீங்கள் அதில் தோற்பதோடு மட்டுமல்லாமல், பலருடைய கேலிக்கும் கிண்டலுக்கும் ஆளாகிறீர்கள். அதையும் தாண்டி உங்களுடைய கற்பனை ஓடுகிறது. நீங்கள் இனி அது போன்ற போட்டிகளில் கலந்து கொள்வதற்குத் தடை விதிக்கப்படுகிறது. கூட்டமும் உங்களை வெளியேறுமாறு கத்துகிறது.

பேராபத்துகளைக் கற்பனை செய்கின்ற ஒரு போக்கு இது. அதை வேறு யாரோ ஒருவர் செய்கின்றபோது, அதை நம்மால் எளிதாக அடையாளம் கண்டுகொள்ள முடிகிறது. ஆனால், அதையே நாம் செய்கின்றபோது, அதை நாம் படுதீவிரமாக எடுத்துக் கொள்கிறோம்.

படுமோசமாகச் சிந்திப்பதை நிறுத்திக் கொள்ளுங்கள்

நிச்சயமற்ற ஒரு சூழல் நிலவினாலும், அதற்கு மத்தியிலும் அமைதியைக் காண உங்களால் முடியும். அதற்கு நீங்கள் படுமோசமான சூழலை மனத்தில் கற்பனை செய்வதை நிறுத்த வேண்டும். நீங்கள் புரிந்து கொள்ள வேண்டிய முதல் விஷயம், எதார்த்தத்தில் வாழ்க்கை ஒருபோதும் ஒரு பேரிடர் திரைப்படத்தைப்போல நிகழ்வதில்லை என்பதைத்தான். விஷயங்கள் நீங்கள் எதிர்பார்த்திருந்ததைப்போலச் செல்லாவிட்டால், அல்லது நீங்கள் தடுமாறிக் கொண்டிருந்தால், அல்லது ஒரு கடும் நெருக்கடியைச் சந்தித்துக் கொண்டிருந்தால்கூட, விஷயங்கள் நீங்கள் கற்பனை செய்துள்ள அளவுக்கு மோசமாக நிகழ்வதற்கான வாய்ப்பு அரிது. வானம் இடிந்து விழுந்துவிடப் போவதில்லை. நீங்கள் தப்பித் தவறி கீழே விழுந்துவிட்டிருந்த சமயங்களில்கூட, பின்னர் எழுந்து நின்று வாழ்க்கையைத் தொடர்ந்திருக்கிறீர்கள் என்பதை நீங்கள் சௌகரியமாக மறந்துவிடுகிறீர்கள். நிச்சயமற்றச் சூழலில்கூட அமைதியைக் கண்டுபிடிப்பதற்கான முதலடி இதுதான்.

ஓர் எழுத்தாளர் என்ற முறையில் நான் என் கதையை இங்கு உங்களுடன் பகிர்ந்து கொள்ளப் போகிறேன். பல நேரங்களில் மிக மோசமான விளைவுகளை நான் கற்பனை செய்துள்ளேன். என் கருத்துகள் போதுமானவையாக இல்லாவிட்டால்? மக்கள் என் படைப்பை வெறுத்தால்? நான் படுமோசமாகத் தோற்றுவிட்டால்? இக்காட்சிகள் என் மனத்தில் மீண்டும் மீண்டும் தோன்றி என்னை அலைக்கழித்தன. சில நாட்களில், நான் அவற்றை ஒதுக்கித் தள்ளிவிட்டு எழுதினேன். அவை நான் பயந்திருந்த அளவுக்கு மோசமாக இருக்கவில்லை.

ஒரு சமயம் எனக்கு என்ன எழுதுவதென்றே தெரியவில்லை. இது எழுத்தாளர்களுக்கே உரிய ஒரு சாபக்கேடு. என்னால் எழுதவே உட்கார முடியவில்லை. அப்படியே நான் எழுதினாலும், அதில் எனக்குத் திருப்தி ஏற்படவில்லை. என் எழுத்து படுமோசமாக இருந்தது என்றும், அது ஒருபோதும் பிரசுரிக்கப்படப்

போவதில்லை என்றும் நான் கருதினேன். ஆனாலும், நான் தொடர்ந்து எழுதத் தீர்மானித்தேன். அப்படி நான் எழுதியிருந்த பல பகுதிகள் உண்மையிலேயே பிரமாதமாக வந்திருந்தன. வாசகர்களும் அவற்றைப் பாராட்டினர். நான்தான் எதார்த்தத்தை மீறி அதீதமாகக் கற்பனை செய்து வைத்திருந்தேன்.

ஆனாலும், பல இடர்பாடுகளை நான் எதிர்நோக்க வேண்டியிருந்தது. இப்போதும் அது தொடர்ந்து கொண்டுதான் இருக்கிறது. ஆனால், இப்போது நான் அவற்றைப் பற்றிப் பெரிதாக அலட்டிக் கொள்வதில்லை. அவற்றை நான் தைரியமாக எதிர்கொண்டு தேவையான செயல்நடவடிக்கைகளை மேற்கொள்கிறேன். விளைவு படுமோசமாக இருக்கும் என்ற கற்பனையில் இரண்டு பொய்கள் அடங்கியுள்ளன. படுபயங்கரமான விளைவு ஏற்படப் போகிறது என்பது ஒன்று. அதை உங்களால் தாங்கிக் கொள்ள முடியாது என்பது இரண்டாவது.

எதார்த்த வாழ்க்கை கடினமானதாக இருக்கலாம். ஆனால், அது தொடர்ந்து அப்படியே இருந்து கொண்டிருக்காது. முதலில் மோசமாக இருந்தாலும் பின்னர் அது சரியாகிவிடும். சில விஷயங்கள் தவறாகப் போனால், சில விஷயங்கள் நன்றாகச் செல்லும். நீங்கள் தோற்றுவிட்டால்கூட, அதிலிருந்து உங்களால் சில பாடங்களைக் கற்றுக் கொள்ள முடியும். ஆகவே, முதலாவது பொய் தவறானது. உங்களை மொத்தமாக அழித்தொழிக்கப் போகின்ற ஒரு பேரழிவு ஒருபோதும் நடக்கப் போவதில்லை. இரண்டாவது பொய்யும் தவறானதுதான். ஏனெனில், அப்படியே மோசமான விஷயங்கள் நிகழ்ந்தாலும் நீங்கள் கண்டிப்பாக அவற்றிலிருந்து மீண்டு வந்துவிடுவீர்கள். அதிலிருந்து மீள்வதோடு, முன்பைவிட மேம்பட்டவராகவும் ஆக முடியும்.

இங்குள்ள பாடம் இதுதான்: ஒன்றைச் செய்யாமல் இருப்பதைவிட, சிறப்பாக இல்லையென்றாலும் அதைச் செய்துவிடுவதே மேலானது. குறிப்பாக அதை நீங்கள் முக்கியமானதாகக் கருதும் பட்சத்தில்! விளைவுகள் படுமோசமாக இருக்கும் என்று கற்பனை செய்வதை

நீங்கள் தவிர்க்கின்றபோது, நீங்கள் தேடுகின்ற அமைதி, பயம் மற்றும் சந்தேகத்தின் மறுபக்கத்தில் இருப்பதை நீங்கள் காண்பீர்கள்.

முயற்சிகளில் ஈடுபடுதல்

எதிர்மறை விளைவுகளுக்கான சாத்திக்கூறுகளின்மீது கவனத்தைக் குவிக்காமல், செயல்நடவடிக்கை முயற்சிகளில் ஈடுபடுவதை ஜானி மில்லர் ஊக்குவிக்கிறார். உடனடி விளைவுகள் எப்படியிருந்தாலும், எடுக்கப்படுகின்ற செயல்நடவடிக்கை முயற்சிகளைக் கொண்டாட வேண்டும் என்று அவர் மேலும் கூறுகிறார்.

நம்முடைய முயற்சி எப்படிப் போகுமோ என்ற கவலையில் தூக்கத்தைத் தொலைப்பதற்குப் பதிலாக, நாம் முயற்சி செய்தோம் என்று திருப்திப்பட்டுக் கொள்வது நல்லது. நாம் செயல்நடவடிக்கையை மேற்கொண்டோம் என்பதுதான் இங்கு முக்கியம்; அதன் விளைவுகள் அல்ல. கண்ணோட்டத்தில் மேற்கொள்ளப்படுகின்ற இந்த மாற்றம், நாம் நிகழ்கணத்தில் இலயிக்கவும், நம்முடைய பதற்றத்தைக் குறைக்கவும், அளவுக்கதிகமாகச் சிந்திக்காமல் இருக்கவும் நமக்கு உதவும்.

என் அப்பாவும் ஓர் எழுத்தாளராக ஆக வேண்டும் என்று கனவு கண்டு கொண்டிருந்தார். ஆனால், அவர் விளைவுகளின்மீது கவனத்தைக் குவிக்காமல், முயற்சிகளுக்கு முக்கியத்துவம் கொடுத்து வந்தார். அவர் இளமையாக இருந்தபோது, மிகச் சிறப்பாக விற்பனையாகின்ற நூல்களை எழுதுகின்ற நூலாசிரியராக ஆக வேண்டும் என்ற இலக்கைக் கொண்டிருந்தார். ஆனால், அவருடைய படைப்புகளைப் பல பதிப்பகங்கள் நிராகரித்தன.

அந்த நிராகரிப்புகள் தன்னைத் தளர்ச்சி அடையச் செய்ய அவர் ஒருபோதும் அனுமதிக்கவில்லை. மாறாக, தினமும் தொடர்ந்து எழுதுவதை அவர் கொண்டாடினார். தன்னுடைய எழுத்துகள் புத்தகங்களாக மலர்கின்றனவோ இல்லையோ, தன் எண்ணங்களை எழுத்தில் வடிப்பதே ஒரு சாதனைதான்

என்ற உணர்வை அவர் அனுபவித்துக் கொண்டிருந்தார். அவர் மிகவும் கட்டுப்பாட்டுடன் எழுதினார், கடினமாக உழைத்தார். இந்த மனப்போக்கின் காரணமாக, அவருக்கு மன அழுத்தம் எதுவும் ஏற்படவில்லை. தன் எழுத்துப் பணியை அவர் வெகுவாக இரசித்து அனுபவித்துச் செய்து வந்தார்.

அவருடைய பல ஆண்டுகால விடாமுயற்சியும் அர்ப்பணிப்பும் இறுதியில் ஒரு நாள் அவருக்கு கைகொடுத்தன. அவருடைய படைப்புகள் வெற்றியடைந்தன. அதைவிட மேலாக, அவர் தன் செயல்நடவடிக்கையின் ஊடாக மிகுந்த மனநிறைவைப் பெற்றார். பின்னோக்கிப் பார்த்து, தான் அதிகமாக எழுதவில்லையே என்று அவர் ஒருபோதும் பின்வருத்தம் கொள்ளவில்லை. பதற்றமும் பயமும் தன்மீது ஆதிக்கம் செலுத்த அவர் ஒருபோதும் அனுமதிக்கவில்லை.

முயற்சிகளைக் கொண்டாடுகின்ற அவருடைய இந்தக் கண்ணோட்டம், அவரை ஒரு மகிழ்ச்சியான எழுத்தாளராக ஆக்கியது. அமைதி மற்றும் மனநிறைவுக்கான நம்முடைய தேடலில், விளைவுகளைவிடப் பயணமும் முயற்சியுமே அர்த்தமுள்ளவை என்பதை அது நமக்கு ஆற்றலுடன் நினைவுபடுத்துகிறது. நம்முடைய வாழ்க்கை ஒரு நிச்சயமற்றப் பயணத்தின் ஊடாக நகர்ந்து கொண்டிருக்கின்றபோது, நாம் முயற்சிகளைக் கொண்டாட வேண்டும் என்பதையும், நிகழ்கணத்தில் இலயித்திருப்பதற்கு முக்கியத்துவம் கொடுக்க வேண்டும் என்பதையும் நாம் நினைவில் வைத்திருக்க வேண்டும்.

19

அனைத்தும் இங்கு நிகழ்கணத்தில்தான் நிகழ்கிறது

“எந்த அளவு பதற்றத்தாலும் வருங்காலத்தை மாற்ற முடியாது. எந்த அளவு பின்வருத்தத்தாலும் கடந்தகாலத்தை மாற்ற முடியாது.”

– கரன் சுல்மான்சோன்

சாத்தியக்கூறுகள், நிச்சயமற்ற நிலை ஆகிய இரண்டையும் உள்ளடக்கிய தெளிவற்ற மற்றும் திகைப்பூட்டுகின்ற ஒன்றுதான் வருங்காலம். அதனால் நம்முடைய மனம், பகல்கனவுகளிலிருந்து கொடுங்கனவுகள்வரை அனைத்துக் காட்சிகளையும் கற்பனை செய்வதில் வியப்பில்லை. எதுவொன்றும் நடக்கச் சாத்தியமுள்ள ஓரிடம் அது. நிலைமை இப்போது இருப்பதைவிட மேம்பட்டு இருக்கலாம் அல்லது மோசமாக இருக்கலாம். ஆனால், வித்தியாசமாக இருக்கும் என்பது மட்டும் நிச்சயம். அங்கு நம்முடைய கனவுகள் மலரலாம் அல்லது கருகலாம்.

வேறு வார்த்தைகளில் சொல்ல வேண்டுமென்றால், வருங்காலம் என்பது உண்மையானது அல்ல. அது இன்னும் நிகழ்ந்திராத ஒன்று.

வருங்காலத்தை நிகழ்காலத்தில் வாழ்வது சாத்தியமற்ற ஒன்று. நம்மால் வருங்காலத்தைப் பற்றிப் பேச மட்டும்தான் முடியும். இது, உணவு என்ற சொல்லை உண்ண முயற்சிப்பதில் என்ன பயன்

விளையுமோ அதை ஒத்தது. வருங்காலத்தைப் பற்றிச் சிந்திப்பது சாத்தியமேயில்லை என்பதை நான் மீண்டும் வலியுறுத்த விரும்புகிறேன்.

பதற்றத்தால் வருங்காலத்தை மாற்ற முடியாது

இப்போது இன்னும் ஆழமாகச் செல்லலாம். வருங்காலம் குறித்த அதீதப் பதற்றத்திற்கு வருங்காலத்தை மாற்றுகின்ற சக்தி கிடையாது. ஒரு சாய்வு நாற்காலியில் அமர்ந்து கொண்டு ஆடிக் கொண்டிருப்பதைப் போன்றது இது. இயக்கம் இருந்தாலும் நீங்கள் எங்கும் போகப் போவதில்லை. வரப் போகின்ற விஷயங்கள் குறித்துக் கவலைப்படுவது நமக்கு அதன்மீது ஒருவிதமான கட்டுப்பாட்டைக் கொடுப்பதுபோலத் தோன்றலாம். ஆனால், எதார்த்தத்தில் அது ஒரு வெட்டி வேலை. நம்முடைய பொருமல்களாலும், கைபிசைதல்களாலும் ஒரு பயனும் கிடையாது. வருங்காலம் தன் போக்கிற்கு அதுவாக மலரும்.

இது நடைமுறையில் எப்படிச் செயல்படுகிறது என்பதை இப்போது பார்ப்போம். வேலை மாற்றம் போன்ற மிக முக்கியமான தீர்மானங்கள் எடுக்க வேண்டியிருக்கின்றபோது, தோல்வி, பொருளாதார இழப்பு போன்ற விஷயங்கள் குறித்த எண்ணம் உங்களை அலைக்கழித்துத் தூங்கவிடாமல் பண்ணும். நீங்கள் எந்த அளவுக்கு இது போன்ற விஷயங்கள் குறித்துப் பதற்றமாக இருக்கிறீர்களோ, அந்த அளவுக்கு நீங்கள் சரியான முன்தயாரிப்பில்லாத தீர்மானங்களை எடுப்பீர்கள். இதற்கு என்ன காரணம்? திட்டமிடுதல், பிரச்சனைகளுக்குத் தீர்வு காண முயலுதல் போன்ற, நிகழ்காலத்தில் எடுக்கப்பட வேண்டிய நடவடிக்கைகளில் ஈடுபடாமல், நீங்கள் வருங்காலம் குறித்துக் கனவு கண்டுகொண்டிருப்பீர்கள். பதற்றம் என்பது ஒரு கருந்துளையைப் போன்றது. அது உங்களுடைய மன ஆற்றலை முழுவதுமாக உறிஞ்சி உங்களைச் செயலிழக்கச் செய்துவிடும்.

இப்போது ஓர் எடுத்துக்காட்டுக்குச் செல்லலாம்.

அலானா ஒரு தொழில் நெறிஞர். அவர் எப்போதும் தன்னுடைய பணித்திட்ட விளக்கவுரைகள் குறித்துக் கவலைப்பட்டுக் கொண்டேயிருப்பார். தான் விளக்கவுரை நிகழ்த்திக் கொண்டிருக்கின்றபோது, பார்வையாளர்களுக்கு அது சுவாரசியமற்று இருப்பதுபோலவும், இறுதியில் கூட்டத்தினர் மௌனமாக இருப்பதுபோலவும் பல மோசமான நிகழ்வுகளை அவர் கற்பனை செய்வார். இன்னும் மோசமாக, தான் அந்த நிகழ்ச்சியின்போது மயங்கி விழுந்துவிடுவதாகக்கூட அவர் கற்பனை செய்வார். ஒட்டுமொத்தத்தில், அவருடைய பதற்றம் அவரை மிக மோசமாக உணர வைத்தது.

மாற்றத்திற்கான முதலடி உண்மையை அங்கீகரித்தலாகும். பதற்றம் தன்னை ஆக்கிரமிக்க அனுமதிக்காமல் தன்னுடைய ஆற்றலைத் திசைதிருப்புவதைத்தேர்ந்தெடுக்க அலானாவால் முடியும். தான் விளக்கவுரை அளிக்கவிருக்கின்ற விஷயங்கள் குறித்து அதிக அளவு ஆய்வுகளை மேற்கொள்ளுதல், தன் விளக்கவுரையை முன்கூட்டியே ஒத்திகை பார்த்தல், தன் நம்பிக்கைக்குரிய சகாக்களுக்கு அதை நிகழ்த்திக் காட்டி அவர்களிடமிருந்து பின்னூட்டக்கருத்துகளைப் பெறுதல் போன்ற, நிகழ்காலத்தில் செய்யப்படக்கூடிய நடவடிக்கைகளில் அவர் இறங்கலாம். தன்னுடைய ஆற்றலை இப்படி உறுதியான நடவடிக்கைகளின்மீது திருப்புவதன் மூலம் அவரால் தன் வெற்றி வாய்ப்பை அதிகரித்துக் கொள்ள முடியும். அதோடு, சூழலின்மீது தனக்குக் கட்டுப்பாடு இருப்பதாக அவரால் உணரவும் முடியும்.

வருங்காலம் குறித்தப் பதற்றத்தை, ஒழுகுகின்ற ஒரு குழாயோடு ஒப்பிடலாம். ஒழுகிக் கொண்டிருக்கின்ற அதன் நீரைப் பற்றி நீங்கள் எவ்வளவுதான் புலம்பிக் கொண்டிருந்தாலும், அதன் பழுதை நீங்கள் நீக்காதவரை அந்தப் பிரச்சனை தீராது. நிகழ்காலத்தில் எடுக்கப்பட முடியக்கூடிய நடவடிக்கைகளை மேற்கொள்வதன் மூலம், அலானாவால், விளக்கவுரை நிகழ்த்துகின்ற தன் திறனை மேம்படுத்திக் கொள்ள முடிவதோடு,

பதற்றத்தைத் தணித்துக் கொள்வது தொடர்பான படிப்பினைகளையும் பெற முடியும்.

வருங்காலக் காற்றின் திசையை உங்களால் கணிக்க முடியாது என்பதை நீங்கள் புரிந்து கொள்ள வேண்டும். ஆனால், காற்றின் போக்கிற்கு ஏற்ப உங்களுடைய திசையை உங்களால் மாற்றிக் கொள்ள முடியும். நிகழ்காலத்தில் நடவடிக்கைகள் எடுப்பதன் மூலம் உங்களால் உங்களுடைய வருங்காலப் பாதையை வடிவமைத்துக் கொள்ள முடியும். அது, வேலை மாற்றம் அல்லது தனிப்பட்ட உறவுகள் தொடர்பான உங்களுடைய வாழ்க்கையின் முக்கியமான தீர்மானங்களில் ஒன்றாக இருக்கலாம். ஆனால், பதற்றத்தினால் உங்களுடைய படகைக் கரையேற்ற முடியாது என்பதை நீங்கள் நினைவில் வைத்திருக்க வேண்டும்.

பின்வருத்தங்களிலிருந்து உங்களை விடுவித்துக் கொள்ளுதல்

அடுத்து, பழைய விஷயங்கள் குறித்து நீங்கள் கொண்டிருக்கின்ற பின்வருத்தங்களில் மூழ்கியிருப்பதிலும் எந்தவிதப் பயனும் கிடையாது என்பதை நீங்கள் உணர்ந்து கொள்ள வேண்டும். ஆம்லெட்டை மீண்டும் முட்டையாக மாற்ற முடியாது. அது நடந்து முடிந்துவிட்டால், அவ்வளவுதான். கடந்தகாலத்தைப் பொறுத்தவரை நாம் வெறும் பார்வையாளர்கள் மட்டும்தான், அதன் இயக்குநர்கள் கிடையாது. ஆனால், நம்மில் பலர், கடந்தகாலத்தில் நாம் மேற்கொண்டிருந்த தீர்மானங்களை நினைத்துப் பார்த்து, "நான் மட்டும் இப்படிச் செய்திருந்தால்!" என்றோ, அல்லது, "நான் மட்டும் அப்படிச் செய்யாமல் இருந்திருந்தால்?" என்றோ மருகிக் கொண்டிருக்கிறோம். கொட்டிய பாலுக்காக வருந்திக் கொண்டிருப்பதில் அர்த்தமில்லை. கடையில் போய் அதை வாங்கிக் கொள்ளலாம்.

பின்வருத்தங்கள் என்பவை காலச்சக்கரங்கள் அல்ல. அவை வழிகாட்டிப் பலகைகள். அவற்றில் மாட்டிக் கொண்டுவிட்டோம் என்று அவற்றைக்

கருதுவதற்குப் பதிலாக, நம்முடைய தனிப்பட்ட வளர்ச்சிக்கான படிப்பினைகளாக அவற்றை நம்மால் எடுத்துக் கொள்ள முடியும். இப்படிக் கற்பனை செய்யுங்கள்: நீங்கள் கல்லூரியில் படித்தபோது, உங்களுக்கு மிகவும் விருப்பமான ஒரு பாடத்தை நீங்கள் எடுத்துப் படிக்கத் தவறிவிட்டது குறித்தப் பின்வருத்தம் உங்களுக்கு இருக்கிறது. உங்களால் காலச்சக்கரத்தைப் பின்பக்கமாகத் திருப்ப முடியாது. ஆனால், நிகழ்காலத்தில் உங்களுடைய பயணத்தின் திசையை உங்களால் திருப்ப முடியும். “ஒரு மரத்தை நடுவதற்கான சிறந்த சமயம் இருபது ஆண்டுகளுக்கு முன்புதான். இரண்டாவது சிறந்த சமயம் இன்று,” என்ற கூற்றை நீங்கள் கேள்விப்பட்டிருக்கக்கூடும். இது அனைத்திற்கும் பொருந்தும். “இப்போது என்னால் அந்தப் படிப்பில் சேர முடியாது. அதை முடிக்கின்றபோது எனக்கு ஐம்பது வயதாகியிருக்கும்!” என்ற ரீதியில் உங்களுடைய எண்ணங்கள் ஓடலாம். அது உண்மைதான். ஆனால், இன்னும் சில ஆண்டுகளில் உங்களுக்கு எப்படியும் ஐம்பது வயது ஆகியிருக்கும். அதை ஒரு பட்டத்தோடு அடைந்தால் என்ன?

இது தொடர்பான ஓர் எடுத்துக்காட்டை இப்போது நாம் பார்க்கலாம். மிட்செல் ஒரு சிறு தொழிலதிபர். அவர் இளமையாக இருந்தபோது, அவர் மேற்கொண்ட தொழில் முயற்சி ஒன்று தோல்வி அடைந்திருந்தது. இன்றளவும் அவர் அது குறித்துப் பின்வருத்தம் கொண்டிருந்தார். அது ஏற்படுத்தியிருந்த பொருளாதாரப் பிரச்சனை, அவர் நழுவவிட்டிருந்த வாய்ப்புகள், தோல்வியின் கசப்பான ருசி போன்றவற்றை அவர் தினமும் நினைவுகூர்ந்து தன்னை வதைத்துக் கொண்டிருந்தார். ஒட்டுமொத்தத்தில் அவர் கடந்தகாலத்தின் கைதியாக வாழ்ந்து கொண்டிருந்தார்.

பின் ஒரு நாள் மிட்செல் ஒரு தீர்மானத்திற்கு வந்தார். தன் கடந்தகால அனுபவங்களிலிருந்து தான் என்னென்ன பாடங்களைக் கற்றுக் கொண்டிருந்தோம் என்று அவர் யோசித்தார். சுயபச்சாதாபத்தில் மூழ்கியிருக்காமல், அப்போது

தான் செய்திருந்த தவறுகளை அவர் விலாவாரியாக அலசத் தீர்மானித்தார். அவர் கண்டுபிடித்திருந்த முக்கியமான படிப்பினைகள் இவை: தான் முறையான சந்தை ஆய்வுகளை மேற்கொண்டிருக்கவில்லை; தன்னிடம் திட்டவட்டமான வணிகத் திட்டம் எதுவும் இருந்திருக்கவில்லை; தடைகள் ஏற்பட்டபோது தான் விடாமுயற்சியுடன் அதைத் தொடர்ந்திருக்கவில்லை. அவர் மேற்கொண்டிருந்த தவறுகள் ஒவ்வொன்றிலும் ஒரு மதிப்புமிக்கப் பாடம் ஒளிந்திருந்தது.

தன்னுடைய கடந்தகாலம் குறித்து மிட்செல் உருவாக்கிக் கொண்டிருந்த புதிய கண்ணோட்டம், நிகழ்காலத்தில் புத்திசாலித்தனமான தேர்ந்தெடுப்புகளை மேற்கொள்வதற்கு அவருக்கு வெகுவாக உதவியது. அவர் முறையான சந்தை ஆராய்ச்சிகளை மேற்கொண்டு, திட்டவட்டமான வணிகத் திட்டம் ஒன்றைத் தயாரித்துக் கொண்டு ஒரு புதிய தொழிலில் இறங்கினார். தனக்குத் தொழிலில் வழிகாட்ட ஒரு வழிகாட்டியையும் அவர் தேடிக் கண்டுபிடித்தார். அவருடைய புதிய முயற்சியில் வெற்றி அதிகரிக்க அதிகரிக்க, அவர் தன் பின்வருத்தங்களிலிருந்து படிப்படியாக மீண்டார்.

பின்வருத்தத்தை உங்களைத் துன்புறுத்துகின்ற ஒருவராகக் கருதாமல் ஓர் ஆசிரியராகக் கருதுகின்றபோது, அது உங்களுடைய தனிப்பட்ட வளர்ச்சிக்கான உந்துசக்தியாகச் செயல்படும். கடந்தகாலம் மாற்றப்பட முடியாதது என்பதை ஏற்றுக் கொண்டு, அதன் படிப்பினைகளில் நீங்கள் கவனம் செலுத்துகின்றபோது, பின்வருத்தம் என்ற தளையிலிருந்து நீங்கள் விடுபடுவீர்கள்.

உங்களைப் பிடித்திழுத்துக் கொண்டிருக்கின்ற நங்கூரத்திலிருந்து உங்களை விடுவித்துக் கொண்டு, நிகழ்கால வளர்ச்சி எனும் நீரில் நீங்கள் உங்களுடைய படகைச் செலுத்த வேண்டும். இந்த மனப்போக்கு மாற்றத்தை உங்களுடைய வாழ்க்கையின் பிற அம்சங்களிலும் நீங்கள் பயன்படுத்துவதன் மூலம், உங்களுடைய பதற்றத்தையும் அளவுக்கதிகமான சிந்தனையையும் உங்களால் குறைத்துக் கொள்ள

முடியும். பின்வருத்தங்களை நீங்கள் தடைக்கற்களாகப் பார்க்காமல், உங்களுடைய பாதையிலுள்ள படிக்கற்களாகப் பார்க்கத் தொடங்கினால், அவை தம் சக்தியை இழந்துவிடும்.

20

வெறுமனே சுவாசியுங்கள்

"மெதுவான சுவாசம் உணர்ச்சிப் புயலுக்கு நடுவேயான நங்கூரத்தைப் போன்றது. நங்கூரத்தால் புயலைத் திரும்பிச் செல்ல வைக்க முடியாது. ஆனால், புயல் உங்களைக் கடந்து செல்கின்றவரை அது உங்களைப் பாதுகாப்பாக வைத்திருக்கும்."

– ரஸ் ஹாரிஸ்

தொடர்ச்சியான நிச்சயமின்மை எனும் அலையால் அலைக்கழிக்கப்பட்டுக் கொண்டிருக்கின்ற வாழ்க்கை கணப்பொழுதில் மாறுதலடையக்கூடியது. பத்து அல்லது இருபது ஆண்டுகளுக்கு முன்பு நீங்கள் பயங்கரமாக பயந்து போயிருந்த விஷயங்களை நினைவுபடுத்திக் கொள்ளுங்கள். ஆனால், இன்று அவை அப்படி இல்லை, சரிதானே? ஓர் அமைதியான காலையில் கண்விழிக்கின்றபோது, அதற்கு முந்தைய இரவில் அடித்தப் புயல் நமக்குப் பெரிதாக நினைவிருப்பதில்லை. உங்களுடைய உணர்ச்சிச் சூழலும் எப்போதும் மாறிக் கொண்டேயிருக்கின்ற ஒன்றுதான். பதினைந்து வயதில் உலகிலேயே மிக மோசமாக உங்களுக்குத் தெரிந்த விஷயங்கள், உங்களுக்கு முப்பத்தைந்து வயதாகின்றபோது ஒரு பொருட்டாகவே தெரியாது.

மெதுவான சுவாசத்தை மேற்கொண்டு உங்களை நிலைப்படுத்திக் கொள்ளுங்கள்

நீங்கள் உணர்ச்சிப் புயலை எதிர்கொள்கின்றபோது, உடனடியாக உங்களுடைய சுவாசத்தை மெதுவாக்கிக் கொள்ளுங்கள். அது ஒரு நங்கூரம்போலச் செயல்பட்டு நீங்கள் நிலைகுலைவதிலிருந்து உங்களைக் காப்பாற்றும்.

மெதுவாக சுவாசித்தல் உணர்ச்சிக் கொந்தளிப்பு எனும் புயலிலிருந்து உங்களைப் பாதுகாக்கின்ற நங்கூரத்தைப் போன்றது. ஒரு சமயம் என் அலுவலகத்தில் நான் ஒரு கடுமையான சூழலைச் சந்தித்தேன். அப்போது காலக்கெடுக்களின் நெருக்கடியால் நான் மிகவும் பதற்றத்துடனும் மன அழுத்தத்துடனும் இருந்தேன். நான் கிட்டத்தட்ட என் நிதானத்தை இழக்கின்ற நிலையில் இருந்தேன். அப்போதுதான் மெதுவான சுவாசம் என்ற மாயாஜாலத்தை நான் கண்டறிந்தேன்.

அன்று என்னுடைய மன அழுத்தம் மிகவும் அதிகரித்தபோது, நான் எங்களுடைய அலுவலகத்தின் ஒரு மூலைக்குச் சென்று, ஒரு சமநிலைக்கு என்னைக் கொண்டுவரத் தீர்மானித்தேன். மூச்சை உள்வாங்குவது மற்றும் வெளியே விடுவது ஆகிய இரண்டையும் நான் படிப்படியாக மெதுவாக்கினேன். நான்கு என்று எண்ணும்வரை நான் மூச்சை உள்ளே இழுத்தேன். ஆறு என்று எண்ணும்வரை நான் மூச்சை அடக்கி வைத்துவிட்டு வெளியே விட்டேன். இதை நான் மீண்டும் மீண்டும் செய்தேன். மெதுவாக எனக்குள் முகாமிட்டிருந்த மனப்புயல் விலகத் தொடங்கியது. எனக்குள் இருந்த இறுக்கம் தணிந்து, அமைதி என்னைச் சூழ்ந்து கொண்டது.

அந்த அனுபவம் எனக்கு ஒரு முக்கியமான விஷயத்தைப் புலப்படுத்தியது. மெதுவான சுவாசம் என்பது வெறும் கோட்பாட்டுரீதியான ஒன்றல்ல; மாறாக, உணர்ச்சிகளைக் கட்டுப்பாட்டிற்குள் கொண்டுவருவதற்கான ஒரு சிறந்த வழி என்பதை நான் புரிந்து கொண்டேன். என் சுவாசத்தைக்

கட்டுப்படுத்துவதன் மூலம் என்னால் என் உணர்ச்சிகளின்மீது கட்டுப்பாடு செலுத்த முடிந்தது. வாழ்க்கைப் பேரலைகள் என்னை நிலைகுலையச் செய்ய முற்படுகின்றபோது நான் உறுதியாக நிற்பதற்கு எனக்கு உதவுகின்ற அதிஅற்புதமான சக்தி ஒன்றை நான் கண்டறிந்திருந்தேன்.

எனக்குள் உணர்ச்சிக் கொந்தளிப்புகள் ஏற்பட்டபோது, நான் மெதுவான சுவாசத்திடம் தஞ்சமடைந்தேன். தனிப்பட்டச் சவால்கள் மற்றும் முரண்பாடுகளை நான் எதிர்கொண்டபோது நான் இந்த உத்தியைப் பயன்படுத்தி உணர்ச்சிச் சூறாவளியிலிருந்து என்னை விடுவித்துக் கொண்டேன். இது எனக்கு நம்பத்தகுந்ததொரு நங்கூரமாக விளங்கியது. தேவைப்பட்டபோதெல்லாம் நான் இதைப் பயன்படுத்தி நான் நிலைகுலையாமல் பார்த்துக் கொண்டேன்.

உணர்ச்சிகளின் தற்காலிகத்தன்மையைப் புரிந்து வைத்திருத்தல்

புயல்களைப்போல உணர்ச்சிகளும் தற்காலிகமானவை என்பதை நீங்கள் புரிந்து வைத்திருக்க வேண்டும். அவை எப்படி இருந்தாலும் அவை சிறிது நேரத்தில் மறைந்துவிடும். எப்போதும் நடக்கின்ற விஷயம் இது. அவற்றை எதிர்ப்பதற்கோ அல்லது வலுக்கட்டாயமாக அவற்றை அப்புறப்படுத்துவதற்கோ முயலாதீர்கள். மனித அனுபவத்தின் ஒரு பகுதியாக அவற்றை ஏற்றுக் கொள்ளுங்கள். அவற்றை எதிர்த்துப் போராடுவது அல்லது அவற்றைத் தீர்ப்பது போன்ற காரியங்களில் நீங்கள் இறங்க வேண்டியதில்லை.

உணர்ச்சிகள் தற்காலிகமானவை என்ற அறிவார்ந்த விளக்கம், நிகழ்கணத்தில் இருப்பதற்கும், பதற்றத்தைக் குறைப்பதற்குமான தேடலில் ஒரு முக்கியப் பங்கு வகிக்கிறது. இந்தப் படிப்பினையை நான் ஒரு காட்டுப் பகுதிக்குள் ஒரு நடைப்பயணம் மேற்கொண்டபோது நான் கற்றுக் கொண்டேன். பின்னர் அது ஒரு வாழ்க்கைப் பாடமாக விரிந்தது.

நான் அந்தக் காட்டுப் பகுதிக்குள் நுழைந்தபோது, என்னைப் பரவச உணர்வும் அச்ச உணர்வும் ஒருசேர ஆட்கொண்டன. பசுமையான காடு, சலசலவென ஓடிய நீரோடைகள் போன்ற அழகிய காட்சிகளால் அந்தப் பாதை நிரம்பி வழிந்தது. ஆனால், நேரம் செல்லச் செல்ல, களைப்பு அதிகரிக்க அதிகரிக்க, பதற்றமும் சுய சந்தேகமும் என்னை ஆக்கிரமித்துக் கொண்டன. நான் சென்றடைய வேண்டியிருந்த தூரம் அதிகமாக இருந்தது என்றும், நான் இருந்த களைத்த நிலையில், நான் அடைய உத்தேசித்திருந்த மலையுச்சியை என்னால் அடைய முடியாது என்றும் ஓர் உட்குரல் என்னை எச்சரித்துக் கொண்டிருந்தது.

அப்போதுதான், உணர்ச்சிகள் சூறாவளியைப் போன்றவை என்ற கூற்று என் நினைவுக்கு வந்தது. பதற்றம், சுய சந்தேகம் ஆகிய உணர்ச்சிகளை எதிர்ப்பதற்குப் பதிலாக, ஒரு நெருக்கடியான சூழலில் இயல்பாகத் தோன்றுகின்ற ஒன்று என்று அவற்றை நான் ஏற்றுக் கொண்டேன். இவை என் மனமெனும் வானில் விரைவாகக் கடந்து சென்றுவிடுகின்ற மேகங்கள் என்பதை எனக்கு நானே நினைவுபடுத்திக் கொண்டேன்.

நான் தொடர்ந்து அந்த மலையில் ஏறியபோது, பிரமாதமான மாற்றம் ஒன்று நிகழ்ந்து கொண்டிருந்ததை நான் கண்டேன். நான் எந்த அளவுக்கு என் உணர்ச்சிகளை ஏற்றுக் கொண்டேனோ, அந்த அளவுக்கு என்மீது அவை கொண்டிருந்த ஆதிக்கம் குறைந்தது என்பதுதான் அது. நெருக்கடிக்கு நடுவிலும் என் மனம் அமைதியடையத் துவங்கியது. சில இடங்களில் நான் அசௌகரியமாக உணர்ந்தபோதும், நான் அந்தப் பயணத்தை வெகுவாக இரசிக்கத் தொடங்கினேன்.

அதிலிருந்து நான் கற்றப் பாடத்தை நான் என் வாழ்க்கைக்கும் விரிவுபடுத்தினேன். என் அன்றாட வாழ்க்கையிலும் நான் எதிர்மறை உணர்ச்சிகளை எதிர்த்துக் கொண்டிருந்தேன் என்பதை நான் உணர்ந்து கொண்டேன். ஒன்று, அவற்றை ஒதுக்கித் தள்ள நான் முயன்றேன் அல்லது அப்படி உணர்வது குறித்து நான்

வெதும்பினேன். இந்த எதிர்ப்பு எனக்குப் பதற்றத்தை உண்டுபண்ணியது. உணர்ச்சிகள் புயலைப்போலவே தற்காலிகமானவை என்ற கண்ணோட்டத்தை சுவீகரித்துக் கொண்டதன் மூலம் என்னால் என் வாழ்க்கையில் நிகழ்கணத்தில் உலா வர முடிந்தது. ஒன்று, நீங்கள் பெருங்கடலலைகளை எதிர்த்துப் போராடலாம், அல்லது அவற்றின் போக்கின் ஊடாக சறுக்கிச் செல்லலாம். உங்கள் விருப்பம்.

எப்போதும் எதிர்காலம் குறித்துக் கவலைப்பட்டுக் கொண்டோ அல்லது கடந்தகாலத்தை அசைபோட்டுக் கொண்டோ இருப்பதற்குப் பதிலாக, நான் நிகழ்கணத்தில் கவனத்தைக் குவிக்கத் தொடங்கினேன். என்னுடைய நேர்மறையான மற்றும் எதிர்மறையான உணர்ச்சிகள் இரண்டையும் சுவீகரித்துக் கொள்ள நான் கற்றுக் கொண்டேன். இது என் பதற்றத்தைக் குறைத்து எனக்கு மன அமைதியளித்தது.

21

கவலைப்படுங்கள்... ஆனால் அது உங்களுடைய நிபந்தனையின் பேரில் நடக்கட்டும்

அன்னிகா டிப்பல், ஜோஸ் ஃபிரோஸ்சோட், பார்ட் வெர்குயில் ஆகியோர் கவலை தொடர்பாக மேற்கொள்ளப்பட்டிருந்த பல ஆய்வுகளை அலசி ஆராய்ந்தபோது, பல சுவாரசியமான முடிவுகள் அவர்களுக்குக் கிடைத்தன.

அவர்கள் அலசியிருந்த அந்த ஆய்வுகளில் சுமார் ஆயிரம் பேர் பங்கேற்றிருந்தனர். குறிப்பாக அதிகமான பெண்கள் அவற்றில் பங்கேற்றிருந்தனர். அவர்கள் எதைக் கண்டுபிடித்தனர்? கவலையைத் தள்ளிப்போடுவது எப்படி, தூண்டுதல் உணர்வுகளை முறியடிப்பது எப்படி என்பதை அவர்கள் தற்செயலாகக் கண்டுபிடித்தனர்.

பதற்றத்தைச் செயல்திறனுடன் முறியடிப்பதற்கான ஒரு பயனுள்ள வழியை இந்த ஆய்வுகளின் முடிவுகள் தெரிவித்தன. அவற்றை இப்போது நாம் விரிவாக அலசலாம்.

உங்களுடைய கவலையைக் கட்டுப்படுத்துதல்

முதலில் கவலை குறித்த விழிப்புணர்வை நீங்கள் பெற வேண்டும். உங்களுடைய எண்ணங்களின் இருண்ட

மூலைகளுக்குள் வெளிச்சத்தைப் பாய்ச்சுவதை உள்ளடக்கியது இது. இதைச் செய்வதற்கு, உங்களுக்கு ஏற்படுகின்ற அனைத்துக் கவலைகளையும் நீங்கள் ஒரு குறிப்பேட்டில் குறித்து வைத்துக் கொள்ள வேண்டும். அடுத்து, கவலைப்படுவதற்கென்றே ஒரு குறிப்பிட்ட நேரத்தை ஒதுக்கிக் கொள்ள வேண்டும். இது ஏன் முக்கியம் என்பதையும், அதை எப்படி உங்களுக்காக வேலை செய்ய வைப்பது என்பதையும் நாம் அடுத்துப் பார்க்கலாம்.

பெரும்பாலான நேரங்களில் கவலை நம்முடைய மனத்தின் பின்னால் ஓரிடத்தில் ஒளிந்து கொண்டிருக்கும். அதை நம்மால் அவ்வளவு எளிதாக அவதானிக்க முடியாது. அதை நம்மால் உணர முடியும். அது நம்மீது ஆதிக்கம் செலுத்திக் கொண்டிருந்தாலும் அது குறித்த விழிப்புணர்வு நமக்கு இருக்காது. அது எங்கிருந்து வருகிறது என்பதை நாம் அறியாமல் இருப்போம். கவலைக் குறிப்பேடு ஒன்றை வைத்திருப்பதன் மூலம் உங்களால் அதன்மீது வெளிச்சம் பாய்ச்ச முடியும். எந்தெந்த விஷயங்கள் கவலையைத் தூண்டுகின்றன, எப்போது அவை தலைதூக்குகின்றன, அவற்றின் பாங்கு என்ன போன்றவை குறித்த விழிப்புணர்வு உங்களுக்கு ஏற்படும்.

எடுத்துக்காட்டாக, நீங்கள் உங்களுடைய கவலைக் குறிப்பேட்டிலிருந்து, நீங்கள் மாலையில் அல்லது இரவில் படுக்கச் செல்வதற்கு முன்பாக அதிகமாகக் கவலைப்படுகிறீர்கள் என்பதைக் கண்டறிகிறீர்கள் என்று வைத்துக் கொள்வோம். இது ஒரு மதிப்புமிக்க உள்நோக்கு. கவலை உங்கள்மீது பிற நேரங்களைக் காட்டிலும் எப்போது அதிகமாகப் படிகிறது என்பதை அது உங்களுக்குத் தெரியப்படுத்தும். இதன் அடிப்படையில் உங்களால் கவலையை நேருக்கு நேராகத் துணிச்சலாக எதிர்க்க முடியும்.

நீங்கள் ஒரு நாளின் எந்த நேரத்தில் அதிகமாகக் கவலைப்படுகிறீர்கள் என்பதைக் கண்டறிந்த பிறகு, அந்த நேரத்தைக் கவலைப்படுவதற்கென்றே ஒதுக்கிவிட வேண்டும். அந்த நேரத்தில் நீங்கள் தேவையான அளவு

கவலைப்பட்டுக் கொள்ளலாம். இன்னும் சொல்லப் போனால், அந்த நேரத்தில் நீங்கள் வலுக்கட்டாயமாக எதையாவது குறித்துக் கவலைப்படுவதில்கூட ஈடுபடலாம். எப்போது எவ்வளவு நேரம் கவலைப்பட வேண்டும் என்ற கட்டுப்பாடு இங்கு உங்களுக்கு இருக்கிறது.

சௌகரியமாக அமர்ந்து கொள்வதற்கு ஏற்ற ஓர் அமைதியான இடத்தை இதற்காகத் தேர்ந்தெடுத்துக் கொள்ளுங்கள். அதற்கு ஒரு குறிப்பிட்ட நேரத்தைத் தேர்ந்தெடுத்துக் கொள்ளுங்கள். எடுத்துக்காட்டாக, மாலை 5 மணி என்று வைத்துக் கொள்ளுங்கள். அதற்குப் பதினைந்து நிமிடங்களை ஒதுக்குங்கள். அந்த நேரத்தில் உங்களால் முடிந்த அளவு தீவிரமாகக் கவலைப்படுங்கள். அது எதைப் பற்றி வேண்டுமானாலும் இருக்கலாம். என்ன இருந்தாலும் அது உங்களுடைய கவலை நேரம்தானே?

கவலைப்படுவதற்கு ஒரு குறிப்பிட்ட நேரத்தை ஒதுக்குவதன் மூலம், உங்களுடைய எண்ணங்களின்மீது உங்களுக்கு ஒரு கட்டுப்பாடு கிடைத்துவிடுகிறது. வேறு நேரங்களில் உங்களிடம் கவலை தலைதூக்கினால், உங்களிடம் மென்மையாக, "இப்போது வேண்டாம். அதற்கென்று ஒதுக்கப்பட்ட நேரத்தில் பார்த்துக் கொள்ளலாம்," என்று கூறிக் கொள்ளுங்கள். கவலைப்படுவதை இப்படித் தள்ளிப்போடுவதன் மூலம், நாள் முழுவதும் அதன் தாக்கம் குறைவாக இருக்கும். பதற்றமின்றி நிகழ்கால விஷயங்களில் உங்களால் கவனத்தைக் குவிக்க முடியும்.

இலக்குசார் கவலைக் குறைப்பு

கவலையை முற்றிலுமாக நீக்குவதற்குப் பதிலாக, அதைக் குறைப்பதை இலக்காக வைத்துக் கொள்ளுங்கள். பதற்றத்தைக் குறைப்பது என்று வருகின்றபோது, கச்சிதத்தை விரும்புவது உங்களுக்குத் தேவையற்றச் சுமையைக் கொடுக்கும். அதற்குப் பதிலாக, சாதிக்கப்படக்கூடிய மற்றும் அளவிடப்படக்கூடிய

இலக்குகளை நிர்ணயித்துக் கொள்ளுங்கள். அது உங்களுக்கு மன அமைதியைக் கொடுக்கும்.

கவலைப்படுதல் என்பது வாழ்க்கையின் ஓர் அம்சம். ஆனால், அதற்காக அது உங்களுடைய எண்ணங்களை எந்நேரமும் ஆக்கிரமித்துக் கொண்டிருக்க நீங்கள் அனுமதிக்க வேண்டியதில்லை. இப்படி ஓர் இலக்கைக் கற்பனை செய்யுங்கள்: “நான் இந்த வாரத்தில் கவலைப்படுவதற்குப் பத்து நிமிடங்களைச் செலவழிப்பேன். அடுத்த வாரம் ஐந்து நிமிடங்கள் மட்டும் அதற்குச் செலவழிப்பேன். இப்படிப்பட்டதோர் இலக்கு, கவலை என்பது இன்னும் இருக்கிறது என்பதை அங்கீகரிக்கிறது. ஆனால், நீங்கள் திட்டமிட்டுள்ளபடி, அதை உங்களால் படிப்படியாகக் குறைக்க முடியும். இதன் காரணமாக உங்களுடைய இலக்கு பயமுறுத்துகின்ற ஒன்றாக இருக்காது; மாறாக, அடையப்படக்கூடிய ஒன்றாகத் தோன்றும்.

கவலையைக் குறைத்துக் கொள்வதற்கு இலக்கு நிர்ணயிப்பது நிகழ்கணத்தில் வாழ்வதோடு தொடர்புடையது. கவலைப்படுவதற்கான நேரத்தை நீங்கள் குறைத்துக் கொள்கின்றபோது, நீங்கள் நிகழ்காலத்தில் செலவழிப்பதற்கு அதிகமான நேரத்தை விடுவித்துக் கொள்கிறீர்கள். உங்களுடைய கவனக்குவிப்பு தொடர்பாக நீங்கள் மேற்கொள்கின்ற மாற்றம் நிகழ்கணலயிப்பிற்கு உங்களை இட்டுச் செல்கிறது.

இப்படி ஓர் இலக்கையும் நீங்கள் நிர்ணயித்துக் கொள்ளலாம்: “என்னிடம் கவலையைத் தூண்டுகின்ற விஷயங்களை நான் பத்து நிமிடங்களுக்குத் தவிர்க்கப் போகிறேன்,” என்று நீங்கள் முடிவெடுக்கலாம். குறுகிய காலத்திற்கு என்றாலும், உங்களுடைய எண்ணங்களை, உங்களுக்குள் கவலையைத் தூண்டிவிடுகின்ற விஷயங்களிலிருந்து நீங்கள் விலக்கி வைக்கிறீர்கள். இங்கு நீங்கள் வருங்காலம் குறித்தக் கவலைகளில் தோய்ந்திருப்பதற்குப் பதிலாக நிகழ்கணத்தில் அதிகமாகச் சஞ்சரிக்கிறீர்கள். பத்து நிமிடங்களுக்கு உங்களால் அதைச் செய்ய முடிந்தால், அதை அடுத்துப் பதினைந்து நிமிடங்கள், இருபது நிமிடங்கள் என்று

கூட்டிக் கொண்டே செல்லுங்கள்.

நடைமுறைச் சாத்தியமுள்ள இந்த இலக்குகளை நீங்கள் அடைகின்றபோது, உங்களிடம் ஒரு சாதனை உணர்வு ஏற்படும். நீங்கள் கவலைப்படுவதற்கு ஒதுக்கியிருக்கின்ற காலத்தைக் குறைப்பது அல்லது கவலையைத் தூண்டுகின்ற விஷயங்களைத் தவிர்ப்பது போன்றவற்றை நீங்கள் வெற்றிகரமாகச் செய்கின்றபோது, அவை ஒவ்வொன்றையும் கொண்டாடுங்கள். இந்தச் சிறு வெற்றிகள், உங்களால் கவலையைத் திறமையுடன் கையாள முடியும் என்பதற்கான நிரூபணங்களாகத் திகழும். கவலை உங்களுடைய வாழ்க்கையின் ஆதிக்க சக்தியாகத் திகழ்வது படிப்படியாகக் குறைந்து கொண்டே வரும்.

கவலையை ஒழிப்பதற்குப் பதிலாக அதைக் குறைப்பதற்கு ஓர் இலக்கு நிர்ணயித்துக் கொள்வதன் மூலம், நீங்கள் வாழ்க்கையின் கச்சிதமின்மையை அங்கீகரிக்கிறீர்கள். சாதிக்கப்படக்கூடிய மற்றும் அளவிடப்படக்கூடிய இலக்குகளை நிர்ணயிப்பதற்கு அது உங்களுக்கு அதிகாரமளிக்கும். கவலைப்படுவதற்கான நேரத்தையும், மனத்தில் அதற்காக ஒதுக்கப்படும் இடத்தையும் படிப்படியாகக் குறைத்துக் கொள்வதன் மூலம், நீங்கள் அமைதியான, சமச்சீரானதொரு வாழ்க்கையை நோக்கித் திட்டவட்டமாக அடியெடுத்து வைக்கிறீர்கள். அதனால், நீங்கள் நடைமுறைச் சாத்தியமுள்ள இலக்குகளை நிர்ணயித்துக் கொண்டு உங்களுடைய முன்னேற்றத்தைக் கண்காணியுங்கள். அதன் மூலம் கிடைக்கின்ற அமைதியை இரசித்து அனுபவியுங்கள்.

22

சடங்குகளில் நிவாரணத்தைத் தேடுங்கள்

நம்முடைய அன்றாட நடைமுறைகளில் ஒரு சடங்குரீதியான வழமையை ஏற்படுத்திக் கொள்வது பதற்றத்தைக் குறைப்பதில் மிக முக்கியமான பங்கு வகிக்கிறது என்று டெல் அவீவ் பல்கலைக்கழகத்தைச் சேர்ந்த ஆய்வாளர்கள் கண்டுபிடித்துள்ளனர்.

மேலோட்டமாகப் பார்த்தால், இந்தக் கருத்து முரண்பட்ட ஒன்றாகத் தோன்றலாம். மிகச் சாதாரணமான அன்றாட நடைமுறைகளை ஏற்படுத்திக் கொள்வது பதற்றக் குறைப்பிற்கு எப்படி இட்டுச் செல்லும்? அனைத்தும் திட்டவட்டமானதாகவும் முன்கூட்டியே ஊகிக்கத்தக்கதாகவும் இருக்க வேண்டும் என்ற அடிப்படைத் தேவை மனிதனுக்கு இருக்கிறது. அதற்கு இது தீனி போடுகிறது. நம்முடைய வாழ்க்கை ஓர் ஒழுங்குமுறையுடனும் ஊகிக்கப்படக்கூடியதாகவும் இருக்கிறது என்ற உணர்வு நம்மிடம் மேலோங்கி இருக்கின்றபோது, நாம் நன்றாகத் தழைக்கிறோம்.

இந்த விதத்தில் பார்க்கின்றபோது, நாம் எதற்காக ஏங்கிக் கொண்டிருக்கிறோமோ அதற்குத் தேவையான முக்கியக் கட்டமைப்பைச் சடங்குரீதியான வழமைச் செயல்பாடுகள் வழங்குகின்றன என்பதை நம்மால் புரிந்து கொள்ள முடியும். பொதுவாக நம்முடைய பதற்றத்திற்குத் தீனி போடுகின்ற ஊகிக்கப்பட முடியாத

தன்மை மற்றும் தெளிவின்மையைக் குறைக்கின்ற வழிகாட்டி விளக்குகளாக அவை திகழ்கின்றன. இது தொடர்பான இரண்டு உத்திகளை நாம் அடுத்துப் பார்க்கலாம்.

பதற்றக் குறைப்பும் நிலைத்திருக்கின்ற வழமையும்

நிலைத்திருக்கின்ற வழமையை உங்களுடைய அன்றாட வாழ்க்கையில் உருவாக்கிக் கொள்ளுதல் உங்களுக்கு மிகவும் பயனளிக்கும். இந்த வழமைகள் உங்களுடைய வாழ்க்கையின் பல்வேறு அம்சங்களில் அமைதியைக் கொண்டுவரும். ஒரு குறிப்பிட்ட நேரத்தில் தூங்கி ஒரு குறிப்பிட்ட நேரத்தில் எழுதல், ஒரு குறிப்பிட்ட நேரத்தில் உணவருந்துதல், ஒரு குறிப்பிட்ட நேரத்தில் உடற்பயிற்சி செய்தல், ஒரு குறிப்பிட்ட நேரத்தில் பொழுதுபோக்கு நடவடிக்கைகளை மேற்கொள்ளுதல் போன்றவை இதற்கான எடுத்துக்காட்டுகள்.

ஒரு நாளில் எந்த நேரத்தில் எதைச் செய்ய வேண்டும் என்ற திட்டம் ஏதுமின்றி நீங்கள் செயல்படுவதாகக் கற்பனை செய்து கொள்ளுங்கள். ஒவ்வொரு நாளும் நீங்கள் வெவ்வேறு நேரத்தில் தூங்கி எழுகிறீர்கள்; எழுந்த பிறகு என்ன செய்ய வேண்டும் என்பது குறித்துத் திட்டம் எதுவும் உங்களிடம் இல்லை. இது உங்களிடம் பதற்றத்தை உருவாக்கும். இப்போது இதற்கு நேர்மாறான ஒன்றைக் கற்பனை செய்யுங்கள்: தினமும் காலையில் ஒரு குறிப்பிட்ட நேரத்தில் நீங்கள் எழுகிறீர்கள். எழுந்தவுடன் என்னென்ன செய்ய வேண்டும் என்பது குறித்து உங்களிடம் ஒரு திட்டம் இருக்கிறது.

எடுத்துக்காட்டாக, நீங்கள் காலையில் எழுந்தவுடன் காபி அருந்துகிறீர்கள் அல்லது கை-கால்களை நீட்டி மடக்கி உடற்பயிற்சி செய்கிறீர்கள். இந்த வழமை விரைவில் நம்பத்தகுந்த ஒரு நங்கூரமாக மாறிவிடுகிறது. இதை நீங்கள் செய்கின்றபோது, நீங்கள் உங்களுடைய மூளைக்கு, விஷயங்கள் திட்டமிட்டபடி நடந்து கொண்டிருக்கின்றன என்ற தகவலை அனுப்புகிறீர்கள். அது உங்களுக்கு ஒருவிதமான கட்டுப்பாட்டு உணர்வை

அளிக்கிறது. காலப்போக்கில், இந்த எளிய காலைச் சடங்குரீதியான வழமை உங்களுடைய காலைநேரப் பதற்றத்தைக் கணிசமாகக் குறைக்கும்; அன்றைய தினத்திற்கான ஒரு நேர்மறையான தொனியை உருவாக்கும்.

மதிய உணவிற்கும் இது போன்ற ஒரு வழமையை ஏற்படுத்திக் கொள்வது ஆற்றல்மிக்கத் தாக்கம் ஏற்படுத்தும். பரபரப்பான இன்றைய வாழ்க்கைச் சூழலில் பொதுவாக மக்கள் சரியான நேரத்திற்கு உண்பதில்லை. பல நேரங்களில் அவர்கள் அதைத் தவிர்த்துவிடுகின்றனர். இதுபோன்ற தாறுமாறான உண்ணுகின்ற பழக்கம் உடல்ரீதியான மற்றும் உணர்ச்சிரீதியான அழுத்தத்தை உண்டாக்கும். உண்பதற்கு நேரம் ஒதுக்கி அதைத் தொடர்ச்சியாகக் கடைபிடித்து வருகின்றபோது, நீங்கள் ஒழுங்குமுறையான, செழிப்பான அனுபவம் ஒன்றை உருவாக்குகிறீர்கள். நீங்கள் தினந்தோறும் ஒரு குறிப்பிட்ட நேரத்தில், ஒரு குறிப்பிட்ட இடத்தில் அமர்ந்து, கவனச்சிதறல்கள் ஏதுமின்றி உங்களுடைய உணவை இரசித்து உண்பதாகக் கற்பனை செய்யுங்கள். இது ஆரோக்கியமான உணவுப்பழக்கத்தை உருவாக்குவதோடு, உங்களுடைய பதற்றத்தையும் கணிசமாகக் குறைக்கும்.

உங்களுடைய பதற்றத்தைக் குறைப்பதில், தினந்தோறும் ஒரு குறிப்பிட்ட நேரத்தில் உடற்பயிற்சி மேற்கொள்வதும் குறிப்பிடத்தக்கத் தாக்கம் ஏற்படுத்தும். நீங்கள் விட்டு விட்டு உடற்பயிற்சி செய்வது உங்களுக்கு விரக்தியையும் உங்களிடம் குற்றவுணர்வையும் தோற்றுவிக்கும். நீங்கள் தினந்தோறும் காலையில் அல்லது மாலையில் ஒரு குறிப்பிட்ட நேரத்தில் மெதுவோட்டம், யோகா, அல்லது பளுதூக்குதல் போன்ற ஏதாவது ஓர் உடற்பயிற்சியைச் செய்து வருகின்றபோது, நீங்கள் உங்களுடைய வாழ்க்கைக்குள் ஓர் ஒழுங்கையும் கட்டுப்பாட்டையும் கொண்டுவருகிறீர்கள். நீங்கள் எப்போது, எப்படி உடற்பயிற்சியை மேற்கொள்வீர்கள் என்பது குறித்து முன்பே அறிந்திருத்தல் உங்களுடைய பதற்றத்தைக் குறைக்கும், உங்களை ஊக்குவிக்கும்,

உங்களுடைய ஆரோக்கியத்தை மேம்படுத்தும்.

பொழுதுபோக்கு நடவடிக்கைகளை வழமைப்படுத்துவதுகூட நற்பயன்களை அளிக்கும். ஆசுவாசமளிக்கின்ற பொழுதுபோக்கு நடவடிக்கைகளுக்குத் தினமும் ஒரு குறிப்பிட்ட நேரத்தை ஒதுக்குவது உங்களுக்குப் புத்துணர்ச்சியளிக்கும். புத்தகங்களைப் படித்தல், ஓவியம் வரைதல், ஏதாவது ஓர் இசைக்கருவியை வாசித்தல் போன்றவை இதற்கான சில எடுத்துக்காட்டுகள். இவை உங்களுடைய பதற்றத்தை குறைத்து, உங்களுக்கு அமைதியைக் கொடுக்கும்.

உங்களுடைய அன்றாட வாழ்க்கையில் விஷயங்கள் ஓர் ஒழுங்குமுறையுடன் இயங்குவதை உறுதி செய்து கொள்வது உங்களுடைய பதற்றத்தைக் கணிசமாகக் குறைக்கும். காலையில் எழுதல், இரவில் படுக்கைக்குச் செல்லுதல், உணவு உண்ணுதல், உடற்பயிற்சி செய்தல், பொழுதுபோக்கு நடவடிக்கைகளில் ஈடுபடுதல் போன்றவற்றைக் குறிப்பிட்டக் நேரங்களில் செய்து வருதல் வாழ்க்கைமீது உங்களுக்கு ஒருவிதமான கட்டுப்பாட்டு உணர்வைக் கொடுக்கும். அவசர கதியில் இயங்கிக் கொண்டிருக்கின்ற இந்த நவீன உலகில் உங்களுடைய வாழ்க்கையில் நீங்கள் ஏற்படுத்திக் கொள்கின்ற இத்தகைய வழமைகள், நீங்கள் அன்றாட வாழ்க்கையை இலகுவாகவும் மன அமைதியுடனும் நடத்திச் செல்ல உதவும்.

ஒரே காரியத்தை மீண்டும் மீண்டும் செய்வதில் அமைதியைப் பெறுதல்

அமைதியைப் பெறுவதற்கான மற்றொரு வழி ஒரு காரியத்தை மீண்டும் மீண்டும் செய்தலாகும். மீண்டும் மீண்டும் செய்யப்படுகின்ற நடவடிக்கைகளில் இறங்குவது உங்களுக்கு அமைதியைக் கொடுக்கும். அத்துடன், நீங்கள் நிகழ்கணத்தில் இலயிக்கவும் அளவுக்கதிகமான சிந்தனையில் மூழ்காதிருக்கவும் அது உங்களுக்கு உதவும்.

மீண்டும் மீண்டும் செய்தல் நம் வாழ்க்கையில் பல வடிவங்களில் நிகழ்கின்றன. அவற்றில் சில

நாம் அன்றாடம் மேற்கொள்கின்ற நடவடிக்கைகள்; வேறு சில பொழுதுபோக்கு நடவடிக்கைகள். ஒரு நடவடிக்கை உண்டாக்குகின்ற தாள லயம் மற்றும் பரிச்சயத்தன்மையில் சௌகரியம் அடைவதுதான் இதன் சாராம்சம். நீங்கள் மீண்டும் மீண்டும் செய்யப்படுகின்ற நடவடிக்கைகளில் ஈடுபடுகின்றபோது, உங்களுடைய மனம் நிகழ்கால மற்றும் வருங்காலக் கவலைகளில் அதிகமாக ஈடுபடாது. நீங்கள் நிகழ்கணத்தில் இலயித்து அந்த நடவடிக்கைகளை இரசித்து அனுபவித்துச் செய்வீர்கள்.

எடுத்துக்காட்டாக, பின்னுதலை எடுத்துக் கொள்ளலாம். மீண்டும் மீண்டும் செய்வதில் சௌகரியத்தைப் பெறுகின்ற நடவடிக்கைகளில் பின்னுதலும் ஒன்று. ஊசியின் தாளகதி, அது ஏற்படுத்துகின்ற சீரான ஓசை, உடை மெதுவாக உருவாகின்ற நேர்த்தி ஆகியவை உங்களுக்கு ஒருவிதமான தியான உணர்வைக் கொடுக்கும். நீங்கள் அதில் அப்படியே ஆழ்ந்து மூழ்கிவிடுவீர்கள். அங்கு அதீதச் சிந்தனைக்கோ அல்லது கவலைக்கோ இடமிருக்காது.

மீண்டும் மீண்டும் செய்யப்படுகின்ற சமைத்தல், தோட்ட வேலை போன்றவற்றிலும்கூட உங்களால் சௌகரிய உணர்வைப் பெற முடியும். இவற்றில், அடுத்தடுத்து மீண்டும் மீண்டும் செய்யப்பட வேண்டியிருக்கின்ற பல வேலைகள் அடங்கியிருக்கும். காய்கறிகளை வெட்டுதல், தோட்டப் பயிர்களைப் பேணுதல் போன்றவை உங்களுடைய புலன்களுக்கு விருந்தளிக்கவல்லவை. அவை உங்களுடைய பதற்றத்தை வெகுவாகக் குறைக்கும்.

23

மன அழுத்தத்திற்கு ஆளான இரண்டு பேர் சேர்ந்தால் அங்கு மன அழுத்தம் குறையும்

இப்படி உங்களுக்கு நிகழ்ந்திருக்கிறதா? நீங்கள் ஒரு முக்கியமான விளக்கவுரை அளிக்கவிருக்கிறீர்கள். உங்களுடைய இதயம் படபடவெனத் துடிக்கிறது, உங்களுடைய உள்ளங்கைகள் வியர்த்துக் கொட்டுகின்றன, உங்களுடைய மனம் பதற்றச் சிந்தனையால் நிரம்பி வழிகிறது. உலகத்தின் மொத்த பாரமும் உங்களுடைய தோளின்மீது அழுத்திக் கொண்டிருப்பதாக நீங்கள் உணர்கிறீர்கள். அதனால் நீங்கள் பெரும் மன அழுத்தத்திற்கு ஆளாகிறீர்கள்.

தெற்குக் கலிபோர்னியா பல்கலைக்கழகத்தைச் சேர்ந்த ஆய்வாளரான சாரா டவுன்செென்ட், இதுபோன்ற உயர் அழுத்தக் கணங்கள் சாதாரணமானவை என்று கூறுகிறார். அக்கணத்தில் நீங்கள் தனியாக உங்களுடைய அரக்கர்களை எதிர்த்துப் போரிட்டுக் கொண்டிருப்பதுபோலத் தோன்றும். ஆனால், பதற்றத்தையும் அழுத்தத்தையும் அனைவரும் அனுபவிக்கின்றனர் என்பதே உண்மை. இதை மனத்தில் பதிய வைத்துக் கொள்வது அதைச் சகித்துக் கொள்வதை எளிதாக்கும்.

அழுத்தமிக்கச் சூழல்களில் மக்கள் எப்படித் தங்களுடைய உணர்ச்சிகளைக் கையாள்கின்றனர் என்பது குறித்து சாரா ஆராய்ந்தார். இதற்காக அவர் ஐம்பத்திரண்டு கல்லூரி மாணவிகளிடம் பேட்டி எடுத்தார். அந்தப் பெண்கள், தாங்கள் முக்கியமான சொற்பொழிவுகளை நிகழ்த்துவதற்கு முன்பாக எத்தகைய உணர்ச்சிகளை அனுபவித்தோம் என்பதை சாராவிடம் தெரிவித்தனர். அவருடைய ஆய்வின் முடிவுகள், மன அழுத்தத்தை எப்படிக் கையாள வேண்டும் என்பது குறித்தப் பல முக்கியமான அம்சங்களை உள்ளடக்கியிருந்தன.

உங்களை ஒத்த உணர்வுகளைக் கொண்டிருக்கின்ற நபர்களுடன் நீங்கள் உங்களுடைய உணர்வுகளைப் பற்றிப் பேசினால், உங்களுடைய மன அழுத்தம் குறையும் என்று சாரா தெரிவிக்கிறார். நீங்கள் இருவரும் கொந்தளிப்பான ஒரு கடலில், ஒரு படகில் இருப்பதாகக் கற்பனை செய்து கொள்ளுங்கள். அந்தச் சூழல் எவ்வளவு பயங்கரமாக இருக்கிறது என்று நீங்கள் இருவரும் ஒருவருக்கொருவர் பேசிக் கொள்கின்றபோது, நீங்கள் அந்தச் சூழலில் தனியாக இல்லை என்ற உணர்வு உங்களுக்கு ஏற்படும். நீங்கள் இருவரும் சேர்ந்து அந்தப் படகைச் செலுத்திக் கொண்டிருக்கிறீர்கள். இந்தக் கண்ணோட்டம் மன அழுத்தத்தைக் குறைக்கும்.

உணர்ச்சிசார் ஆதரவைப் பெறுதல்

உங்களுக்கு மன அழுத்தம் ஏற்படுத்திக் கொண்டிருக்கின்ற ஒரு விஷயம் உங்களைத் திக்குமுக்காட வைக்கின்ற அளவுக்குத் தீவிரமாக இருந்தால், அதேபோன்ற உணர்வு கொண்டுள்ள நண்பர்கள், சகாக்கள் போன்றோரிடம் உணர்ச்சிசார் ஆதரவைப் பெறுவது ஒரு நல்ல உத்தியாகும். உங்களுக்கு இடையே ஒத்த உணர்வும் தோழமையும் ஏற்படும் என்பதால், அது உங்களுடைய மன அழுத்தத்திற்கு ஆறுதலாக அமையும்.

இப்படிக் கற்பனை செய்யுங்கள். உங்களுடைய நிறுவனம் முக்கியமான வாடிக்கையாளர் ஒருவருக்கு

விளக்கவுரை ஒன்றை அளிக்கவிருக்கிறது. அதைத் தயாரித்து அரங்கேற்றும் பணி ஒப்படைக்கப்பட்டுள்ள குழுவில் நீங்களும் ஓர் உறுப்பினர். அதை அளிக்கவிருக்கின்ற நாள் நெருங்க நெருங்க உங்களுடைய பதற்றம் மேலும் மேலும் அதிகரித்துக் கொண்டே போகிறது. இதேபோன்ற நிகழ்வு ஒன்றில் கலந்து கொண்டிருந்த உங்களுடைய சகா ஒருவரின் உதவியை நாட நீங்கள் தீர்மானிக்கிறீர்கள். நீங்கள் உங்களுடைய கவலையை அவருடன் பகிர்ந்து கொள்கிறீர்கள். வியக்கத்தக்க விதமாக அவர் உங்களைப் புரிந்து கொள்கிறார். தன்னுடைய சொந்த அனுபவத்தை அவர் உங்களுடன் பகிர்ந்து கொள்கிறார்.

இப்படி நீங்கள் உங்களுடைய உணர்வுகளை மற்றொரு நபருடன் பகிர்ந்து கொள்கின்றபோது, அந்த நபர் உங்களுடைய குமுறல்களைப் பொறுமையாகக் கேட்பது உங்களுக்கு ஆறுதலளிப்பதோடு, இதேபோன்ற சூழல்களை எதிர்கொண்டிருந்த நபர்கள் அவற்றை வெற்றிகரமாகக் கடந்துள்ளனர் என்ற செய்தி உங்களுக்கு ஊக்கமூட்டுவதாகவும் அமையும். இதன் மூலம் உங்களுடைய தனிமையுணர்வு மறைந்துவிடும். நீங்கள் இருவரும் சேர்ந்து, உங்களுடைய விளக்கவுரையை வெற்றிகரமாக நிகழ்த்துவதற்கு உதவுகின்ற ஒத்திகை பார்த்தல், நேர நிர்வாகம், ஆசுவாசப்படுத்திக் கொள்ளுதல் போன்றவை தொடர்பான உத்திகளையும் வகுக்கக்கூடும்.

விவாகரத்து, வன்முறை போன்றவற்றைத் தனியாக எதிர்கொள்கின்ற தனிநபர்களோடு ஒப்பிடுகையில், வெள்ளம், நில அதிர்ச்சி போன்ற பேரழிவுகளைக் கூட்டாக எதிர்கொள்கின்ற மக்களின் மன அதிர்ச்சி குறைவாக இருப்பதற்கு இதுதான் காரணம். கூட்டாகப் பகிர்ந்து கொள்ளப்படுகின்ற அனுபவங்கள் மக்களுக்கு மன வலிமை அளிக்கின்றன.

காதுகொடுத்துக் கேட்டல் உணர்ச்சிசார் தொடர்பை உறுதிப்படுத்துகிறது

பிறர் தங்களுடைய உணர்ச்சிகளை உங்களிடம் கொட்டுகின்றபோது, நீங்கள் அதை முழுமையாகக் காது கொடுத்துக் கேட்கின்ற பழக்கத்தை உருவாக்கிக் கொள்வது உங்களுக்குச் சிறப்பாகப் பலனளிக்கும். வெறுமனே கேட்டுக் கொண்டிருப்பது அல்ல இது. அவர்களுடைய உணர்ச்சிகளைப் புரிந்து கொள்வதைப் பற்றியது இது. அவர்களுடைய நிலையில் உங்களை இருத்திப் பார்ப்பது இது. அப்போது நீங்கள் அவர்களை எடை போடாமல் குறுக்கீடுகள் இன்றிக் காது கொடுத்துக் கேட்பது இன்றியமையாதது. அப்படிச் செய்வதன் மூலம், நீங்கள் அவர்களுடைய உணர்ச்சிகளை அங்கீகரிக்கிறீர்கள். அதோடு, அவர்கள் தங்களுடைய உணர்ச்சிகளுக்குள் இன்னும் ஆழமாக மூழ்க நீங்கள் அவர்களுக்கு வாய்ப்பளிக்கிறீர்கள். இது நீங்கள் இருவரும் பரஸ்பரம் நம்பிக்கை கொள்வதற்கும், புரிந்துணர்வு கொள்வதற்கும் வழிவகுக்கும். அச்சமயத்தில் உங்களுக்கு உங்களுடைய கவலை மறந்து போயிருக்கும்.

இப்படிக் கற்பனை செய்யுங்கள். உங்களுடைய நெருங்கிய நண்பர் உங்களிடம் தன்னுடைய சமீபத்திய ஒரு பணித்திட்டத்தில் தான் சந்தித்துக் கொண்டிருக்கும் பிரச்சனைகளைப் பற்றிப் பகிர்ந்து கொள்கிறார். அந்தச் சவாலான திட்டம் குறித்து அவர் விரிவாகப் பேசுகிறார். அவருடைய பேச்சில் குறுக்கிட்டு, உடனடியாக அவருடைய பிரச்சனைக்குத் தீர்வு வழங்குவதற்கு உங்களிடம் தோன்றுகின்ற சபலத்தை அடக்கிக் கொள்ளுங்கள். மாறாக, அவர் கூறுவதை முழுமையாகக் காது கொடுத்துக் கேளுங்கள்.

அவர் பேசுகின்றபோது, நீங்கள் அவருடைய கண்களை நேருக்கு நேர் பார்த்தபடி அவர் கூறுவதைக் கேளுங்கள். அவர் கூறுவதில் நீங்கள் ஈடுபாடு காட்டுகிறீர்கள் என்பதை அது வெளிப்படுத்தும். உங்களுடைய சொந்தக் கதையை அவரிடம் பகிர்ந்து

கொள்ளாதீர்கள். “அதைப் பற்றி மேலும் சொல்,” அல்லது, “அதைப் பற்றி நீ எவ்வாறு உணர்கிறாய்?” என்பது போன்ற கேள்விகளை அவரிடம் கேளுங்கள். நீங்கள் அவர்மீது காட்டுகின்ற உண்மையான அக்கறை, அவர் இன்னும் ஆழமாகத் தன்னுடைய உணர்வுகளை உங்களிடம் பகிர்ந்து கொள்ள அவரைத் தூண்டும்.

அப்படி நீங்கள் தொடர்ந்து அவர் பேசுவதைக் காது கொடுத்துக் கேட்கின்றபோது, அவருடைய உணர்வுகளை உங்களால் உண்மையுடன் புரிந்து கொள்ள முடியும். அவருடைய கவலைகளும் மன அழுத்தங்களும் நியாயமானவை என்பதை நீங்கள் வெளிப்படுத்துவீர்கள். உங்களுடைய உரையாடலின் முடிவில், தான் பேசுவதை ஒருவர் புரிந்துணர்வுடன் காதுகொடுத்துக் கேட்டுள்ளார் என்ற திருப்தி உங்கள் நண்பருக்குக் கிடைக்கும். அதோடு, அந்தப் பகிர்ந்து கொள்ளுதல் காரணமாக அவருடைய பதற்றமும் குறைந்திருக்கும். இதில் ஒரு சிறப்பு என்னவென்றால், உங்களுடைய பதற்றமும் குறைந்திருக்கும்.

எண்ணற்றக் கவனச்சிதறல் வாய்ப்புகளால் நிரம்பியுள்ள, அவசர கதியில் இயங்கிக் கொண்டிருக்கின்ற இந்த உலகில், காதுகொடுத்துக் கேட்டல் என்பது பதற்றம் மற்றும் அதீதச் சிந்தனைக்கு எதிரான ஒரு சக்திமிக்க மருந்தாகும். முழுமையான ஈடுபாடு, புரிந்துணர்வு மற்றும் பிறர் நிலையில் தன்னை வைத்துப் பார்க்கின்ற பாங்கு ஆகியவற்றின் மூலம் நம்மால் பிறருக்கு ஆறுதல் தர முடிவதோடு, நம்முடைய பதற்றத்தையும் நம்மால் குறைத்துக் கொள்ள முடியும்.

24

‘ஆமாம், அதற்கென்ன அர்த்தம்?’

உளவியல் சிகிச்சையில் சாக்ரடீஸ் பாணியிலான கேள்விகளைக் கேட்டல் ஒரு முக்கியமான பாத்திரம் வகிப்பதாக ஓஹையோ அரசுப் பல்கலைக்கழக ஆய்வாளரான லிசா விட்டோரியோ கண்டறிந்துள்ளார். இது மனச்சோர்வுச் சிகிச்சைக்கு ஒரு நல்ல மருந்தாக அமைவதாக அவர் தெரிவித்தார். மனநல சிகிச்சைக்குச் சென்று கொண்டிருந்த 123 நோயாளிகளிடம் லிசா இந்த ஆய்வை நடத்தினார்.

லிசா கண்டறிந்த விஷயம் இதுதான்: மக்களிடம் ஆழமாகப் பதிந்துள்ள எண்ணப் போக்குகளை மாற்றுவதற்கு சாக்ரடீஸ் பாணியிலான கேள்விகள் வெகுவாக உதவுகின்றன. விவாதத்தை முன்னெடுப்பதற்காக அறியாமையின் அடிப்படையில் அமைந்துள்ள கேள்விகளைக் கேட்பது சாக்ரடீஸ் பாணியாகும். மறைந்துள்ள அனுமானங்களை வெளியே கொண்டுவருவதுதான் அதன் நோக்கம். நாம் உண்மை என்று நம்பி, சரியாக ஆய்வுக்கு உட்படுத்தியிராத விஷயங்கள் குறித்து இந்த முறை கேள்விகளை எழுப்புகிறது. அதில் முக்கியமான கேள்வி இதுதான்: “அந்த நம்பிக்கைக்கு உங்களிடம் ஏதாவது நிரூபணம் இருக்கிறதா?”

நம்முடைய அனுமானங்களைக் கேள்விக்கு

உட்படுத்துவதன் மூலம் நம்முடைய அடிப்படை நம்பிக்கைகளை வெளியே கொண்டுவர சாக்ரடீஸின் கேள்விகள் உதவும். நாம் மீண்டும் மீண்டும், “அதற்கென்ன பொருள்?” என்று கேட்பதன் மூலம், நம்முடைய வாழ்க்கையின்மீது ஆதிக்கம் செலுத்திக் கொண்டிருக்கின்ற எண்ணவோட்டங்களை நம்மால் அறிந்து கொள்ள முடியும். எடுத்துக்காட்டாக:

> என் புதிய தொழிலை நான் சொதப்பப் போகிறேன்.

நீங்கள் சொதப்பினால், அதற்கு என்ன அர்த்தமாகும்?

> இதிலிருந்து எனக்கு இலாபம் எதுவும் கிடைக்காது. நான் இதில் கொட்டியிருக்கின்ற என் சேமிப்பு முழுவதும் மாயமாகிவிடும்.

அதனால் என்னவாகும்?

> நான் திவாலாகிவிடுவேன்.

அதில் என்ன மோசமான விஷயம் இருக்கிறது?

> நான் ஒரு தோல்வியாளன் என்று எல்லோரும் கருதுவர்.

அப்படி அவர்கள் நினைப்பதால் என்னவாகிவிடும்?

> நான் ஒரு மோசமான நபர் என்று அதற்குப் பொருளாகிவிடும்.

இங்கு நாம் சாக்ரடீஸ் பாணியிலான கேள்விகள் சிலவற்றைக்கேட்டதன் மூலம், அந்த நபரிடம் மறைந்துள்ள ஆழமான பயத்தை வெளியே கொண்டுவந்துவிட்டோம். “என் தொழில் தோற்றுவிட்டால், நான் ஒரு மோசமான நபராகக் கருதப்படுவேன்,” என்பதுதான் அது.

இத்துடன் நிற்காமல் மேலும் சில கேள்விகளை நாம் கேட்கலாம். எடுத்துக்காட்டாக, “உங்களிடம் அந்த நம்பிக்கைக்கான ஆதாரம் ஏதேனும் இருக்கிறதா? அது

உண்மையா?” என்று நாம் கேட்கலாம்.

எதிர்மறை எண்ணவோட்டங்களைக் கேள்விக்கு உட்படுத்துதல்

இந்தச் சூழலைக் கற்பனை செய்யுங்கள். அன்று அலுவலகத்தில் உங்களுக்கு ஒரு கடினமான நாள். வீட்டுக்குச் செல்கின்ற வழியில் உங்களுடைய கார் போக்குவரத்து நெரிசலில் மாட்டிக் கொண்டுள்ளது. நீங்கள் கடும் விரக்தியில் இருக்கிறீர்கள். “போக்குவரத்து நெருக்கடியில் இப்படி மாட்டிக் கொள்வது எனக்கு மட்டுமே நிகழ்கிறது,” அல்லது, “என் மேலதிகாரி என்னைக் குறி வைத்துள்ளார் என்றுதான் தோன்றுகிறது,” என்பது போன்ற எதிர்மறை எண்ணங்கள் உங்களுக்குள் பீறிட்டு எழுகின்றன. அந்த எண்ணச் சுழலுக்குள் சிக்கிக் கொள்வதற்குப் பதிலாக, சாக்ரடீஸ் பாணியிலான கேள்வி கேட்டல் உத்தியை நீங்கள் பயன்படுத்தலாம்.

எதிர்மறை எண்ணங்கள் உங்களிடம் தோன்றிய உடனேயே, தற்காலிகமாக அவற்றுக்குத் தடை விதியுங்கள். அவை தாறுமாறாகச் செல்வதற்கு அனுமதிக்காதீர்கள். “இந்த எண்ணத்திற்கு என்னிடம் எந்த நிரூபணம் இருக்கிறது?” என்று உங்களிடம் கேளுங்கள். மேலே குறிப்பிடப்பட்டுள்ள போக்குவரத்துச் சூழலைப் பொறுத்தவரை, நீங்கள் எல்லா நாட்களிலும் அப்படிப் போக்குவரத்து நெரிசலில் மாட்டிக் கொள்வதில்லை, சில நாட்களில் மட்டுமே அப்படி நிகழ்கிறது என்பதே உண்மை. உங்களுடைய மேலதிகாரியின் விஷயத்தைப் பொறுத்தவரை, உங்களுடைய சந்தேகத்தை உறுதி செய்வதற்கு எந்தவிதமான ஆதாரங்களும் இல்லை.

இன்னும் ஆழமாகத் தோண்டுங்கள். “இதற்கு மாற்று விளக்கங்கள் இருப்பதற்கான சாத்தியக்கூறுகள் இருக்கின்றனவா?” என்று கேளுங்கள். அந்தப் போக்குவரத்து நெரிசல் ஏதாவது விபத்தின் காரணமாக ஏற்பட்டிருக்கலாம். உங்களுடைய மேலதிகாரியின் விஷயத்தில், அவருக்கு அன்று ஏதாவது மன உளைச்சல் ஏற்பட்டிருந்திருக்கலாம். மாற்று விளக்கங்களைத்

தேடுகின்றபோது எதிர்மறை எண்ணங்கள் வலுவிழக்கும்.

இங்கேதான் நீங்கள் உங்களுடைய உள்ளார்ந்த ஷெர்லாக் ஹோம்ஸை முடுக்கிவிட வேண்டும். "இந்தச் சூழல் குறித்து ஒரு நெருங்கிய நண்பர் என்ன சொல்வார்?" என்று உங்களிடம் கேளுங்கள். உங்களுடைய நண்பர் இது போன்றதொரு சூழலில் மாட்டிக் கொண்டிருந்தால், நீங்கள் அவருக்கு எத்தகைய அறிவுரையை வழங்குவீர்கள் என்று யோசித்துப் பாருங்கள். மற்றவர்கள் என்று வரும்போது நீங்கள் பரிவுடனும் கனிவுடனும் நடந்து கொள்வதற்கு அதிக வாய்ப்பு இருக்கிறது. இந்தக் கண்ணோட்டத்தோடு நீங்கள் உங்கள் விஷயத்தைப் பார்க்கின்றபோது, உங்களுடைய சொந்த எண்ணங்கள் மற்றும் உணர்ச்சிகள் குறித்து உங்களுக்குக் கூடுதல் உள்நோக்குக் கிடைக்கும்.

இப்படிக் கேள்விகள் கேட்கின்ற உத்தியை நீங்கள் கையாள்கின்றபோது, நீங்கள் உங்களுடைய சொந்த மனநலச் சிகிச்சையாளராக ஆகிவிடுகிறீர்கள். உங்களுடைய எதிர்மறை எண்ணப் போக்குகளை நீங்கள் கேள்விக்கு உட்படுத்துகிறீர்கள். உருவத்தைத் திரித்துக் காட்டும் கண்ணாடிக்குப் பதிலாகத் துல்லியமான கண்ணாடியைப் பயன்படுத்துவதற்கு ஒப்பானது இது. இதை நீங்கள் தொடர்ந்து கடைபிடிக்கின்றபோது, காலப்போக்கில், நீங்கள் போக்குவரத்தில் மாட்டிக் கொண்டிருந்தாலும் சரி, அலுவலகப் பிரச்சனையைக் கையாண்டு கொண்டிருந்தாலும் சரி, உங்களிடம் நேர்மறையான, சமச்சீரான ஒரு மனநிலை உருவெடுக்கும்.

25

நீங்கள் அவற்றிலிருந்து உங்களை விடுவித்துக் கொள்ள வேண்டும்

இந்த டிஜிட்டல் யுகத்தில் உங்களுடைய வாழ்க்கை, அளவுக்கதிகமான ஆடைகளால் திணித்து அடைத்து வைக்கப்பட்டுள்ள ஓர் அலமாரியை ஒத்திருப்பதைப்போல உங்களுக்குத் தோன்றுகிறதா? நாம் தொடர்ந்து பிரம்மாண்டமான அளவில் தகவல்களை சேகரித்து, சேமித்து, அவற்றைக் கையாண்டு வருகிறோம். நம் விரல்நுனியில் கணக்குவழக்கற்றத் தகவல்கள் கொட்டிக் கிடக்கின்றன. ஆனால், கொட்டிக் கிடக்கின்ற இந்த டிஜிட்டல் தகவல்களிலிருந்து நமக்குத் தேவையானவற்றைப் பெற நாம் தடுமாறிக் கொண்டிருக்கிறோம். நமக்குத் தொடர்ச்சியாக கவனச்சிதறல்களை ஏற்படுத்திக் கொண்டிருக்கின்ற தகவல் மலைகளுக்கு நடுவே, நமக்கு அர்த்தமிக்கதாகத் தெரிகின்ற விஷயங்களில் கவனத்தைக் குவிக்க முடியாமல் நாம் தவித்துக் கொண்டிருக்கிறோம். இதுதான் நவீன உலகின் நகைமுரண்: எவ்வளவு அதிகமான தகவல்கள் நமக்குக் கிடைத்துக் கொண்டிருக்கின்றனவோ, அவ்வளவு அதிகமாக நாம் நம்முடனான தொடர்பை இழந்து கொண்டிருக்கிறோம்.

ஜெஃப்ரி லேம்பர்ட் என்ற ஆய்வாளர், ஃபேஸ்புக், டுவிட்டர், இன்ஸ்டாகிராம், டிக் டாக் போன்ற

சமூக ஊடகங்களின் பக்கம் ஒரு வாரம் செல்லாமல் இருப்பதன் விளைவுகளைப் பற்றி ஆராய்ந்தார். அந்த ஆய்வில் 154 பேர் கலந்து கொண்டனர். அவர்களுடைய சராசரி வயது முப்பது. அவருடைய ஆய்வின் முடிவுகள் வியப்பளிப்பவையாக இருந்தன. சமூக ஊடகங்களிலிருந்து ஒரு வாரம் விலகியிருந்தவர்களின் உடல்நலன் மேம்பட்டது, அவர்களுடைய பதற்றமும் மனச்சோர்வும் குறிப்பிடத்தக்க அளவு குறைந்தன. ஒரு வாரத்திற்கே இப்படி என்றால், நீண்டகாலம் அவற்றின் பக்கம் தலைவைத்துப் படுக்காமல் இருப்பவர்களிடம் அது எவ்வளவு பெரிய தாக்கம் ஏற்படுத்தும் என்பதை வெளிப்படையாக விளக்க வேண்டியதில்லை.

சமூக ஊடகங்களிலிருந்து விலகியிருப்பதன் மூலம் மனநலத்தை மேம்படுத்திக் கொள்ளுதல்

நீங்கள் டிஜிட்டல் கவனச்சிதறலுக்கு எதிராக ஒரு நடவடிக்கை மேற்கொள்ள விரும்பினால், உங்களுக்கு அவற்றிலிருந்து எவ்வளவு காலத்திற்கு விலகி இருக்க முடியும் என்பதை நீங்கள் முதலில் தீர்மானிக்க வேண்டும். இந்தத் தீர்மானம் மிகவும் முக்கியமானது. நீங்கள் அவற்றிலிருந்து ஒரு சில நாட்கள் விலகியிருக்கத் தீர்மானிக்கலாம். அல்லது ஒரு வாரம் அல்லது ஒரு மாதம்வரைகூட விலகியிருக்கத் தீர்மானிக்கலாம். நீங்கள் தேர்ந்தெடுக்கின்ற காலம் உங்களால் சாதிக்கப்படக்கூடியது, எதார்த்தமானது என்ற உணர்வு உங்களுக்கு இருக்க வேண்டும், அவ்வளவுதான்.

இங்கு நான் ஓர் உண்மையை உங்களிடம் ஒத்துக் கொண்டாக வேண்டும். ஒரு காலத்தில் நான் சமூக ஊடகங்களின் அடிமையாக இருந்தேன். அதன் காரணமாக அப்போது என்னிடம் எப்போதும் ஒருவிதமான திக்குமுக்காடல் உணர்வு இருந்து கொண்டேயிருந்தது. என் கவனத்தைக் கவர்வதற்காக எப்போதும் பல தகவல்கள் தங்களுக்குள் முண்டியடித்துக் கொண்டிருக்கும். அதிலிருந்து நான் விடுபட வேண்டும் என்ற நினைப்பு எனக்கு இருந்தாலும்,

அதை முழுவதுமாகத் துண்டித்துக் கொள்வது என்பது கற்பனைக்கு அப்பாற்பட்ட ஒரு விஷயமாக இருந்தது. அதனால், நான் ஒரு வார காலம் அதிலிருந்து விலகியிருக்க முடிவு செய்தேன்.

அந்த ஒரு வார காலத்தில் வலுக்கட்டாயமாகச் சமூக ஊடகங்களிலிருந்து விலகி இருப்பதன் அருமையை நான் நன்றாக உணர்ந்து கொண்டேன். தொடக்கத்தில் அது பெரும் சவாலாக இருந்தது. அடிக்கடி என் அலைபேசியை எடுத்துப் பார்ப்பதும், சமூக ஊடகங்களில் மேய்வதும் என் இரத்தத்தில் ஊறிப் போய் இருந்தன. ஆனால், நாட்கள் செல்லச் செல்ல, என் மனநிலை மேம்பட்டதை என்னால் அறிய முடிந்தது. படிப்படியாக, சமூக ஊடகங்களின் இரைச்சல் குறைந்தது. அதன் இடத்தைத் தெளிவும் அமைதியும் எடுத்துக் கொண்டன.

நான் வழக்கமாகச் சமூக ஊடகங்களில் செலவிடுகின்ற நேரத்தை, அர்த்தம் வாய்ந்தவையாக நான் கருதிய விஷயங்களில் செலவழித்தேன். நான் படிக்கத் திட்டமிட்டிருந்த புத்தகங்களை நான் படித்தேன், நான் நேசித்தவர்களுடன் நேரம் செலவிட்டேன். ஏன் புதிய பொழுதுபோக்கு ஒன்றைக்கூடச் சேர்த்துக் கொண்டேன். சமூக ஊடகங்களின் தொந்தரவு இல்லாததால், நான் நிகழ்கணத்தில் முழுமையாக இலயித்தேன். அந்த வாரத்தின் முடிவில், என் மனநலத்தின்மீது என்னுடைய கட்டுப்பாடு அதிகரித்திருந்தது. வருங்காலத்தில் தொழில்நுட்பத்துடன் ஓர் ஆரோக்கியமான உறவை வைத்திருக்கவே நான் விரும்பினேன். தினந்தோறும் அது என்மீது ஏற்படுத்துகின்ற தாக்கம் குறித்து விழிப்புணர்வுடன் இருக்கவும் நான் உறுதி பூண்டேன். அந்த வாரத்தில் என் மனநிலையில் ஏற்பட்டிருந்த மாற்றம் இன்றளவும் என்னோடு இருந்து வருகிறது.

சமூக ஊடகங்களிலிருந்து விலகியிருப்பது, அது எவ்வளவு குறுகிய காலமாக இருந்தாலும்கூட, ஒருவரிடம் பரிபூரண மாற்றத்தை ஏற்படுத்தக்கூடிய ஒன்றாகத் திகழ்கிறது. தகவல் பெருவெள்ளத்தில் நீங்கள் அடித்துச் செல்லப்படாமல் அது

உங்களைக் காப்பாற்றும். அத்துடன், நீங்கள் உங்கள் வாழ்க்கையின்மீது முழுக் கட்டுப்பாடு செலுத்தவும், உங்களுடைய விழுமியங்களுடன் மறுதொடர்பை ஏற்படுத்திக் கொள்ளவும், முன்னேறிச் செல்வதற்கு வேறு ஆரோக்கியமான வழிகள் இருக்கின்றனவா என்று ஆராயவும் அது உங்களுக்கு உதவும்.

எதார்த்த உலகுடனான தொடர்பை சுவீகரித்துக் கொள்ளுதல்

சமூக ஊடகங்கள் சிறந்த தொடர்புப் பாலமாக விளங்கினாலும், அதற்கு நேரடி மனிதத் தொடர்பு இழப்பை விலையாகக் கொடுக்க வேண்டியுள்ளது. சமூக ஊடகங்கள் நம்முடைய மனநலத்தின்மீது விளைவிக்கின்ற எதிர்மறைத் தாக்கத்தைக் குறைப்பதற்கு நீங்கள் உங்களைச் சுற்றியுள்ள உலகின்மீது கவனத்தைக் குவிக்க வேண்டும்.

நேருக்கு நேர் சந்தித்து உறவாடுவது சக்திமிக்கது. அதற்கு நல்லதோர் எடுத்துக்காட்டாகத் திகழ்கிறார் என் நண்பர் கேலே. அவர் சமூக ஊடகங்களில் ஆர்வத்துடன் பங்கேற்கின்ற நபர். அவர் எப்போதும் தன் சமூக ஊடகக் கணக்குகளைச் சோதித்துக் கொண்டே இருப்பார். சமூக ஊடகங்களில் தன்னைப் பற்றி ஒரு நல்லவிதமான பிம்பத்தை உருவாக்க அவர் முனைந்து கொண்டிருந்ததால், அது அவருக்குப் பெரும் மன அழுத்தத்தைக் கொடுத்தது. ஆனால், ஒரு கட்டத்தில், தன்னுடைய இடைவிடாத சமூக ஊடகத் தொடர்பு தன் மனநலத்தைப் பாதித்ததை அவர் உணர்ந்தார். அதை மாற்றத் தீர்மானித்த அவர், நேரடித் தொடர்புகளில் ஈடுபடத் தொடங்கினார். தன் உறவினர்கள் மற்றும் நண்பர்களை நேரில் சந்தித்து உரையாடுவதற்கு அவர் முன்னுரிமை கொடுக்கத் தொடங்கினார்.

காலப்போக்கில், தன்னுடைய நேருக்கு நேர் சந்திப்புகள் காரணமாகத் தன்னுடைய பதற்றம் வெகுவாகக் குறைந்திருந்ததோடு, தான் அதீதச் சிந்தனையில் ஈடுபடுவதில்லை என்பதையும் அவர்

கண்டார். தனக்குப் பிடித்தமானவர்களோடு சிரித்துப் பேசி உரையாடிக் கொண்டிருந்தபோது, தான் தன்னுடைய சமூக ஊடகப் பிம்பம் பற்றிப் பெரிதாகக் கவலைப்பட்டுக் கொண்டிருக்கவில்லை என்பதையும் அவர் கண்டார். எதார்த்த உலகில் அவர் ஏற்படுத்திக் கொண்டிருந்த உண்மையான தொடர்புகள் அவருக்கு மனநிறைவளித்தன. அத்தகைய உணர்வை அவர் ஒருபோதும் சமூக ஊடகங்களிலிருந்து பெற்றிருக்கவில்லை.

அதோடு, அவர் பொழுதுபோக்கு நடவடிக்கைகளிலும் ஈடுபடத் தொடங்கினார். நம்மில் பலர் அளவுக்கதிகமாகச் சமூக ஊடகங்களில் நேரத்தைத் தொலைத்துக் கொண்டிருக்கிறோம். அதற்கு பதிலாக, அந்த ஆற்றலை நமக்குப் பிடித்தமான ஏதோ ஒரு விஷயத்தில் செலவழித்தால் என்ன? அது தோட்டக் கலை, ஓவியம், இசை போன்ற எதுவொன்றாகவும் இருக்கலாம். இவை நாம் நிகழ்கணத்தில் இலயிப்பதற்கு நமக்கு வெகுவாக உதவும்.

நம்மைச் சுற்றியிருக்கின்ற டிஜிட்டல் இரைச்சலிலிருந்து தப்பிப்பதற்கு, இயற்கைச் சூழலில் நேரத்தைச் செலவழிப்பது ஒரு நல்ல வழியாகும். நம்முடைய பதற்றத்தைக் குறைப்பதில் இயற்கையால் பெரும் பங்களிப்பை வழங்க முடியும். அது உள்ளூர்ப் பூங்காவில் காலாற நடப்பதாக இருக்கலாம், ஒரு மலைப் பகுதியில் நடைப்பயணம் மேற்கொள்வதாக இருக்கலாம், அல்லது ஓர் அழகான ஏரிக்கரையில் அமைதியாக அமர்ந்திருப்பதாக இருக்கலாம். அது எதுவாக இருந்தாலும், சமூக ஊடகங்களின் தொடர்ச்சியான நச்சரிப்புகளிலிருந்து அது நம்மைக் காப்பாற்றும்.

நேருக்கு நேரான சந்திப்புகளைப் பெருக்கிக் கொள்ளுதல், பொழுதுபோக்கு நடவடிக்கைகளில் ஈடுபடுதல், இயற்கைச் சூழலில் நேரத்தைச் செலவழித்தல் ஆகியவை சமூக ஊடகங்களின் எதிர்மறைத் தாக்கத்திலிருந்து உங்களைப் பாதுகாக்கும், நீங்கள் நிகழ்கணத்தில் இலயிக்க உங்களுக்கு உதவும். இவை உங்களுடைய பதற்றத்தைக் குறைத்து உண்மையான தொடர்புகள், அமைதி போன்றவற்றை உருவாக்கும்.

26

உண்மையான புள்ளிவிபரங்களோடு ஒட்ட ஒழுகுங்கள்

“ஒருபோதும் மிகைப்படுத்தாதீர்கள். மிகைப்படுத்தல்களைத் தவிர்ப்பது மிகவும் இன்றியமையாதது. அதன் மூலம், உண்மை அவமதிக்கப்படுவதும், மலிவான எடைபோடுதல்களும் தவிர்க்கப்படும்.”

– பால்டாசர் கிரேசியன்

அச்சுறுத்தல்களிலிருந்து தப்பிப்பதற்குப் பரிணாமரீதியாக மனிதனுக்குச் சில உடலியல் தொடர்பான அம்சங்கள் உருவாயின. புலிகளிடமிருந்து ஓடுவதற்கு அது அவனுக்கு உதவியது. நவீன மனிதன் மொழியை ஒரு கருவியாக உருவாக்கிக் கொண்டான். வார்த்தைகளால் நம்மிடம் உணர்ச்சிரீதியான மற்றும் உடல்ரீதியான வினைகளைத் தூண்ட முடியும். ஒரு புலியின் அச்சுறுத்தலைப் பற்றிப் படிக்கும்போது, அவனுடைய முன்னோர்கள் உண்மையான புலியை எதிர்கொண்டபோது அவர்களுடைய உடலில் என்னென்ன ஹார்மோன்கள் சுரந்தனவோ அதே ஹார்மோன்கள் அவனுடைய உடலிலும் சுரக்கின்றன. அச்சுறுத்துகின்ற வார்த்தைகளால், அச்சுறுத்தல் இருப்பது போன்ற தோற்றத்தை உருவாக்க முடியும். நம்மைப் பொறுத்தவரை அது உண்மையைப்போலவே தோன்றும்.

அச்சுறுத்தலான எண்ணங்களை நாம்

எண்ணுகின்றபோது அதேதான் நிகழ்கிறது. அது மொழியின் பலம். இல்லாத ஒன்றை இருப்பதுபோல அதனால் சித்தரிக்க முடியும். அதனால் நம்மை பயமுறுத்த முடியும். "எல்லாம் நாசமாகிவிட்டது!" என்று நமக்கு நாமே கூறிக் கொள்கின்றபோது, அதை நாமும் கேட்டுக் கொண்டிருக்கிறோம் என்பதை நாம் நினைவில் வைத்திருக்க வேண்டும்.

அமைதி குறித்த நம்முடைய தேடலில் நாம் பால்டாசரின் கூற்றை நினைவில் வைத்திருக்க வேண்டும். அவர் மிகைப்படுத்தல்களின் அபாயம் குறித்து நம்மை எச்சரிக்கிறார். உண்மையிலேயே எல்லாமே நாசமாகிவிட்டதா? அது சாத்தியமா? அல்லது உங்களுடைய அச்சு இயந்திரம் பழுதாகிவிட்டதைக் கண்டு நீங்கள் உதிர்த்த வார்த்தைகளா அவை? வார்த்தைகள் முக்கியமானவை. குறிப்பாக, நாம் வார்த்தைகளை எச்சரிக்கையின்றிப் பயன்படுத்துகின்றபோது அவை முக்கியத்துவம் பெறுகின்றன. அதற்குப் பதிலாக, பதற்றத்தைக் குறைக்கின்ற விதத்தில் வார்த்தைகளைத் துல்லியமாகப் பயன்படுத்த நாம் கற்றுக் கொள்ள வேண்டும்.

மிகைப்படுத்தல்களைக் கவனமாகப் பயன்படுத்துதல்

நம்முடைய உரையாடல்களின்போது நாம் பயன்படுத்துகின்ற மிகைப்படுத்தல் வார்த்தைகளுக்கு, நம்முடைய உணர்வுகளின்மீது தாக்கம் ஏற்படுத்துகின்ற ஆற்றல் உண்டு. பெரும்பாலான சமயங்களில் நாம் பயன்படுத்துகின்ற மிகைப்படுத்தல் வார்த்தைகள் நம்முடைய பதற்றத்தையும் கவலைகளையும் ஊதிப் பெரிதாக்குகின்றன. அதைக் குறைப்பதற்கு நாம் மிகைப்படுத்தல் வார்த்தைகளைக் கவனமாகப் பயன்படுத்த வேண்டும். அவற்றைப் பொருத்தமற்ற இடங்களில் பயன்படுத்துவதை நீங்கள் தவிர்க்க வேண்டும். அவசரக் காலங்களில் மட்டுமே அவற்றை நீங்கள் பயன்படுத்த வேண்டும்.

இப்படி ஒரு காட்சியைக் கற்பனை செய்யுங்கள்:

நீங்கள் உங்களுடைய அலுவலகத்தில் சவாலான ஒரு சூழலை எதிர்கொண்டுள்ளீர்கள். “இதுதான் நான் எதிர்கொண்டுள்ளதிலேயே மிக மோசமான ஒரு சூழல்!” என்று நீங்கள் நினைக்கிறீர்கள். இது உங்களுடைய விரக்தியின் வெளிப்பாடாக இருக்கலாம் என்றாலும், இது உங்களுடைய பதற்றத்தைத் தீவிரப்படுத்தும். அதுதான் உண்மையான எதார்த்தம் என்ற உணர்வு உங்களிடம் மேலெழும். ஆனால், உண்மையான எதார்த்தம் அந்த அளவுக்கு மோசமாக இருக்காது. அதனால், நீங்கள், “இதுதான் நான் எதிர்கொண்டுள்ளதிலேயே மிக மோசமான ஒரு சூழல்!” என்று கூறுவதற்குப் பதிலாக, “இது ஒரு சவாலான சூழல்!” என்று கூறுங்கள். இதிலுள்ள நுண்ணிய வேறுபாட்டை உங்களால் பார்க்க முடிகிறதா? ‘மோசமான சூழல்’ என்பதற்குப் பதிலாக, ‘சவாலான சூழல்’ என்று பயன்படுத்துகின்றபோது, அதன் கடினத்தன்மை குறைந்துவிடுகிறது, இல்லையா?

ஆனால், இங்கு உங்களுடைய எடைபோடுதல் சரியானதாக இருக்க வேண்டியது முக்கியம். நாம் வாழ்க்கையில் பெரும்பாலும் எதிர்கொள்கின்ற பிரச்சனைகள் முதலில் சிக்கலானவையாகத் தோன்றினாலும் அவற்றுக்கு எதார்த்தமான தீர்வுகள் இருக்கத்தான் செய்கின்றன. அவற்றை நீங்கள் துல்லியமாக விவரிக்கின்றபோது, கடக்கப்பட முடியாத தடைகளாக தோன்றுவதற்குப் பதிலாக, அவை எதிர்கொள்ளப்படக்கூடிய சவால்களாக உங்களுக்குத் தோன்றும்.

இதை உங்களுடைய வாழ்க்கையில் நடைமுறைப்படுத்துவதற்கு, நீங்கள் எத்தகைய வார்த்தைகளைப் பயன்படுத்துகிறீர்கள் என்பது குறித்து நீங்கள் விழிப்புணர்வுடன் இருக்க வேண்டும். “மிக மோசமான,” “ஒருபோதும்,” “எப்போதும்,” போன்ற வார்த்தைகளை நீங்கள் பயன்படுத்துகின்றபோது, நீங்கள் அவற்றை அவதானிக்க வேண்டும். அந்தச் சூழலுக்கு அந்த அளவுக்கு மிகையான வார்த்தைகள் தேவையா என்று நீங்கள் யோசிக்க வேண்டும். அந்த வார்த்தைகள், நிலைமையைக் கையாள்வதற்கோ அல்லது

பிரச்சனைகளைத் தீர்ப்பதற்கோ உதவுகின்றனவா? அல்லது உங்களை ஏதாவது ஒரு விதத்தில் நல்லவிதமாக உணரச் செய்கின்றனவா? இல்லை என்றால், உங்களுடைய சூழலைக் கச்சிதமாக விவரிக்கின்ற வேறு வார்த்தைகளைத் தேடிப் பயன்படுத்துங்கள்.

ஒரு குறுகிய காலக்கெடுவுடன்கூடிய ஒரு பணித்திட்டத்தில் நீங்கள் ஈடுபட்டிருக்கிறீர்கள் என்று வைத்துக் கொள்வோம். "இந்தக் காலக்கெடு என் குரல்வளையை நெறித்துக் கொண்டிருக்கிறது," என்று கூறுவதற்குப் பதிலாக, "இந்தக் காலக்கெடுவுக்குள் முடிப்பதென்பது சவாலான காரியம்தான். ஆனால், நான் என் வேலையைச் சிறு சிறு பகுதிகளாகப் பிரிந்துக் கொண்டு அதைச் செய்து முடித்துவிடுவேன்," என்று கூறுங்கள். இதன் மூலம் உங்களால் பதற்றத்தைக் கட்டுக்குள் வைத்திருக்க முடியும்.

மிகைப்படுத்துகின்ற வார்த்தைகளை அளவுக்கதிகமாகப் பயன்படுத்துவதைத் தவிர்ப்பது, சவாலான சூழல்களைக்கூடப் பதற்றமின்றி எதிர்கொள்வதற்கு உங்களுக்கு உதவும். பெரும்பாலான பிரச்சனைகளுக்குத் தீர்வு இருக்கிறது என்பதை நீங்கள் நினைவுபடுத்திக் கொள்ள வேண்டும். வார்த்தைகளைக் கவனமாகப் பயன்படுத்துவதன் மூலம் உங்களால் அவற்றைச் செயல்திறனுடன் கடந்து செல்ல முடியும்.

மிதமான உணர்ச்சிசார் போக்கைக் கடைபிடித்தல்

நீங்கள் கடுமையான, எதிர்மறையான, மற்றும் நேர்மறையான உணர்ச்சிக் கொந்தளிப்பால் அலைக்கழிக்கப்பட்டால், சற்று நிதானித்து, அதன் தீவிரத்தன்மையின் அளவு, ஒன்று முதல் பத்து வரையிலான அளவுகோலில் எந்த இடத்தில் இருக்கிறது என்று கணியுங்கள். அது பத்தாக இருந்தால், உடனடியாக எந்தவிதமான தீர்மானங்களிலும் இறங்காதீர்கள்.

இந்த அணுகுமுறை, தீவிரமான உணர்ச்சிகள்-மகிழ்ச்சியோ அல்லது வருத்தமோ-நம்முடைய சீர்தூக்கிப் பார்க்கும் திறனில் குழப்பம் ஏற்படுத்தி, நாம்

பின்வருத்தம் கொள்ளக்கூடிய எதிர்வினைகளை நாம் ஆற்றுவதற்கு வழி கோலும் என்பதை அங்கீகரிக்கிறது. நீங்கள் தீவிரமாக உணர்ச்சிவசப்பட்டிருக்கின்றபோது எடுக்கின்ற தீர்மானங்களால் நீங்கள் பின்வருத்தம் கொள்ளக்கூடும். உங்களுடைய உணர்ச்சிகள் உச்சகட்டத்தில் இருக்கின்றபோது, சற்று விலகியிருப்பதன் மூலம், அந்த உணர்ச்சிகள் முழுமையாக வடிந்து போகின்றவரை அதை வேடிக்கை பார்க்க உங்களை நீங்கள் அனுமதித்துக் கொள்கிறீர்கள். உங்களுடைய உணர்ச்சிகளின் தீவிரத்தன்மை ஐந்து என்ற எண்ணிக்கையை அடைகின்றவரை நீங்கள் காத்திருக்க வேண்டும். இக்கட்டத்தில் உங்களுடைய உணர்ச்சிகளைக் கையாள்வது இனியும் கடினமாக இருக்காது; உங்களுடைய தீர்மானிக்கின்ற திறனும் தெளிவடைந்திருக்கும்.

உணர்ச்சிகளைக் கட்டுக்குள் வைத்துக் கொள்வது பதற்றத்தைக் குறைப்பதற்கு இட்டுச் செல்கிறது என்பதுதான் இதன் பின்னாலுள்ள கருத்து. உணர்ச்சிவசப்பட்ட நிலையில் இருக்கின்றபோது, நீங்கள் மனக்கிளர்ச்சியால் உந்தப்பட்டத் தீர்மானங்களை எடுப்பீர்கள். அதை இதன் மூலம் தவிர்க்க முடியும். நீங்கள் வெற்றிக் களிப்பில் மிதந்தாலும் சரி, சோகத்தில் மூழ்கியிருந்தாலும் சரி, அதன் தீவிரத்தன்மை குறித்து அறிந்திருந்து, அது குறைந்தவுடன் அதைக் கையாள்வதுதான் சிறந்தது.

இதை நீங்கள் உங்களுடைய வாழ்க்கையில் நடைமுறைப்படுத்துவதற்கு, முதலில் உங்களுடைய உணர்ச்சிரீதியான எதிர்வினையாற்றல் எப்படி இருக்கிறது என்பதை நீங்கள் அவதானிக்க வேண்டும். தீவிரமான உணர்ச்சிரீதியான எதிர்வினையாற்றலை ஒரு சூழல் தோற்றுவித்தால், சற்று நிதானியுங்கள். அடுத்து, "அதன் தீவிரத்தன்மையின் அளவு, ஒன்று முதல் பத்து வரையிலான அளவுகோலில் எந்த இடத்தில் இருக்கிறது?" என்று உங்களிடம் கேளுங்கள். அது ஐந்து என்ற நிலையை அடையும்வரை எதிர்வினையாற்றுவதைத் தாமதியுங்கள்.

உங்களுடைய உணர்ச்சிகள் முழுமையாக வடிவதுவரை அவற்றை நீங்கள் அவதானித்துக் கொண்டிருக்கின்ற நேரத்தில், நிகழ்கணலயிப்பில் ஈடுபடுங்கள். உங்களுடைய சுவாசத்தில் கவனம் செலுத்துங்கள். அது உங்களுடைய கவனத்தை உணர்ச்சிகளிலிருந்து திருப்புவதற்கு உதவும். உணர்ச்சிகளின் வேகம் குறைந்தவுடன் அவற்றைக் கையாள்வதற்கு நீங்கள் திரும்பிவிடலாம். தெளிவான மனத்துடன் அவற்றை இப்போது உங்களால் அணுக முடியும்.

உணர்ச்சிகளை மிதமான நிலையில் வைத்திருப்பது, பதற்றமின்றியும் அளவுக்கதிகமான சிந்தனையின்றியும் இருக்க வேண்டும் என்ற இலக்கோடு ஒத்துப் போகும். உணர்ச்சிக் கொந்தளிப்பின் வேகம் குறைகின்றவரை காத்திருந்து தீர்மானங்கள் மேற்கொள்ளுதல், பகுத்தறிவுடன் சிந்திப்பதற்கு உங்களுக்கு உதவும்.

நீங்கள் இங்கு உங்களுடைய உணர்ச்சிக் கொந்தளிப்பின் அளவை மட்டுமே அவதானிக்கிறீர்கள். உணர்ச்சிகளை நீங்கள் அடக்கி வைப்பதுமில்லை அல்லது அவற்றைத் தவிர்க்க முனைவதுமில்லை என்பதை நீங்கள் உணர்ந்திருக்க வேண்டும். நீங்கள் பயந்து போய் இருந்தால், அதை ஒப்புக் கொள்ளுங்கள். நீங்கள் மிகவும் மகிழ்ச்சியாக இருந்தால், அதை அங்கீகரியுங்கள், அந்த உணர்வை இரசித்து மகிழுங்கள். நீங்கள் அனுபவித்துக் கொண்டிருக்கின்ற உணர்ச்சிகள் தற்காலிகமானவையே என்பதை நீங்கள் உணர வேண்டும். அது எதுவாக இருந்தாலும் கடந்து சென்றுவிடும்.

27

கண்ணோட்டத்தைப் பெறுவதற்கான விரைவான வழி

" 'மரணத்தை மறக்காதீர்,' என்று அந்த மாமன்னன் கிசுகிசுத்தான். மரணத்தை நினைவில் வைத்துக் கொள்ளுங்கள். பெரும் அதிகாரத்தை வைத்திருப்பவர்களுக்கும் வாழ்க்கை குறுகியதுதான். மரணத்தை வெல்வதற்கு ஒரே ஒரு வழிதான் இருக்கிறது. நம்முடைய வாழ்க்கையை ஆகச் சிறந்த ஒன்றாக ஆக்கிக் கொள்வதே அது."

– டேன் பிரவுன்

தேர்ந்தெடுப்பதற்கு வாழ்க்கை முன்வைக்கின்ற எண்ணற்றச் சாத்தியக்கூறுகளால் நீங்கள் திணறிக் கொண்டிருக்கிறீர்களா? இந்த நவீன உலகில் இதனால் நம்மில் பலரும் பாதிக்கப்பட்டிருக்கிறோம். அவசர கதியான வாழ்க்கையும் தகவல் பெருவெள்ளமும் நம்முடைய மனத்தை ஒரு கொந்தளிப்பான சுழலுக்குள் வாரிச் சுருட்டிக் கொண்டிருக்கின்றன. இந்தக் குழப்பத்திலிருந்து விடுபடுவதற்கு 'மரணத்தை மறக்காதீர்கள்!' என்ற வாக்கியத்தை ஒரு திசைகாட்டும் கருவியாக நாம் பயன்படுத்தலாம். இது காலங்காலமாக அரசர்களாலும் அறிஞர்களாலும் கிசுகிசுக்கப்பட்டு வந்துள்ளது.

டேன் பிரவுனின் மேற்கோள் பரிந்துரைப்பதுபோல, 'மரணத்தை மறக்காதிருத்தல்' என்ற கூற்று, மரணத்தையும்

வாழ்க்கையின் நிலையாமையையும் அங்கீகரிக்கவும், அதை நம் வாழ்வில் நாம் மேற்கொள்கின்ற தீர்மானங்களுக்கு ஒரு வழிகாட்டியாகப் பயன்படுத்திக் கொள்ளவும் நம்மை வலியுறுத்துகிறது. புராதனக் காலத்தில் மட்டுமல்லாது, இப்போதும்கூட இது ஓர் ஆற்றல்மிக்கக் கருவியாகப் பயன்படுகிறது.

தீர்மானம் எடுத்தலில் மரணத்தை மறக்காதிருத்தலின் பங்கு

வாழ்க்கையெனும் பயங்கரமான நீர்வழியின் ஊடாக நளினமாகவும் செம்மையாகவும் செல்வதற்கு நமக்கு ஒரு திசைகாட்டி தேவை. நீங்கள் உங்களுடைய வாழ்வின் ஒரு முக்கியமான கட்டத்தில் இருக்கிறீர்கள். இப்போது நீங்கள் எடுக்கப் போகின்ற தீர்மானம்தான் உங்களுடைய அடுத்தக் கட்ட வாழ்க்கையைத் தீர்மானிக்கப் போகிறது. அதனால் திக்குமுக்காடிப் போவதற்குப் பதிலாக, நீங்கள் ஒரு கணம் நிதானித்து, 'மரணத்தை மறக்காதிருத்தல்' என்ற வாக்கியத்தை நினைவுகூரத் தீர்மானிக்கிறீர்கள்.

அப்போது நீங்கள் உங்களிடம், "நேரம் என்பது அரிதான, மதிப்புமிக்க ஒரு பொருள் என்றால், நான் அதை எப்படிச் செலவிட விரும்புகிறேன்? எது என் ஆன்மாவிற்கு நெருப்பு மூட்டுகிறது? உண்மையில் நான் யார்? இந்தப் பூமியில் எனக்கு வழங்கப்பட்டுள்ள நேரத்திற்குள் நான் என்ன செய்ய விரும்புகிறேன்?" என்று கேளுங்கள். உங்களைத் திக்குமுக்காட வைப்பதற்காகவோ அல்லது உங்களுக்குத் திகைப்பு ஏற்படுத்துவதற்காகவோ நீங்கள் இந்தக் கேள்விகளைக் கேட்க வேண்டும் என்று நான் கூறவில்லை. அது உங்களைக் குழப்பத்திலிருந்து விடுவிக்கும் என்பதாலேயே நான் அதைக் கேட்கச் சொல்கிறேன். உங்களுக்குள் ஆழமான அதிர்வுகளை ஏற்படுத்துகின்ற அறிவார்ந்த தீர்மானங்களை நீங்கள் எடுப்பதற்கு உங்களுக்கு உதவுகின்ற இரகசிய ஆயுதம் அவை.

நீங்கள் இந்த உலகில் சொற்பக் காலமே இருக்கப் போகிறீர்கள். அதை நீங்கள், இணைய அரங்குகளில்

முன்பின் தெரியாத அந்நியர்களுடன் வாக்குவாதம் செய்வதில் செலவிட விரும்புகிறீர்களா? ஒரு நாள் நீங்கள் கண்களை மூடிய பிறகு, அவற்றைத் திறக்கப் போவதில்லை. அந்தக் கண்களை உருப்படாத திரைப்படங்கள் மற்றும் தொலைக்காட்சித் தொடர்களைப் பார்ப்பதில் தொலைக்க விரும்புகிறீர்களா?

நீங்கள் ஒரு நாள் வயதாகி, கடந்தகாலத்தைத் திரும்பிப் பார்ப்பீர்கள். அந்த நேரம், நீங்கள் நினைத்திருப்பதைக் காட்டிலும் விரைவாகவே வந்துவிடும். பொறுப்பைத் தட்டிக் கழித்ததும், துணிச்சலுடன் செயல்படாமல் இருந்ததும்தான் உங்களுடைய வாழ்க்கையின் உச்சகட்டச் சாதனைகளாக விளங்கப் போகின்றனவா?

நான் ஒரு முழு நேர எழுத்தாளராக ஆவதற்கு முன்பாக, நானும் போட்டி நிறைந்த ஒரு பெருநிறுவனத்தில்தான் வேலை பார்த்து வந்தேன். அப்போது, நான் பதவி உயர்வுகளையும் சம்பள உயர்வுகளையும் துரத்திச் சென்று கொண்டிருந்தேன். மேலும் மேலும் வேண்டும் என்று நான் எந்நேரமும் பரபரப்புடன் அலைந்து கொண்டிருந்தேன்.

அப்போதுதான் நான் முதன்முதலாக, 'மரணத்தை மறக்காதீர்கள்' என்ற கூற்றைப் பற்றிக் கேள்விப்பட்டேன். அதைச் சோதித்துப் பார்த்துவிடுவது என்று நான் தீர்மானித்தேன். "என்னுடைய நாட்கள் எண்ணப்பட்டுக் கொண்டிருந்தால், நான் எதைச் செய்யாமல் போய்விட்டேன் என்று நான் வருந்துவேன்?" என்று நான் யோசித்தேன். அதற்கான பதில் தெள்ளத் தெளிவாக இருந்தது. குடும்பத்தாருடன் மதிப்புமிக்க வழியில் நேரத்தைச் செலவழித்தல், தனிப்பட்ட வளர்ச்சி, பிற மனிதர்களுடன் நெருக்கமான உறவு ஆகியவற்றைப் பெற வேண்டும் என்பதுதான் அந்த பதில்.

உடனே நான் செயலில் இறங்கினேன். அலுவலகத்தில் அதிக நேரம் செலவழிப்பதை நான் நிறுத்தினேன். குடும்பத்தாருடன் கூடுதல் நேரம் செலவழித்தேன். எழுதுவதற்கு அதிக நேரம் ஒதுக்கினேன். எழுத்துப் பயிற்சி வகுப்புகளில் கலந்து கொண்டேன். அதன் விளைவாக என் வேலையில் எனக்குச் சரிவு எதுவும்

ஏற்படவில்லை. மாறாக, இப்போது நான் முன்பைவிட அதிக கவனக்குவிப்புடன் வேலை பார்த்ததால், அதில் எனக்கு முன்னேற்றம்தான் ஏற்பட்டது.

'மரணத்தை மறக்காதிருத்தல்' என்பதை அடிப்படையாக வைத்துத் தீர்மானங்கள் எடுப்பது ஒன்றும் கடினமானதாக இருக்கவில்லை. அது எனக்கு ஒருவிதமான விடுதலை உணர்வை அளித்தது. அது தேவையில்லாதவற்றை என்னிடமிருந்து அப்புறப்படுத்தியது. எவை உண்மையில் எனக்குத் தேவை என்பது குறித்து என்னிடம் ஒரு தெளிவு பிறந்தது. வாழ்வின் இரைச்சல் காரணமாக சில சமயங்களில் வாழ்க்கை சிக்கலான ஒன்றாக ஆனது என்றாலும், எனக்கு உண்மையிலேயே எவை முக்கியம் என்பதை நான் எனக்கு நினைவுபடுத்திக் கொண்டவுடன் வாழ்க்கை எளிமையானதாக மாறியது. அதனால், அடுத்த முறை நீங்கள் வாழ்க்கைச் சிக்கலுக்குள் சிக்கிக் கொண்டால், 'மரணத்தை மறக்காதிருத்தல்' கோட்பாட்டை உங்களுக்கு நினைவுபடுத்திக் கொள்ளுங்கள். அர்த்தமுள்ள ஒரு வாழ்க்கைக்கான வழிகாட்டியாக அது திகழட்டும்.

மரணத்தை மறக்காதிருத்தல் கோட்பாட்டைப் பதற்றமான எண்ணங்களுக்குப் பொருத்திக் கொள்ளுதல்

மரணத்தை மறக்காதிருத்தல் கோட்பாடு, வாழ்க்கையின் நிலையாமைக்கு மட்டும் பொருந்துகின்ற ஒன்றல்ல. நம் மனத்தில் உருவாகின்ற பதற்றமான எண்ணங்களுக்கும் அதை நீங்கள் பொருத்திக் கொள்ளலாம். இப்படிக் கற்பனை செய்யுங்கள்: நீங்கள் இரவில் தூங்காமல் விழித்திருக்கிறீர்கள். உங்களுடைய எண்ணங்கள் தாறுமாறாக ஓடிக் கொண்டிருக்கின்றன. பயமும் கவலையும் உங்களைச் சூழ்ந்து கொண்டிருக்கின்றன. உங்களுடைய பதற்றமான எண்ணங்களை நசுக்குவதற்கு மரணத்தை மறக்காதிருத்தல் கோட்பாட்டை நீங்களும் பயன்படுத்துங்கள்.

எப்போதெல்லாம் நீங்கள் அதீதச் சிந்தனைக்குள் சிக்கிக் கொள்கிறீர்களோ, அப்போதெல்லாம் சற்று நிதானியுங்கள். உங்களுடைய படுமோசமான எதிர்மறை எண்ணங்களுக்குக்கூட ஒரு காலக்கெடு இருக்கிறது. எப்படி வாழ்க்கையிலுள்ள அனைத்தும் சட்டென்று கடந்து போகின்ற ஒன்றோ, அதைப்போலவே உங்களுடைய கவலைகளும் பயங்களும்கூட மறைந்து போய்விடக்கூடிய ஒன்றுதான். இக்கணத்தில் வேண்டுமானால் அவை உங்களுக்கு ஒருவிதமான திக்குமுக்காடல் உணர்வை அளிக்கலாம். ஆனாலும், வானில் விரைந்து மறைகின்ற மேகங்களைப்போல இவையும் உங்களைக் கடந்து சென்றுவிடும்.

அதோடு, கவலைப்படுவதால் எதையும் ஒருபோதும் சாதிக்க முடியாது என்பதையும் நீங்கள் புரிந்து கொள்ள வேண்டும். உங்களுக்குக் கிடைத்திருக்கின்ற சொற்ப நேரத்தில், மாற்றப்பட முடியாதவை குறித்துக் கவலைப்பட்டுக் கொண்டிருப்பதற்குப் பதிலாக, மாற்றப்படக்கூடியவற்றில் நீங்கள் ஏன் கவனம் செலுத்தக்கூடாது?

முன்பெல்லாம் நான் எப்போதும் அதீதச் சிந்தனையில் ஈடுபடுகின்ற ஒருவனாக இருந்தேன். படுமோசமான வருங்காலத்தைக் கற்பனை செய்வதில் என் மனம் சிறந்து விளங்கியது. தறிகெட்டு ஓடிக் கொண்டிருந்த என் மனத்தை எப்படிக் கட்டுப்படுத்துவது என்று தெரியாமல் நான் திண்டாடிக் கொண்டிருந்தேன்.

அப்போதுதான் நான் மரணத்தை மறக்காதிருத்தல் கோட்பாட்டை என் வாழ்வில் நடைமுறைப்படுத்தத் தீர்மானித்தேன். நான் கவலை எனும் சுழலுக்குள் வாரிச் சுருட்டி இழுத்துக் கொள்ளப்பட்டபோதெல்லாம், இந்த எண்ணங்களும் தற்காலிகமானவைதாம் என்று எனக்கு நானே நினைவூட்டிக் கொண்டேன். கடந்து செல்கின்ற மேகங்களாக அவற்றை நான் கற்பனை செய்தேன்.

இந்த எளிய பயிற்சியின் காரணமாக, பதற்றத்தோடு நான் கொண்டிருந்த உறவில் பெரும் மாற்றம் ஏற்பட்டது. விஷயங்களைத் தள்ளி நின்று பார்க்கின்ற பக்குவத்தை அது எனக்குக் கொடுத்தது. நான் கவலைப்பட்டுக்

கொண்டிருந்த சூழல்களில் பெரும்பாலானவை நடப்பதற்குச் சாத்தியமே இல்லை என்பதை நான் புரிந்து கொண்டேன். நான் வாழ்க்கையை வருங்காலத்தில் வாழாமல் நிகழ்காலத்தில் கொண்டாடப்பட வேண்டிய ஒன்றாகப் பார்க்கத் தொடங்கினேன்.

காலப்போக்கில், என் பதற்ற எண்ணங்களின் தீவிரம் பிசுபிசுக்கத் தொடங்கியது. நிகழ்கணத்தின் அழகை நான் இரசிக்கத் தொடங்கினேன். மரணத்தை மறக்காதிருத்தல் கோட்பாடு என் தீர்மானங்களின்மீது தாக்கம் ஏற்படுத்தியதோடு, என் வாழ்க்கையில் அமைதியையும் தெளிவையும் நான் பெறுவதற்கு எனக்கு உதவியது.

வாழ்க்கை எப்படிச் சட்டென்று தோன்றி சட்டென்று மறையக்கூடியதோ, அதைப் போன்றவையே கவலைகளும் என்பதை நினைவில் வைத்திருங்கள். உங்களுடைய பதற்ற எண்ணங்களும் விரைவில் மறைந்துவிடும் என்ற கருத்தை அரவணைத்துக் கொள்ளுங்கள். அப்படிச் செய்கின்றபோது, உங்களால் வாழ்க்கையைப் பதற்றமின்றி அமைதியுடன் வாழ முடியும்.

28

உங்களுடைய இயல்பான நிலை எது?

“இதோ ஒரு யோசனை: பூஜ்ஜியத்தை எவ்வாறு திருப்திகரமான ஒன்றாக மாற்றுவது என்பதைக் கண்டுபிடியுங்கள். பின் அனைத்தும் சரியாகப் பொருந்திவிடும்.”

– லே மாதேசன்

வாழ்க்கை என்பது போகப் போக வேகமெடுத்துக் கொண்டிருக்கின்ற ஒரு பந்தயம்போல நமக்குத் தோன்றுகிறது. இங்கு நாம் சாதனைகள், வெற்றிக் குறியீடுகள், அளவிடத்தக்க விளைவுகள் போன்றவற்றின் பின்னால் ஓடிக் கொண்டிருக்கிறோம். எத்தனை வேலைகளை நாம் செய்து முடித்துள்ளோம், எத்தனை பதவி உயர்வுகளைப் பெற்றுள்ளோம், சமூக ஊடகங்களில் எத்தனை இரசிகர்களைச் சேகரித்துள்ளோம் போன்றவற்றை அடிப்படையாகக் கொண்டு நாம் மதிப்பிடப்படுகிறோம். முடிவேயில்லாத இந்தத் தேடல், மகிழ்ச்சி மற்றும் சுயமதிப்பைப் புறக்காரணிகளுடன் முடிச்சுப் போடுகிறது. இறுதியில் இது நமக்குத் திருப்தியின்மையையும் பதற்றத்தையும் மட்டுமே பரிசாகத் தருகிறது.

நாம் மேலே பார்த்த மேற்கோள் தற்செயலாகத்தான் என் கண்களில் பட்டது. இது பூஜ்ஜியத்தை நிலையான தளமாக பாவிக்கவும், விளைவுகள் குறித்து அலட்டிக் கொள்ளாமல் இருக்கவும் நமக்கு போதிக்கிறது. இவற்றை நான் இனி பார்க்கலாம்.

பூஜ்ஜியத்தை மனநிறைவுக்கான அடித்தளமாகப் பார்த்தல்

பூஜ்ஜியத்தை மனநிறைவுக்கான அடித்தளமாகப் பார்க்க நாம் கற்றுக் கொள்ள வேண்டும். இது எளிது. அது நமக்கு அளிக்கின்ற விடுதலை உணர்வில்தான் அதன் சாராம்சம் அடங்கியிருக்கிறது. மனநிறைவாக உணர்வதற்கு நீங்கள் புறக்காரணிகளை நம்புவதை நிறுத்துகின்றபோது, பிறருடைய அங்கீகாரத்தை நாடுகின்ற போக்கிலிருந்து உங்களுக்கு விடுதலை கிடைக்கும். தற்போது நீங்கள் எங்கு இருக்கிறீர்களோ அதுவே போதுமானது.

இது ஓர் ஆற்றல்மிக்கப் புதிய கண்ணோட்டம். இதற்காக நீங்கள் உங்களுடைய இலட்சியங்களையோ அல்லது அபிலாஷைகளையோ காவு கொடுக்க வேண்டியதில்லை. புறச் சாதனைகளை ஓர் அளவுகோலாகக் கொள்ளாமல், நாம் எவ்வாறு இருக்கிறோமோ அதற்காக நம்மை அங்கீகரிப்பதற்கான அழைப்பிதழ் இது. வேறு வார்த்தைகளில் சொல்ல வேண்டுமென்றால், மனிதர்கள் என்ற முறையில் நம்முடைய மதிப்பு, சமூகத்தின் அளவுகோல்களைத் தாண்டிய ஒன்று.

எப்போதும் பெரும் பதற்றத்துடன் இருப்பவர்களைப் பொறுத்தவரை, அவர்களது நிகழ்கணம் எப்போதுமே எதிர்மறையானதாகவும் பற்றாக்குறையானதாகவும் இருக்கும். இந்தக் கண்ணோட்டம் நம்மிடம் இருக்கின்றவரை, நாம் பயத்தின் இடத்திலிருந்துதான் விஷயங்களைப் பார்ப்போம், எதிர்வினை நடத்தைகளில் ஈடுபடுவோம். இக்கணத்தை சகலமும் நிறைந்துள்ள ஒன்றாக உங்களால் பார்க்க முடிந்தால், ஆர்வத்துடனும், படைப்பூக்கத்துடனும், வளர்வதற்கான வேட்கையுடனும் உங்களால் செயல்பட முடியும்.

இந்தக் கோட்பாட்டை நீங்கள் சுவீகரித்துக் கொள்கின்றபோது, தொடர்ந்து சாதனைகளைத் தேடிக் கொண்டிருப்பவர்களிடம் பொதுவாகப் படிந்திருக்கும் பதற்றம் மற்றும் கவலையிலிருந்து உங்களால் விடுபட

முடியும். தொடர்ந்து புற அங்கீகரிப்புகளைத் தேடிக் கொண்டிருப்பது நம்மைத் திக்குமுக்காட வைக்கும், நமக்கு மனநிறைவைத் தராது.

இந்தக் கோட்பாட்டை உங்களுடைய வாழ்க்கையில் நடைமுறைப்படுத்துவதற்கு, முதலில் உங்களுடைய சாதனைகளை நீங்கள் அங்கீகரிக்க வேண்டும். உங்களுடைய வெற்றிகளைக் கொண்டாட வேண்டும். ஆனால், அது உங்களுடைய வாழ்க்கையின் ஒரு பகுதி மட்டும்தான் என்பதை நீங்கள் நினைவில் வைத்திருக்க வேண்டும். பெரிய வெற்றிகளைத் துரத்திச் சென்று கொண்டிருக்கின்றபோது,பொதுவாககவனிக்கப்படாமல் போகின்ற சின்னஞ்சிறு மகிழ்ச்சிகளை மெச்ச வேண்டும், நன்றியுணர்வை வெளிப்படுத்த வேண்டும். இலக்கின் முடிவை அடைவதில் மட்டுமல்லாமல், பயணத்தையும் நீங்கள் இரசித்து அனுபவிக்க வேண்டும்.

உங்களுடைய மதிப்பு உங்களுடைய பதவியாலோ அல்லது சமூக ஊடகங்களில் எண்ணற்றோரால் நீங்கள் பின்தொடரப்படுவதாலோ தீர்மானிக்கப்படுவதில்லை என்ற புரிதல் உங்களுக்குக் கொண்டு வருகின்ற நிம்மதி கற்பனைக்கு அப்பாற்பட்டது. எதிர்பார்ப்பு எனும் சுமையிலிருந்து இது உங்களை விடுவிக்கும். உங்களுடைய இலக்குகளையும் இலட்சியங்களையும் அமைதியுடனும் உண்மையுடனும் அணுகுவதற்கு இது உங்களைத் தூண்டும்.

நீங்கள் மகிழ்ச்சி கொள்வதற்கு, இக்கணத்தில் நீங்கள் உயிருடன் இருக்கிறீர்கள் என்ற ஒரு விபரம் மட்டும் போதாதா?

உங்களுடைய சுயமதிப்பு புறக்காரணிகளால் அங்கீகரிக்கப்பட வேண்டும் என்ற தேவை உங்களுக்கு இல்லாமல் போகின்றபோது, உங்களுடைய வாழ்க்கைப் பயணத்தை மகிழ்ச்சியுடன் இரசித்து அனுபவிப்பதற்கான சுதந்திரம் உங்களுக்குக் கிடைத்துவிடும். விளைவுகள் குறித்து அதீதமாகக் கவலைப்பட்டுக் கொண்டிருக்காமல், அந்தப் பயணத்தின் ஒவ்வொரு கட்டத்தின் ஊடாகவும் நீங்கள் கற்றுக் கொள்கின்ற பாடங்களை உங்களால் மெச்ச முடியும். இது மன அமைதிக்கும் நிறைவான

மற்றும் சமச்சீரான வாழ்க்கைக்கும் இட்டுச் செல்லும்.

விளைவுகள் ஊக்கத்தொகையாகக் கருதப்பட வேண்டும்

நாம் விளைவுகள்மீது குறியாக இருக்கின்றபோது, நம்முடைய மகிழ்ச்சி, அதில் நாம் வெற்றி பெறுகிறோமா அல்லது தோல்வி அடைகிறோமா என்பதைப் பொறுத்தே இருக்கும். இது ஏற்படுத்துகின்ற தொடர்ச்சியான மன அழுத்தம் பதற்றத்திற்கு வழிவகுத்துவிடும். இதை மீறுவதற்கு நீங்கள் உங்களுடைய கவனத்தைச் செயல்முறையின்மீது குவிப்பதுதான் நல்லது. நேர்மறையான விளைவுகளை மகிழ்ச்சிக்கான இன்றியமையாத காரணிகளாகக் கருதாமல் அவற்றை ஊக்கத்தொகையாகக் கருதுங்கள். வாழ்க்கையை நாம் ஆசுவாசமாக வாழ அது நமக்கு உதவும்.

நீங்கள் விளைவுகளிலிருந்து உங்களை அப்புறப்படுத்திக் கொள்வதன் மூலம், மகிழ்ச்சி மற்றும் வெற்றியோடு உங்களைத் தொடர்புபடுத்திக் கொள்வதை நீங்கள் மறுவிவரிப்பு செய்கிறீர்கள். குறிப்பிட்டச் சாதனைகளோடு உங்களுடைய நலன்களைப் பிணைப்பதற்குப் பதிலாக, உங்களுடைய முயற்சியின் நேர்மறை விளைவுகளை உங்களுக்கு ஆனந்தத்தை ஏற்படுத்துகின்ற எதிர்பாராத பரிசுகளாக நீங்கள் கருதுவீர்கள். மகிழ்ச்சியாக இருப்பதற்குக் குறிப்பிட்ட விளைவுகள் இருந்தே ஆக வேண்டும் என்ற அணுகுமுறை கொண்டுவருகின்ற அழுத்தத்திலிருந்து நீங்கள் விடுதலை பெறுவீர்கள்.

இந்தக் கண்ணோட்டத்தை நீங்கள் சுவீகரித்துக் கொள்கின்றபோது, அது உங்களுடைய ஒட்டுமொத்த நலனின்மீது நேர்மறையான தாக்கம் ஏற்படுத்தும். நீங்கள் உங்களுடைய இலக்கை அடைவீர்களாக இல்லையா என்பது குறித்து நீங்கள் இனியும் பெரிதாகக் கவலைப்பட்டுக் கொண்டிருக்க மாட்டீர்கள் என்பதால் உங்களிடம் மன அழுத்தமும் பதற்றமும் வெகுவாகக் குறைந்திருக்கும். நீங்கள் நிகழ்கணத்தில் உங்களுடைய

கவனத்தைக் குவித்திருப்பீர்கள், செயல்முறையை அனுபவித்துக் கொண்டிருப்பீர்கள்.

இறுதியில், மன நிம்மதியை அடைவது எந்த அளவுக்கு முக்கியமோ, அதைச் சென்றடைகின்ற பாதையும் அதே அளவுக்கு முக்கியம் என்ற புரிதலை நீங்கள் பெறுவீர்கள். அந்தப் பயணம் உங்களுக்கு ஒரு செழுமையான அனுபவமாக அமையும், உங்களுடைய தனிப்பட்ட வளர்ச்சிக்கான மூலாதாரமாக அமையும். இது சிகரத்தை அடைவதைப் பற்றியது மட்டுமல்ல. அதை அடைகின்ற பயணத்தையும் இரசித்து மகிழ்வதையும், வழியில் பல்வேறு உயரங்களிலிருந்து கிடைக்கின்ற காட்சியைத் தரிசிப்பதையும், போகின்ற வழியில் நீங்கள் கற்றுக் கொள்கின்ற பாடங்களையும் உள்ளடக்கிய ஒன்று அது.

29

அற்ப விஷயங்களுக்காக அலட்டிக் கொள்ளாதீர்கள்

"உங்களுடைய வாழ்க்கையில் நீங்கள் சந்திக்கின்ற ஒவ்வொரு சவாலையும் வாழ்வா–சாவா என்ற ரீதியில் நீங்கள் அணுகினால், நீங்கள் பல முறை மரணிப்பீர்கள்."

– டீன் சுமித்

ஒவ்வொரு கணமும் உயிர்பிழைத்திருப்பதற்கான ஒரு போராட்டமாகத் திகழ்கின்ற ஒரு விளையாட்டைப்போலத் தோன்றுகின்ற ஒரு வாழ்க்கையை வாழ்வது குறித்து நாம் அனைவருமே ஏதாவது ஒரு கட்டத்தில் யோசித்திருப்போம். அடுத்து வரப் போகின்ற பேராபத்து குறித்தப் பதற்றம் எதுவுமில்லாத வாழ்க்கையாக அது அமைய வேண்டும் என்று நாம் விரும்புவோம்.

வெற்றி மற்றும் மகிழ்ச்சிக்கான நம்முடைய தேடல் காரணமாக, நாம் நம்முடைய பதற்றத்தையும் மன அழுத்தத்தையும் அதிகப்படுத்திக் கொள்கிறோம். அதை நாம்தான் வலிந்து நம்மீது திணித்துக் கொண்டிருக்கிறோம் என்பதை நாம் உணர்ந்திருக்கிறோமா? அதை அப்படியே திருப்பிப் போட்டால் எப்படியிருக்கும்? வாழ்க்கையின் சவால்களை ஒரு சமச்சீரான முறையில் கையாள்கின்ற அணுகுமுறையை நீங்கள் தேர்ந்தெடுத்தால் எப்படியிருக்கும்?

பதற்றத்திலிருந்து மனரீதியாக விலகியிருத்தல்

வாழ்வா-சாவா சூழல்களை மதிப்புவாய்ந்த படிப்பினைகளைக் கற்றுக் கொள்வதற்கான வாய்ப்புகளாகப் பார்த்தல், ஒருவர் சவால்களை அணுகுகின்ற கண்ணோட்டத்தின்மீது பெரும் தாக்கம் ஏற்படுத்தும். எதிர்கொள்கின்ற சூழல்களை எப்போதுமே அவசரகாலச் சூழல்களாகக் கருதி அவற்றை அணுகுகின்ற கண்ணோட்டத்திற்குப் பதிலாக, அவற்றிலிருந்து படிப்பினைகளைக் கற்றுக் கொள்கின்ற மனப்போக்கிற்கு மாறுவதை உள்ளடக்கியது இது. நமக்கும் பதற்றத்திற்கும் இடையே மனரீதியான இடைவெளியை உருவாக்கிக் கொள்வதன் மூலம், சவாலான சூழல்களிலிருந்து சிறந்த படிப்பினைகளை நம்மால் கற்றுக் கொள்ள முடியும். இன்னல்களின் ஊடாகத் தனிப்பட்ட வளர்ச்சியை அடைவதை இது ஊக்குவிக்கிறது.

நான் ஒரு சிறுவனாக இருந்தபோது, ஒரு முறை எனக்குத் தெரியாமலேயே இந்த அணுகுமுறையை நான் கடைபிடித்திருந்தேன். அப்போது எனக்கு எட்டு வயது இருக்கும். எங்கள் குடும்பம் ஒரு வனப்பகுதிக்குள் சென்று முகாமிட முடிவு செய்தது. அதுதான் எனக்கு முதல் முறை என்பதால், நான் பதற்றமாகவும் இருந்தேன், அது குறித்துப் பரவசமாகவும் இருந்தேன். கூடாரம் அமைப்பதிலிருந்து இரவு நேரத்தில் திறந்த வெளியில் சுள்ளிகளையும் விறகுகளையும் கொண்டு தீ மூட்டுவதுவரை என் இளம் மனத்திற்கு எல்லாமே கடும் சவாலானவையாகத் தோன்றின. பரிச்சயமற்ற அந்தச் சூழல் காரணமாக எப்போதும் ஒருவிதமான பதற்றம் என்னைத் தொற்றிக் கொண்டது.

நாங்கள் அங்கு முகாமிட்டிருந்தபோது, எதிர்பாராத விதமாகத் திடீரென்று ஒரு புயல்மழை எங்களைச் சூழ்ந்து கொண்டது. நாங்கள் முகாமிட்டிருந்த இடம் சேறும் சகதியுமாக ஆனது. நாங்கள் கவனமாகத் தயாரித்து வைத்திருந்த உணவுப் பதார்த்தங்கள் மழையில் நனைந்துவிட்டன. தொடக்கத்தில் பயங்கர பயம் என்னைத் தொற்றிக் கொண்டது. நான் கடும்

பதற்றமடைந்தேன். எப்போதும் நிதானமாக இருக்கின்ற என் அப்பா, அதை வேறு ஒரு கோணத்தில் பார்க்க எங்களுக்குக் கற்றுக் கொடுத்தார்.

எதிர்பாராமல் ஏற்பட்டிருந்த அந்நிகழ்வை, சூழலுக்கு ஏற்பத் தகவமைத்துக் கொள்வதற்கும் தடைகளிலிருந்து மீண்டெழுவதற்குமான ஒரு வாய்ப்பாகப் பார்க்க அவர் எங்களை ஊக்குவித்தார். அந்த அசௌகரியமான சூழல் குறித்துப் புலம்பிக் கொண்டிருக்காமல், வளர்வதற்கான ஒரு வாய்ப்பாக அதைப் பயன்படுத்திக் கொள்ள அவர் எங்களைத் தூண்டினார். நாங்கள் எங்களுடைய முகாமிலிருந்து நீரை வெளியேற்றுவதற்கு மாற்று வழிகளைக் கண்டறிந்தோம்; நனைந்து போயிருந்த எங்களுடைய உணவை உண்ணும் நிலைக்குக் கொண்டுவருவதற்கான வழிமுறைகளை ஆராய்ந்தோம்; புதிய வானிலைக்கு ஏற்ப எங்களுடைய திட்டங்களை மாற்றி வடிவமைப்பதில் இறங்கினோம்.

என்னுடைய இந்தச் சிறு வயது அனுபவம் என்னுள் ஆழமாகப் பதிந்து போனது. படுமோசமானதாகத் தோன்றிய ஒரு சூழலை, தனிப்பட்ட முறையில் கற்றுக் கொள்வதற்கான ஒரு வாய்ப்பாகப் பார்க்கின்ற பாடத்தை அப்போது நான் முதன்முதலாகக் கற்றேன். இதை நான் என் வாழ்நாள் நெடுகிலும் கடைபிடித்து வந்துள்ளேன். நான் அந்த முகாமைவிட்டு வெளியே வந்தபோது, என்னால் நெருக்கடியான சூழல்களிலிருந்து வெற்றிகரமாகத் தப்பித்து வர முடியும் என்பதையும், சிக்கலான பிரச்சனைகளுக்குப் படைப்பாற்றல்ரீதியான தீர்வுகளை என்னால் கண்டறிய முடியும் என்பதையும் நான் கற்றுக் கொண்டிருந்தேன்.

வெவ்வேறு சாத்தியக்கூறுகளை அலசுதல்

அவசரகாலச் சூழல் என்று நாம் கருதுகின்ற ஒரு சூழலை நாம் எதிர்கொள்கின்றபோது, அதை ஒரு சமச்சீரான மனநிலையுடன் அணுகுவது மற்றோர் உத்தியாகும். ஒரு சூழல் குறித்தப் பலதரப்பட்டக் கருத்துகள், கண்ணோட்டங்கள் மற்றும் அணுகுமுறைகளைப்

பெற்று, அவற்றை அலசி ஆராய்கின்றபோது, உங்களால் தீர்க்கமான தீர்மானங்களை எடுக்க முடியும்.

என்னுடைய பருவ வயதிலேயே, சமநிலையுடன்கூடிய கண்ணோட்டங்களைப் பெறுவதன் முக்கியத்துவத்தை அறிந்து கொள்கின்ற வாய்ப்பு எனக்குக் கிட்டியிருந்தது. என் ஆங்கில வீட்டுப்பாடம் தொடர்பாக நான் ஒரு முக்கியமான கட்டுரையைச் சமர்ப்பிக்க வேண்டியிருந்தது. அதற்காக, நான் இரவு வெகுநேரம் கண்விழித்து அதை என்னுடைய கணினியில் தட்டச்சு செய்து கொண்டிருந்தேன். அது முடியும் தருவாயில் இருந்தபோது, என் கணினி திடீரென்று ஸ்தம்பித்துவிட்டது. நான் என் கட்டுரையைச் சேமித்திருக்கவில்லை. அதை நான் அடுத்த நாள் காலையில் சமர்ப்பிக்க வேண்டும் என்பதால் நாம் மிகவும் பதற்றமடைந்தேன். உடனே விரக்தியும் கழிவிரக்கமும் என்னைச் சூழ்ந்து கொண்டன. என் கட்டுரையைக் கணினியிலிருந்து எப்படி மீட்டெடுப்பது என்று தெரியாமல் நான் மருண்டேன்.

பின் என்னுடைய அக்காவின் உதவியை நாடலாம் என்று நான் முடிவெடுத்தேன். அவள் எப்போதும் அமைதியாகவும் நிதானமாகவும் இருப்பாள். எங்கள் குடும்பத்தில் யாருக்கு நெருக்கடி ஏற்பட்டாலும் அவளைத்தான் அணுகுவர். அவள் நான் கூறியதைப் பொறுமையாகக் கேட்டுவிட்டு, எங்களுடைய அண்டைவீட்டுக்காரரும் கணினியியல் வல்லுநருமான ஜான்சனை அணுகலாம் என்று யோசனை கூறினாள். அந்த யோசனை குறித்து எனக்குச் சந்தேகம் இருந்தாலும் அதை நான் ஏற்றுக் கொண்டேன்.

நாங்கள் ஜான்சனின் வீட்டுக்குச் சென்றோம். நான் அவரிடம் என் நிலைமையை எடுத்துரைத்தேன். அதைக் கேட்டு அவர் பெரிதாக அரண்டுவிடவில்லை. அவர் பொறுமையாக என் கணினியைச் சோதித்து, நான் தட்டச்சு செய்திருந்த என் கட்டுரையை மீட்டுக் கொடுத்தார். கணினியில் தட்டச்சு செய்வதைச் சேமிப்பதன் முக்கியத்துவத்தை அவர் என்னிடம் எடுத்துரைத்தார். அவருடைய அணுகுமுறை, என்

உணர்ச்சிக் கொந்தளிப்புக்கு நேரெதிராக இருந்தது. இந்த அனுபவத்தின் மூலம், பலதரப்பட்டக் கண்ணோட்டங்களைப் பெறுவதன் முக்கியத்துவத்தை நான் அறிந்து கொண்டேன்.

இதன் படிப்பினை, தொழில்நுட்பச் சிக்கல்களிலிருந்து மீள்வதைத் தாண்டிய ஒன்று. நெருக்கடி நேர்கின்றபோது, நிகழ்கணத்தில் இருத்தல், சமநிலையான கண்ணோட்டங்களைக் கொண்டிருத்தல் போன்றவை பதற்றத்தைக் கணிசமாகக் குறைக்கும் என்பதை இது எனக்கு வலியுறுத்தியது. நம்பிக்கைக்குரிய நண்பர்கள், சகாக்கள், வழிகாட்டிகள், வல்லுநர்கள் போன்றவர்களை அணுகும்போது நமக்குப் பலதரப்பட்டக் கண்ணோட்டங்கள் கிடைக்கும். அவற்றை அடிப்படையாகக் கொண்டு நம்மால் தரமான முடிவுகளை வந்தடைய முடியும்.

நம்முடைய கண்ணோட்டத்தை மாற்றிக் கொள்ளத் துணிகின்ற மனநிலை நமக்கு இருப்பது அற்புதமானது. நாம் ஈடுபட்டிருக்கின்ற உணர்ச்சிச் சுழலுக்குள் சிக்கியிருக்காதவர்களிடம் பேசுவதன் மூலமும் நம்மால் இதைப் பெற முடியும். நம்முடைய பிரச்சனைகளைப் பற்றிப் பிறரிடம் பேசுகின்றபோது, நமக்கு நம் பிரச்சனை குறித்த ஒரு வேறுபட்டப் பார்வை கிடைக்கும். அதோடு, நாம் நெருக்கடிகளைத் தனியாகச் சந்திக்க வேண்டியதில்லை என்பதையும் நாம் உணர்ந்து கொள்வோம். நமக்கு உதவுவதற்கு வளங்களும் மக்களும் எப்போதும் காத்துக் கொண்டிருப்பர்.

30

கலங்கலான விஷயங்கள் குறித்து சௌகரியம் கொள்ளுங்கள்

"விஷயங்களை எதிர்மறையான அல்லது நேர்மறையான கண்ணோட்டத்தில் பார்ப்பது உண்மையை மிதமிஞ்சி எளிமைப்படுத்திவிடுகிறது. எதார்த்தத்தை உள்ளது உள்ளபடியே பார்க்காமல் இருப்பதுதான் பிரச்சனையே."

– திக் நாட் ஹன்

வாழ்க்கைப் பயணத்தில் நாம் அடிக்கடி அவநம்பிக்கை மற்றும் நன்னம்பிக்கை ஆகிய இரண்டு துருவங்களுக்கு நடுவே ஊசலாடுகிறோம். ஒரு முனையிலிருந்து மறுமுனைக்கு ஆடியவாறு ஓடிக் கொண்டிருக்கும் கடிகாரத்தின் ஊசலைப்போல, எதார்த்தத்தின் சிக்கல்களுக்கு இடையே சிக்கி, எப்போதும் கைக்குள் அகப்படாமல் நழுவிக் கொண்டிருக்கும் நடுநிலையைத் தேடி நாம் அல்லாடிக் கொண்டிருக்கிறோம். ஓர் அறையின் முன்பாக அவநம்பிக்கை மற்றும் நன்னம்பிக்கை ஆகிய இரு தலைப்புகளுடன் இருக்கின்ற கதவுகளில் எதில் நுழைய வேண்டும் என்று நாம் அடிக்கடித் தடுமாறிக் கொண்டிருக்கிறோம். அங்கு ஒருவேளை மறைவாக மூன்றாவதாக 'எதார்த்தம்' என்று பெயரிடப்பட்ட ஒரு கதவும் இருக்கலாம்.

நாம் வாழ்ந்து கொண்டிருக்கின்ற இந்த உலகத்தை வெறுமனே இரண்டு தனித்தனிக் கூறுகளாகப் பார்ப்பது தவறு என்று திக் நாட் ஹன் நம்மை

எச்சரிக்கிறார். அதில் என்றென்றைக்கும் புயலும் வீசிக் கொண்டிருக்கப் போவதில்லை, பிரகாசமான சூரிய ஒளியும் படர்ந்திருக்கப் போவதில்லை. எல்லாம் கலந்த ஒன்றுதான் அது. அதைத் தெளிவுடனும் நெகிழ்வுத்தன்மையுடனும் அணுகுவதற்கு, நாம் ஒரு சமச்சீரான கண்ணோட்டத்தைக் கொண்டிருக்க வேண்டும். எதார்த்தம் என்பது பல்வேறு முனைகளைக் கொண்ட ஒரு வைரக்கல். அதன் ஒவ்வொரு முனையும் ஒரு தனித்துவமான உண்மையைக் கொண்டிருக்கும்.

அவநம்பிக்கை மற்றும் நன்னம்பிக்கையைத் தாண்டி

வாழ்க்கையின் வாய்ப்புகளையும் சவால்களையும் திறமையாகச் சமாளித்து அதில் பயணிப்பதற்கு நீங்கள் ஒரு சமச்சீரான கண்ணோட்டத்தைக் கொண்டிருப்பது இன்றியமையாதது. அவநம்பிக்கை அல்லது கண்மூடித்தனமான நன்னம்பிக்கைக்குப் பலியாவதற்குப் பதிலாக, சமச்சீரான அணுகுமுறையைக் கொண்டிருப்பது, சரியான தீர்மானங்களை எடுப்பதற்கு உதவும். பெரும்பாலும் இந்த அணுகுமுறை இது அல்லது அது என்ற ரீதியில் இருக்காது. அது ஒரு சிக்கலான கலவையாக இருக்கும். இதைக் கடைபிடிப்பதன் மூலம் ஒருவரால் பல்வேறு நெருக்கடியான சூழல்களிலிருந்து எளிதில் விடுபட்டுவிட முடியும்.

ஒரு சமச்சீரான அணுகுமுறையைக் கடைபிடிப்பதற்கு, நீங்கள் உங்களுக்குள் இருக்கின்ற பாரபட்சமான எடைபோடுதல்களை அங்கீகரிக்க வேண்டும். மனிதர்கள் அடிப்படையில் பாரபட்சமானவர்கள். அந்தப் பாரபட்சம் தவறான எடைபோடுதல்களுக்கும், நாம் அவசரத் தீர்மானங்களுக்கு வருவதற்கும் நம்மைத் தூண்டுகிறது. அதனால் நாம் சுய அலசலில் ஈடுபட்டு, நம்மிடம் ஊறிப் போயுள்ள இந்தப் பாரபட்சத்தைக் களைய முற்பட வேண்டும். அப்படிச் செய்வதன் மூலம், சூழல்களைத் திறந்த மனத்துடன் அணுகுவதற்கு நம்மை நம்மால் தயார்படுத்திக் கொள்ள முடியும்.

ஒரு சமச்சீரான அணுகுமுறையை சுவீகரித்துக்

கொள்வது என்பது தகவல்களைச் சேகரித்துப் பலதரப்பட்டக் கண்ணோட்டங்களை நாடுவதை உள்ளடக்கிய ஒன்றாகும். இன்றைய நவீன உலகில் தகவல்களும் தரவுகளும் அபரிமிதமாக நிரம்பி வழிந்தாலும், அவற்றின் தரம் ஒரே மாதிரியாக இருப்பதில்லை. அதனால், நீங்கள் தகவல் ஆதாரங்களைச் சீர்தூக்கிப் பார்த்து, அவற்றுக்கான சான்றுகளை அலசிப் பார்த்தப் பிறகே தீர்மானங்களை மேற்கொள்ள வேண்டும்.

இப்போது நான் ஹிலாரி என்ற எழுத்தாளரை உங்களுக்கு அறிமுகப்படுத்தப் போகிறேன். அவரை நான் எழுத்தாளர்கள் கருத்தரங்கு ஒன்றில் சந்தித்தேன். அவர் சமச்சீரான கண்ணோட்டத்தின் மொத்த உருவமாகத் திகழ்ந்தார். ஓர் எழுத்தாளர் என்ற முறையில், அவருடைய கதையில் வருகின்ற ஆழமான கதாபாத்திரங்களையும் சிக்கலான சூழல்களையும் உருவாக்குவதன் முக்கியத்துவத்தை அவர் புரிந்து வைத்திருந்தார். எதார்த்த உலகிலும் அது பெரிதாக வேறுபடுவதில்லை. அவர் அந்தக் கருத்தரங்கில் எங்களுடன் கலந்துரையாடியபோது, பலதரப்பட்டக் கருத்துகளைத் திறந்த மனத்துடன் ஏற்றுக் கொள்கின்ற ஒருவர் அவர் என்பதை நாங்கள் புரிந்து கொண்டோம்.

அந்தக் கருத்தரங்கில் ஒரு நாள் வெவ்வேறு எழுத்துப் பாணிகள் குறித்து ஒரு சூடான விவாதம் நடைபெற்றது. அதில் பங்கேற்றிருந்தவர்களில் சிலர் பாரம்பரியப் பாணியைத் தூக்கிப்பிடித்தனர். வேறு சிலர் சோதனை முறையிலான பாணிகளைப் பற்றிச் சிலாகித்துப் பேசினர். இவற்றில் யார் பக்கமும் சாயாமல் இருந்த ஹிலாரி, அந்த இரண்டு முகாம்களைச் சேர்ந்தவர்களிடமும் ஆழமான கேள்விகளைக் கேட்டு அவர்களைப் புரிந்து கொள்ள முயற்சித்தார்.

இரண்டு பாணிகளிலும் சில நன்மைகள் இருந்ததையும், பழமை மற்றும் புதுமை ஆகிய இரண்டின் கலவையே சிறப்பானதாக இருக்கும் என்பதையும் அவர் புரிந்து கொண்டார்.

ஹிலாரி இந்தச் சமச்சீரான அணுகுமுறையைத் தன்

எழுத்தையும் தாண்டிக் கடைபிடித்தார். அவருடைய தனிப்பட்ட வாழ்க்கையிலும் அவர் நிதானமாகவும் அமைதியாகவும் செயல்படுகின்ற ஒருவராகவே விளங்கி வந்தார். தன்னுடைய பாரபட்சமான கண்ணோட்டத்தைக் கேள்விக்கு உட்படுத்துவது, பலதரப்பட்டக் கோணங்களைக் கருத்தில் கொள்ள முன்வருவது, போதுமான அளவு தகவல்களையும் தரவுகளையும் சேகரிப்பது ஆகிய, அவர் கொண்டிருந்த பண்புநலன்களின் காரணமாக, அந்தக் கருத்தரங்கில் பங்கேற்றிருந்த அனைவராலும் அவர் மதிக்கப்பட்டார்.

நிலையாமைக் கொள்கையை சுவீகரித்துக் கொள்ளுதல்

மாற்றத்தையும் நிலையாமையையும் ஏற்றுக் கொள்வது ஒரு சிறந்த மனப்போக்காகும். நாம் வாழ்க்கையை அணுகுகின்ற கண்ணோட்டத்தின்மீது அது பலத்தத் தாக்கம் ஏற்படுத்தும். எதார்த்தம் எப்போதும் மாறிக் கொண்டே இருக்கின்ற ஒன்று என்பதையும், சூழல்கள், உறவுகள், உணர்ச்சிகள் போன்ற அனைத்தும் நிலைத்து நிற்கக்கூடியவை அல்ல என்பதையும் இது அடிக்கோடிட்டுக் காட்டுகிறது. இந்த எதார்த்த உண்மையை நாம் ஏற்றுக் கொள்கின்றபோது, வாழ்க்கையை நம்மால் இலகுவாகக் கையாள முடியும்.

வாழ்க்கையில் எதுவுமே மாறாமல் அப்படியே இருப்பது கிடையாது என்பதை உணர்ந்து கொள்வது மிகவும் முக்கியம். அப்படி எதிர்பார்ப்பதும் மடத்தனம். நம்முடைய புறச் சூழல்கள் மாறுதலுக்கு உட்பட்டவை. அதற்கு நாம் தயாராக இருக்கிறோமோ இல்லையோ, அதை நாம் வரவேற்கிறோமோ இல்லையோ, அது ஒரு பொருட்டல்ல. வேலை, ஆரோக்கியம், உறவுகள், நிதி நிலைமை போன்ற அனைத்தும் கூடிக் குறைந்து கொண்டே இருக்கும். இந்தக் கண்ணோட்டத்தை சுவீகரித்துக் கொள்ளுதல் என்பது குறிப்பிட்ட விளைவுகள் குறித்துக் குறியாக இருப்பதைத் தவிர்ப்பதாகும். ஏனெனில், மாற்றங்கள் கண்டிப்பாக நிகழும் என்பதால், குறிப்பிட்ட விளைவுகளை நம்பியிருப்பது நமக்குத் துன்பத்தைத்தான்

வரவழைக்கும்.

மேலும், இக்கண்ணோட்டம் நம்முடைய உள்ளார்ந்த விஷயங்களுக்கும் பொருந்தும். நம்முடைய மனநிலையும் உணர்ச்சிகளும் இடைவிடாமல் மாறிக் கொண்டேயிருக்கும். மகிழ்ச்சி, வருத்தம், கோபம், அமைதி ஆகிய அனைத்தும் சொற்ப நேரமே நாம் அனுபவிக்கின்ற, வந்து போகின்ற உணர்ச்சிகள். நம்முடைய உணர்ச்சிகளோடு நம்மை அளவுக்கதிகமாகப் பொருத்திக் கொள்ளாமல் இருப்பதன் மூலம் அவற்றை நம்மால் மேம்பட்ட முறையில் கையாள முடியும்.

இப்போது நாம் பீட்டரின் கதைக்குள் நுழையலாம். பள்ளிப் பருவத்திலிருந்தே அவன் என்னுடைய நண்பனாக இருந்து வந்தான். அவன் நிலையாமை தத்துவத்தை முழுமையாக உள்வாங்கிக் கொண்டிருந்தான். அவன் வாழ்க்கையை ஒரு தனித்துவமான முறையில் அணுகினான். மாற்றம் என்பது வாழ்க்கையின் பிரிக்கப்பட முடியாத ஓர் அம்சம் என்பதை அவன் சிறுவயதிலேயே அறிந்திருந்தான். நாங்கள் வசித்து வந்த இடத்திற்கு அருகேயிருந்த ஒரு பூங்காவில் நாங்கள் அடிக்கடிச் சேர்ந்து விளையாடுவோம்.

என் அப்பாவின் வேலை காரணமாக நாங்கள் திடீரென்று ஒரு நாள் வேறு ஓர் ஊருக்குக் குடிபெயர்ந்தோம். நான் அவனிடமிருந்து விடைபெற்றுக் கொண்ட நாள் எனக்கு நன்றாக நினைவிருக்கிறது. நான் பதற்றத்துடனும் கண்ணீருடனும் இருந்தேன். ஆனால், பீட்டர் நிதானமாக இருந்தான். வாழ்க்கை என்பது மாற்றங்களை அரவணைத்துக் கொள்வதை உள்ளடக்கியது என்பதை அவன் எனக்கு நினைவுபடுத்தியதோடு, நாங்கள் தொலைதூரத்தில் இருந்தாலும் எங்களுடைய நட்பு இதயபூர்வமாகத் தொடரும் என்று என்னிடம் கூறினான்.

பின்னர் அவன் வளர்ந்து பெரியவனானபோது, அவன் சேர்ந்திருந்த வேலையின் காரணமாக அவன் அடிக்கடி இடம்பெயர வேண்டியிருந்தது. அந்த மாற்றங்களை அவன் உற்சாகத்துடன் ஏற்றுக் கொண்டான். ஒவ்வோர் இடமாற்றமும், வளர்வதற்கும்,

கற்றுக் கொள்வதற்கும், புதிய சூழலுக்கு ஏற்பத் தகவமைத்துக் கொள்வதற்குமான ஒரு சிறந்த வாய்ப்பு என்று அவன் கருதினான். அவன் உலகின் எந்த மூலையில் இருந்தாலும், என்னையும் சேர்த்துத் தன் நண்பர்கள் அனைவருடனும் அவன் எப்போதும் தொடர்பில் இருந்து வந்தான்.

உறவுகள் குறித்துப் பீட்டர் கொண்டிருந்த பார்வையும் உத்வேகமூட்டுவதாக இருந்தது. விரும்பியவர்களுடன் தான் செலவழிக்கின்ற நேரம் குறைவானதாகவே இருக்கும் என்பதை அவன் அறிந்திருந்ததால், அவர்களுடன் நேரத்தைச் செலவிட்டபோது, அதில் அவன் தன்னை முழுமையாக ஈடுபடுத்திக் கொண்டான். நிகழ்கணத்தில் இலயித்து, வாழ்நாள் முழுவதும் நீடித்திருக்கின்ற அருமையான நினைவுகளை அவன் உருவாக்கிக் கொண்டான். அந்தக் கண்ணோட்டத்தின் காரணமாக, கடினமான காலகட்டங்களில்கூட அவனால் மகிழ்ச்சியாக இருக்க முடிந்தது.

உங்களுடைய வாழ்க்கையில் விஷயங்களை நேர்மறையானவை அல்லது எதிர்மறையானவை என்று பிரித்துப் பார்க்கின்ற போக்கை நீங்கள் நிறுத்திக் கொள்ள வேண்டும். விஷயங்கள் உண்மையில் எப்படி இருக்கின்றனவோ அவற்றை அப்படியே ஏற்றுக் கொள்ள நீங்கள் பழகிக் கொள்ள வேண்டும்.

31

நீங்கள் ஒரு கதாநாயகனாக இருக்க வேண்டிய அவசியமில்லை

"தோற்கடிக்கப்பட்டவன் மகிழ்ச்சியற்று இருப்பதால், வெற்றி வெறுப்பை விதைக்கிறது. வெற்றி, தோல்வி ஆகிய இரண்டையும் கைவிடுகின்றவன்தான் அமைதியாக இருக்கிறான்."

– தம்மபதம்

வெற்றிக்கான நம்முடைய இடையறாத தேடல், மகிழ்ச்சியின்மை நிலவுகின்ற பாதையை நோக்கி நம்மை நகர்த்திவிடக்கூடும் என்று நீங்கள் என்றாவது சந்தேகித்திருக்கிறீர்களா? முடிவேயில்லாமல் வெற்றி மேல் வெற்றி வந்து குவிந்து கொண்டிருக்கும் என்று நீங்கள் நினைத்துக் கொண்டிருக்கலாம். வெற்றியின் வெளிச்சத்தில் குளிர்காய்வதும், தோல்வியைக் கண்டு துவண்டு போவதும் நமக்கு வாடிக்கையாகிவிட்டது. வெற்றி, தோல்வி ஆகிய இரண்டின் சுழற்சிக்கு நடுவேதான் ஓர் உண்மை ஒளிந்து கொண்டிருக்கிறது. வெற்றியின் துரத்தலுக்குள்தான் தோல்விக்கான விதை ஒளிந்துள்ளது என்பதுதான் அது.

வெற்றி ஏன் வெறுப்புக்கு வழி வகுக்க வேண்டும் என்று நீங்கள் கேட்கலாம். இதற்கான பதிலை தம்மபதம் நமக்கு அளிக்கிறது. புத்தரின் வார்த்தைகள் நமக்கு ஒரு பேருண்மையை போதிக்கின்றன. வெற்றியின்மீது நாம் வைத்திருக்கின்ற கண்மூடித்தனமான பெருவிருப்பம்

உட்பட, விளைவுகள்மீது நாம் கொண்டிருக்கின்ற பிணைப்பே நம்முடைய துன்பத்திற்கான மூலாதாரமாக இருக்கக்கூடும்.

பற்றற்று இருப்பதற்குக் கற்றுக் கொள்வது

நம்முடைய இலக்குகள் மற்றும் பெருவிருப்பங்களைத் தேடி நாம் பயணிக்கின்ற பயணத்தின்போது நாம் பிணைப்பு எனும் வலைக்குள் வசமாகச் சிக்கிக் கொள்கிறோம். வெற்றி மற்றும் அங்கீகாரத்திற்காக நாம் ஏங்குகிறோம். அதன் விளைவுகளோடு நம்முடைய சுய மதிப்பை நாம் பிணைத்துக் கொள்கிறோம். நாம் நம்மீதும், பிறர்மீதும், இந்த உலகின்மீதும் ஆக்கிரமிப்புச் செலுத்த விழைகிறோம். அனைத்தும் நம் கட்டுப்பாட்டில் இருக்க வேண்டும் என்று நாம் ஆசைப்படுகிறோம். என்றென்றும் நாமே சாம்பியன்களாக இருக்க வேண்டும் என்று நாம் விரும்புகிறோம். ஆனால், விளைவுகள்மீதான இந்தப் பிணைப்பு துன்பத்திற்கு இட்டுச் செல்லக்கூடும் என்பதுதான் இதிலுள்ள பெரும் சிக்கல். அதனால், பற்றற்று இருப்பதைக் கடைபிடிக்க வேண்டும்.

இப்படிக் கற்பனை செய்யுங்கள். நீங்கள் உங்களுடைய அலுவலகத்தில் ஒரு நல்ல பதவி உயர்வைப் பெற்றிருக்கிறீர்கள் அல்லது ஒரு மராத்தான் பந்தயத்தில் வென்றிருக்கிறீர்கள். நீங்கள் எடுத்துக் கொண்டிருந்த காரியத்திற்காக நீங்கள் உங்களை அர்ப்பணித்துக் கொண்டீர்கள், உங்களுடைய ஆகச் சிறந்த முயற்சிகளை அதற்காக மேற்கொண்டீர்கள். இதுதான் புத்திசாலித்தனமான, போற்றுதலுக்குரிய ஒரு காரியம் என்று சமூகம் கூறுகிறது, சரிதானே? ஆனால், எதிர்பார்ப்போடு சேர்த்துப் பதற்றமும் வளர்கிறது. உங்களுடைய சுயமதிப்பு உங்களுடைய செயல்களின் விளைவுகளோடு பின்னிப் பிணைந்திருப்பதாக நீங்கள் நம்புவதால், நீங்கள் விளைவுகளை வெறியுடன் அணுகுகிறீர்கள். வென்றால் நீங்கள் கதாநாயகன், தோற்றால் நீங்கள் உருப்படாதவன். இங்குப் பிரச்சனை உங்களுடைய இலக்கோ அல்லது அந்தச் சவாலை

நீங்கள் இரசித்து அனுபவிக்கிறீர்கள் என்பதோ அல்ல. அவற்றோடு உங்களை நீங்கள் பிணைத்துக் கொள்வதுதான் இங்குப் பிரச்சனை.

பற்றற்று இருப்பது என்றால், உங்களுடைய சொத்துகள் அனைத்தையும் விற்றுவிட்டு ஒரு சன்னியாசிபோல வாழ்வது என்று அர்த்தமா? கண்டிப்பாக இல்லை. பற்றற்று இருப்பதை நீங்கள் பின்பற்ற வேண்டுமென்றால், முதலில் உங்களுக்கு அதன்மீது பற்று இருக்கிறது என்பதை நீங்கள் ஒப்புக் கொண்டாக வேண்டும். இது உங்களிடமுள்ள ஒரு குறைபாடு அல்ல. இது ஒரு பொதுவான மனித இயல்பு. இது தோல்வியாளர்களுக்கும், பெரிதாக ஆசைப்பட விரும்பாதவர்களுக்கும்கூடப் பொருந்தும். அவர்களும் சிலவற்றில் பற்று வைத்திருக்கின்றனர். ஆனால், அவற்றைக் காண்பது கடினம்.

பற்றுடன் இருப்பது மனித இயல்பு என்பதை நீங்கள் புரிந்து கொண்ட பிறகு, எந்தவிதமான எடைபோடுதல்களுமின்றி, நீங்கள் எதில் பற்று வைத்திருக்கிறீர்கள் என்பதை அவதானியுங்கள். ஒரு குறிப்பிட்ட விளைவு குறித்து நீங்கள் அளவுக்கதிகமாக ஈடுபாடு காட்டுவதை நீங்கள் கவனிக்கின்றபோது, அதற்காக உங்களைக் கடிந்து கொள்ளாதீர்கள். இங்கு அது குறித்த விழிப்புணர்வுதான் முக்கியம்.

விழிப்புணர்வுதான் பரிபூரண மாறுதலுக்குத் தேவையான முக்கிய அம்சம். நீங்கள் பற்று கொண்டிருக்கின்ற விஷயங்களை நீங்கள் அறிந்து கொண்டவுடன் அவற்றை விட்டேத்தியாகப் பார்ப்பதற்கு உங்களைத் தயார் செய்து கொள்ளுங்கள். அப்போது, உங்களுடைய விருப்பங்கள் வெறும் விருப்பங்கள்தாம் என்பதையும், அதைத் தாண்டி அதில் எதுவும் இல்லை என்பதையும் நீங்கள் புரிந்து கொள்ளத் தொடங்குவீர்கள். அவை உங்களுடைய சுயமதிப்பை வரையறை செய்கின்ற ஒன்றல்ல. அவை உங்களுடைய வாழ்க்கையெனும் வானில் கலைந்து செல்கின்ற மேகங்களாகும்.

அடுத்து வருவது, வேண்டுமென்றே பிணைப்பை

விட்டுவிடுகின்ற கட்டம். அது ஒரே நேரத்தில் சவாலானதாகவும், உங்களுக்கு நிம்மதியுணர்வை ஊட்டுவதாகவும் இருக்கும். பற்றற்று இருப்பது என்றால், அதற்காக நீங்கள் உங்களுடைய இலக்குகளுக்கு முழுக்குப் போட வேண்டும் என்றோ, உங்களுடைய கனவுகளைக் கைகழுவ வேண்டும் என்றோ அர்த்தமில்லை. விளைவுகள்மீது நீங்கள் கொண்டிருக்கின்ற மாயையான பிடிப்பைத் தளர்த்திக் கொள்ள வேண்டும் என்று அதற்கு அர்த்தம். இந்த முக்கியமான விஷயத்தை நீங்கள் புரிந்து கொள்ள வேண்டும்: பற்றுடன் இருப்பது மோசமானது என்பதால் நீங்கள் அதற்கு விடை கொடுக்கவில்லை; அது சாத்தியமற்றது என்பதால்தான் அதற்கு நீங்கள் முழுக்குப் போடுகிறீர்கள்.

பற்றற்று இருப்பதை நீங்கள் நடைமுறையில் பின்பற்றுகின்றபோது, வெற்றி மற்றும் தோல்வி எனும் உணர்ச்சிக் கொந்தளிப்பான குடைராட்டினத்தில் பயணிப்பதிலிருந்து நீங்கள் உங்களை விடுவித்துக் கொள்கிறீர்கள். அதன் விளைவாக நீங்கள் உங்கள் வழியில் எதிர்ப்படும் எதைக் கண்டும் அஞ்சுவதில்லை. வெற்றிக்கான வேட்கை இயல்பானதாக இருக்கலாம். ஆனால், அதனுடன் இணைந்து வருகின்ற துன்பம் தேவையற்றது. வெற்றி, இழப்பு, அவமானம் போன்ற அனைத்தும் சீக்கிரமே கடந்து சென்றுவிடும். இன்று நீங்கள் வெல்வதை நாளை இழக்கக்கூடும். பின்னர் நீங்கள் மீண்டும் அதை வெல்லக்கூடும். இந்த மாற்றங்களின் ஊடாக அமைதியாக இருங்கள். விழிப்புணர்வுடன் நீங்கள் உங்களுடைய பிணைப்பை அவதானிக்கின்றபோது உங்களால் மன அமைதியைப் பெற முடியும்.

பற்றின்மையை வளர்த்துக் கொள்ளுதல்

பற்றின்மையை வளர்த்துக் கொள்ளுங்கள். உணர்ச்சிகளைச் சமநிலையில் வைத்துக் கொள்ளுதல் இது. இந்த அணுகுமுறை, வெற்றி, தோல்வி ஆகிய இரண்டிலும் அமைதியையும் நிதானத்தையும்

கடைபிடிக்க உதவும். இந்த இரண்டு நிலைகளின் நிலையற்றத்தன்மையைப் புரிந்து கொண்டு அதன்மீது கவனத்தைக் குவிப்பதுதான் இங்கு முக்கியம். அதை நீங்கள் செய்கின்றபோது, விஷயங்கள் நீங்கள் நினைத்திருந்த அளவுக்கு முக்கியத்துவம் வாய்ந்தவையாக இல்லாதிருப்பதை நீங்கள் காண்பீர்கள்.

நீங்கள் மேற்கொண்டிருந்த பெருமைமிக்கதொரு சாதனையைப் பற்றி நீங்கள் நினைத்துக் கொள்ளுங்கள். அப்போது நீங்கள் வானத்தில் பறந்து கொண்டிருந்தீர்கள், உங்களுடைய இதயம் மகிழ்ச்சியால் கூச்சலிட்டுக் கொண்டிருந்தது. ஆனால், அதற்கடுத்து என்ன நிகழ்ந்தது? காலம் உருண்டோடியபோது, உங்களுடைய பரவசமும் அப்படியே கரைந்து போனது. வெற்றியின் போதை இறங்கியது. நீங்கள் அடுத்த போதையை நாடத் தொடங்கியிருந்தீர்கள். மகிழ்ச்சிக் கணங்கள்கூடக் கடந்து போகின்ற ஒன்றுதான் என்பதையே இவை வெளிப்படுத்துகின்றன.

அதேபோல, நீங்கள் எதிர்கொண்டிருந்த படுமோசமான தோல்விகளில் ஒன்றை இப்போது நினைத்துப் பாருங்கள். அப்போது மொத்த உலகமுமே உங்கள் தலைமீது இடிந்து விழுந்துவிட்ட உணர்வு உங்களுக்கு ஏற்பட்டிருக்கும். ஆனால், காலப்போக்கில் நீங்கள் தேறி, மீண்டும் கட்டமைத்துக் கொண்டு, முன்னே செல்லத் துவங்குவீர்கள். தோல்வியும் நிலைத்திருக்காத ஒன்றாக ஆகிவிடுகிறது.

ஓர் அரசன் ஒரு முறை ஒரு ஞானியிடம், தான் எப்போதும் அறிவார்ந்தவனாக இருக்க வேண்டும் என்று நினைவுபடுத்துகின்ற ஒன்றை உருவாக்கிக் கொடுக்கும்படி கேட்டுக் கொண்டான். வாழ்க்கையின் ஆசிர்வாதங்களை அலட்சியமாக எடுத்துக் கொள்ளாமல் இருப்பதை நினைவூட்டுகின்ற ஒன்றாக அது இருக்க வேண்டும் என்று அவன் மேலும் கோரினான். அந்த ஞானி அந்த அரசனுக்கு ஒரு மோதிரத்தைப் பரிசளித்தார். அதில், “இதுவும் கடந்து போகும்” என்ற வாசகம் எழுதப்பட்டிருந்தது. எதுவும் நிரந்தரமல்ல என்பதை ஏற்றுக் கொள்கின்ற மனப்பக்குவம் மிகவும்

முக்கியம்.

பற்றின்மையை வளர்த்துக் கொள்வதற்கு, உங்களுடைய நல்ல மற்றும் மோசமான அனுபவங்களின் கடந்து போகின்ற இயல்பை முழுமையாக உள்வாங்கிக் கொள்ள வேண்டும். இந்த நிலையாமையை நீங்கள் முழுமையாகப் புரிந்து கொள்வது என்பது, ஒரு மலையுச்சியில் நின்று கொண்டு, கடந்து செல்கின்ற மேகங்களைப் பார்ப்பதைப் போன்றது. அங்கிருக்கின்றபோது, வெயில், மழை ஆகிய இரண்டுமே தற்காலிகமானவை என்பதை நீங்கள் உணர்ந்து கொள்வீர்கள்.

பற்றற்ற நிலையின் மாயாஜாலம், வெற்றி மற்றும் தோல்வியோடு சேர்ந்து வருகின்ற உணர்ச்சிக் கொந்தளிப்புகளைக் குறைக்கின்ற ஆற்றலில் அடங்கியுள்ளது. நீங்கள் வாழ்க்கையை ஒரு சமச்சீரான மனநிலையுடன் அணுகும்போது, நீங்கள் விளைவுகள் குறித்துப் பெரிதாக அலட்டிக் கொள்ள மாட்டீர்கள். புறச் சூழல்கள் எப்படியிருந்தாலும் நீங்கள் நிகழ்காலத்தில் இலயித்திருப்பீர்கள். வெற்றியும் தோல்வியும் உங்களுக்கு உணர்ச்சிக் கொந்தளிப்புகளை ஏற்படுத்துவதற்குப் பதிலாக, உங்களுடைய மனமெனும் அமைதியான குளத்தின் மேற்பரப்பில் சிற்றலைகளை மட்டுமே ஏற்படுத்தும்.

அனைத்து விஷயங்களும் நிலைத்திருப்பவை அல்ல என்ற கருத்தை ஏற்றுக் கொள்வதும், வாழ்க்கையின் ஏற்ற இறக்கங்களை எதிர்கொள்வதற்குப் பற்றற்று இருக்கின்ற மனப்போக்கை வளர்த்துக் கொள்வதும் உங்களுக்கு எந்த அளவுக்குச் சுதந்திர உணர்வைப் பெற்றுக் கொடுக்கும் என்று கற்பனை செய்து பாருங்கள். இந்த மனப்போக்கை நீங்கள் கடைபிடிக்கின்றபோது, நீங்கள் நிகழ்கணத்தில் வாழ்வீர்கள், வெற்றி மற்றும் தோல்வி உருவாக்குகின்ற உணர்ச்சிக் கொந்தளிப்புகளில் சிக்கிக் கொள்ள மாட்டீர்கள்.

32

உங்களுடைய கட்டுப்பாட்டு மண்டலத்தைப் புரிந்து கொள்ளுதல்

"உங்களுடைய வாழ்க்கையில் உங்களுக்கு மூன்றே மூன்று விஷயங்களில் மட்டுமே கட்டுப்பாடு இருக்கிறது. நீங்கள் எண்ணுகின்ற எண்ணங்கள், நீங்கள் மனத்தில் காட்சிப்படுத்துகின்ற பிம்பங்கள், நீங்கள் எடுக்கின்ற செயல்நடவடிக்கைகள் ஆகியவையே அவை."

– ஜாக் கேன்ஃபீல்டு

பெருக்கெடுத்து ஓடும் ஒரு பெரிய நதியாக வாழ்க்கையைக் கற்பனை செய்து கொள்ளுங்கள். அதில் நீங்கள் ஒரு சிறிய படகில் சென்று கொண்டிருக்கிறீர்கள். தனிப்பட்ட வளர்ச்சிக்கான தேடலில் ஈடுபட்டுள்ள நாம், நம்முடைய கட்டுப்பாட்டின்கீழ் இல்லாத புறச் சூழல்கள், பிறருடைய அபிப்பிராயங்கள் போன்ற, அந்த நதியின் சுழலுக்குள் மாட்டிக் கொள்கிறோம். இதிலிருந்து விடுபட விரும்புவது மனித இயல்பு.

ஜாக் கேன்ஃபீல்டு நமக்கு நினைவுபடுத்துவதுபோல, நாம் நம்முடைய கவனத்தை அந்த நதியின்மீது செலுத்தக்கூடாது. மாறாக, நம் கட்டுப்பாட்டில் இருக்கின்ற, நாம் எண்ணுகின்ற எண்ணங்கள், நாம் மனத்தில் காட்சிப்படுத்துகின்ற பிம்பங்கள், நாம் எடுக்கின்ற செயல்நடவடிக்கைகள் ஆகிய மூன்று அம்சங்களில் மட்டுமே நம் கவனத்தைக் குவிக்க வேண்டும். வாழ்க்கை நதியின் சுழலுக்குள் இருந்து

நீங்கள் தப்பிக்க, உங்களுக்கு உதவும் துடுப்புகளாக அவை செயல்படும். ஆனால் அவற்றை எப்படிப் பயன்படுத்த வேண்டும் என்பதை நீங்கள் தெரிந்து வைத்திருக்க வேண்டும்.

கவனத்தைத் திசைதிருப்பி முன்நடவடிக்கைகளை எடுத்தல்

நம்முடைய கட்டுப்பாடுகளுக்கு வரம்பெல்லைகள் உண்டு என்பதை நாம் முதலில் ஏற்றுக் கொள்ள வேண்டும். இந்த உலகிலுள்ள அனைத்தின்மீதும் நமக்குக் கட்டுப்பாடு கிடையாது என்பதை நாம் பகுத்தறிவுரீதியாக அறிந்துள்ளோம் என்பது உண்மைதான். ஆனால், விஷயங்கள் நாம் எதிர்பார்க்கின்றபடி செல்லாதிருக்கின்றபோது, நாம் ஆழ்மனரீதியாக இதைத்தானே எதிர்பார்க்கிறோம்?

உங்களுடைய தோட்டத்திற்கு இருக்கின்ற கட்டுப்பாட்டைப் போன்றது இது. அதில் இருக்கின்ற செடிகொடிகளை நீங்கள் பேணிப் பராமரிக்கலாம். ஆனால், வானிலையை உங்களால் கட்டுப்படுத்த முடியாது. வாழ்க்கையில் நாம் நம் சூழல் குறித்தும், பிறருடைய அபிப்பிராயங்கள் குறித்தும் அநியாயத்திற்குப் புலம்புகிறோம். அர்த்தமுள்ள மாற்றங்களை ஏற்படுத்துவதற்கு, எவற்றின்மீது உங்களால் உண்மையிலேயே தாக்கம் ஏற்படுத்த முடியுமோ, எவை உங்களுடைய கட்டுப்பாட்டில் இருக்கின்றனவோ, அவற்றைக் கண்டறிந்து அவற்றின்மீது கவனத்தைக் குவிக்க வேண்டும்.

உங்களால் கட்டுப்பாடு செலுத்தப்படக்கூடிய விஷயங்களை நீங்கள் அடையாளம் கண்டுகொண்ட பிறகு, நீங்கள் உங்களுடைய ஆற்றலை அவற்றை நோக்கிப் பாயவிட வேண்டும். உங்களால் கட்டுப்படுத்தப்பட முடிகின்ற விஷயங்களின்மீது நீங்கள் உங்களுடைய கவனத்தைக் குவிக்கின்றபோது, தற்போதைய சூழலில் உங்களால் எந்த அளவுக்குச் சிறப்பாகச் செயல்பட முடியுமோ அவ்வாறு செயல்படுவதை நீங்கள் உறுதி

செய்வதோடு, பயனற்ற விஷயங்களில் உங்களுடைய ஆற்றலை விரயம் செய்வதையும் நீங்கள் நிறுத்திக் கொள்வீர்கள். தோட்டத்தில் இருக்கின்றபோது வானிலையைப் பற்றிப் புலம்பிக் கொண்டிருக்காமல் அங்கிருக்கின்ற தாவரங்களைப் பேணுவதற்கு ஒப்பானது இது. நீங்கள் தோட்டத்தில் அமர்ந்து கொண்டு ஒரு மணி நேரம் வானிலையைப் பற்றிப் புலம்பிக் கொண்டிருந்தால் உங்களுக்கு இரட்டை இழப்பு ஏற்படும். ஒரு மணி நேரத்தின் முடிவில் ஒன்றும் நடந்திருக்காது. மீண்டும் பெற முடியாத ஒரு மணி நேரத்தை நீங்கள் இழந்திருப்பீர்கள். மோசமான வானிலையிலிருந்து உங்களுடைய செடி கொடிகளைக் காப்பாற்றுவதற்கான வாய்ப்பையும் நீங்கள் நழுவவிட்டிருப்பீர்கள். எடுத்துக்காட்டாக, கடும் காற்று வீசிக் கொண்டிருப்பதாக வைத்துக் கொள்வோம். அந்த ஒரு மணி நேரத்தை, சில கொடித் தாவரங்களை அவை படர்ந்துள்ள கம்புகளோடு சேர்த்து இன்னும் இறுக்கமாகப் பிணைத்து வைப்பதற்கு நீங்கள் பயன்படுத்திக் கொள்ளலாம்.

தோட்ட வளர்ப்பில் இவற்றின் முக்கியத்துவம் நமக்குப் புரிந்தாலும், நம்முடைய சொந்த வாழ்க்கையில் பெரும்பாலும் இவற்றை நாம் தவறவிட்டுவிடுகிறோம். ஒரு சூழ்நிலை குறித்துப் புலம்புவதற்கும், புகார்ப் பட்டியல் வாசிப்பதற்கும், கவலை கொள்வதற்கும் நீங்கள் எவ்வளவு நேரத்தை வீணடித்திருக்கிறீர்கள்? அதற்குப் பதிலாக, மாற்றங்களை மேற்கொள்வதற்கு அந்த நேரத்தில் எவ்வளவு நேரத்தை உங்களால் செலவிட்டிருக்க முடியும்?

தன் வேலையில் முன்னேறத் துடிக்கின்ற ஒருவரைக் கற்பனை செய்து கொள்ளுங்கள். ஆனால், அவர் எவ்வளவு நேரம் தன்னுடைய கட்டுப்பாட்டில் இல்லாத விஷயங்களான, அலுவலக வம்பளப்புகளிலும், சக ஊழியர்களின் அபிப்பிராயங்களுக்குத் தேவையற்ற முக்கியத்துவம் கொடுப்பதிலும், நிறுவனத்தின் நிதி நிலைமை குறித்தக் கிசுகிசுப்புகளிலும் வீணடித்திருப்பார் என்று நீங்கள் நினைக்கிறீர்கள்? அதற்குப் பதிலாக அவர், கருத்தரங்குகள் போன்றவற்றில் கலந்து கொண்டு

தன்னுடைய தனிப்பட்டத் திறனை மேம்படுத்திக் கொள்வதிலும், தன்னுடைய வேலை நெறிமுறையை அதிகரித்துக் கொள்வதிலும், புதிய தொடர்புகளை வளர்த்துக் கொள்வதிலும் தன்னுடைய நேரத்தைச் செலவழிக்கின்றபோது, அவருடைய நிர்வாகம், அவரை நிர்வாகத்திற்குப் பயனுள்ள ஒருவராகக் கருதும். வேலையில் அவர் விரும்புகின்ற முன்னேற்றம் சாத்தியப்படும்.

அவர்களுடைய பங்கேற்பால், அலுவலக வம்பளப்புகளை மாற்றவோ, வதந்தி பரப்புகின்ற சக ஊழியர்களைத் திருத்தவோ, நிறுவனத்தின் நிதி நிலைமையை மேம்படுத்தவோ ஒருக்காலும் முடியாது. அதில் அவர்களுக்கு எந்தவிதமான கட்டுப்பாடும் இல்லை. அதிலிருந்து ஒதுங்கியிருப்பதன் மூலம் அவர்களுடைய நேரம் ஏராளமாக மிச்சமாகிறது.

தற்போது உங்களைத் தொந்தரவு செய்து கொண்டிருக்கின்ற ஒரு விஷயத்தை நினைத்துக் கொள்ளுங்கள். அது உங்களுடைய கட்டுப்பாட்டில் இருக்கிறதா? அது பற்றிச் சிந்திக்க நேரம் எடுத்துக் கொள்ளுங்கள். அது உண்மையிலேயே உங்களுடைய கட்டுப்பாட்டில் இல்லையென்றால், உங்களுடைய கவனத்தை அதிலிருந்து திருப்பி, உங்களுடைய கட்டுப்பாட்டில் இருக்கின்ற ஒரு விஷயத்தில் அதைக் குவியுங்கள். ஆனால், பெரும்பாலான நேரங்களில், விஷயங்களின் ஒரு பகுதி உங்களுடைய கட்டுப்பாட்டில் இருக்கும், மற்றொரு பகுதி உங்களுடைய கட்டுப்பாட்டில் இருக்காது. அதனால் ஒன்றும் பிரச்சனையில்லை. உங்களுடைய கட்டுப்பாட்டிலுள்ள பகுதியில் உங்களுடைய கவனத்தைக் குவியுங்கள், உங்களுடைய கட்டுப்பாட்டில் இல்லாத பகுதியை அலட்சியம் செய்துவிடுங்கள்.

மன ஒத்திகை

மனத்தில் ஒத்திகை பார்த்தல். இது பெரிதாகக் கவனம் பெற்றிராத ஓர் உத்தி. இது உங்களுடைய மனத்திற்கான

உடற்பயிற்சி என்று வைத்துக் கொள்ளலாம். பயனுள்ள நேர்மறையான விளைவுகளை நீங்கள் மனத்தில் காட்சிப்படுத்துவதற்கு இது உதவும். நீங்கள் நன்றாக உணர்வதுபோலவும், நீங்கள் உங்களுடைய வேலைகளை முழுமையாக நிறைவேற்றி முடிப்பதுபோலவும், உங்களுடைய இலக்குகளை அடைவதுபோலவும் மனத்தில் காட்சிப்படுத்துவதன் மூலம், நீங்கள் உங்களுடைய மனத்தை, நிகழ்கணத்தில் இருக்கவும், பதற்றத்தைக் குறைக்கவும், அளவுக்கதிகமாகச் சிந்திக்காமல் இருக்கவும் பயிற்றுவிக்கிறீர்கள்.

மனம் என்பது ஒரு நாடக மேடையைப் போன்றது. அங்கு உங்களுடைய எண்ணங்களும் உணர்ச்சிகளும் அரங்கேறுகின்றன. நீங்கள் மனக்காட்சிப்படுத்துகின்றபோது, நீங்கள் அதன் இயக்குநராக ஆகிறீர்கள், அதன் காட்சி, சூழல் போன்ற அனைத்தும் உங்களுடைய கட்டுப்பாட்டில் வந்துவிடுகிறது. நீங்கள் நேர்மறையான விளைவுகளை மனக்காட்சிப்படுத்துகின்றபோது, உங்களுடைய வாழ்க்கையெனும் நாடகத்தின் கதை வசனங்களை நீங்கள் எழுதுகிறீர்கள். இங்கு நீங்கள் ஒரு பார்வையாளராக இல்லாமல், பங்கேற்பாளராக ஆகிறீர்கள்.

முதன்முதலாகக் காதலிப்பவரை மனத்தில் கற்பனை செய்து கொள்ளுங்கள். அப்போது அவர் மிகவும் பதற்றமாக இருப்பார். தான் ஒரு புதிய நபரைச் சந்திக்கவிருக்கிறோம் என்ற எண்ணம், தன்னைப் பற்றிய ஒரு நல்ல அபிப்பிராயத்தை உருவாக்க வேண்டும் என்ற பதற்றம், அது அடுத்து எங்குக் கொண்டு செல்லுமோ என்ற சந்தேகம் போன்றவை அவரைத் திக்குமுக்காட வைக்கலாம். இந்தப் பதற்றம் பொதுவாக, சுய சந்தேகம், அதீதக் கவலை, தடுமாறுவதற்கான சாத்தியக்கூறு, நிகழ்கணலயிப்பு ஆகியவற்றுக்கு இட்டுச் செல்லும்.

ஆனால், மனக்காட்சிப்படுத்துதலில் ஈடுபடுவதன் மூலம் அந்த நபரால் அதன் விளைவுகளின்மீது நேர்மறையான தாக்கங்கள் ஏற்படுத்த முடியும். தான் தன்னம்பிக்கையுடன் அந்த நபரை அணுகுவதுபோலவும், அவர்களுடைய உரையாடல் சுவாரசியமாக

இருப்பதுபோலவும், அவர்கள் சேர்ந்து சிரித்து மகிழ்வதுபோலவும் அவர் தன் மனத்தில் காட்சிப்படுத்திக் கொள்ளலாம். இதை அவர் தன் மனத்தில் மீண்டும் மீண்டும் காட்சிப்படுத்திக் கொள்கின்றபோது, அவருடைய பயமும் பதற்றமும் சிறிது சிறிதாக அவரிடமிருந்து விடைபெற்றுக் கொள்ளும். நீங்கள் இழந்துள்ள கட்டுப்பாட்டை மீண்டும் பெறுவதற்கான ஆற்றல்மிக்கதொரு வழி இது.

33

தேவைக்கு அதிகமாகத் துன்பத்திற்கு ஆளாகாதீர்கள்

"இனிமையற்றச் சூழலுக்கான எதிர்ப்புதான் துன்பத்திற்கான மூல காரணம்."

– ராம் தாஸ்

வலிக்கும் துன்பத்திற்கும் இடையேயுள்ள வேறுபாடு என்ன?

ஒரு செவ்வாய்க்கிழமையை நாசமாக்குவதற்கும், அதை நினைத்து புதன்கிழமை முழுவதும் வருத்தப்பட்டுக் கொண்டிருப்பதற்கும் என்ன வேறுபாடு?

வாழ்க்கையில் இன்றில்லாவிட்டாலும் என்றாவது ஒரு நாள் நாம் வலியை உணர்வதற்கான வாய்ப்புகள் அதிகம். வலியை ஏற்படுத்துகின்ற அந்த அனுபவத்தைப் பிடித்துத் தொங்கிக் கொண்டிருப்பதன் மூலமும், அதை நினைத்துப் புலம்பிக் கொண்டிருப்பதன் மூலமும் நாம் அந்த வலியை அனுபவித்துக் கொண்டிருப்பதில்லை. ஆனால், நமக்கு வலியேற்படுத்திய அந்தச் சூழல் குறித்து நாம் அசை போட்டுக் கொண்டிருக்கிறோம். இந்த இரண்டாவது விளைவுதான் துன்பம். வலி என்பது தவிர்க்கப்பட முடியாதது. ஆனால், துன்பம் நாமே வருவித்துக் கொள்வது.

கடினமான சூழ்நிலைகளை ஏற்றுக் கொள்ளுதல்

ஒரு சூழ்நிலை கடினமாக இருக்கிறது என்பதை அங்கீகரிப்பது, அதை விதியே என்று ஏற்றுக்கொள்வதல்ல. நிலையாமை என்ற அடிப்படை உண்மையை ஒப்புக் கொள்வது அது. வாழ்க்கை என்பது எப்போதும் மாறிக் கொண்டேயிருக்கும் என்பதையும், இனிமையானவை, இனிமையற்றவை ஆகிய இரண்டும் வாழ்க்கையில் கலந்திருக்கும் என்பதையும் ஏற்றுக் கொள்வது அது. ஏற்றுக் கொள்கின்ற பழக்கத்தை நம்மிடம் வளர்த்துக் கொள்வதன் மூலம், துன்பத்தைத் தூண்டிவிடுகின்ற எதிர்ப்பை நம்மால் குறைத்துக் கொள்ள முடியும். நம்மிடம் நாம் ஏற்படுத்திக் கொண்டிருக்கின்ற இந்த மாற்றுக் கண்ணோட்டம் காரணமாக, நம்மால் சவால்களைத் துணிச்சலுடன் எதிர்கொள்ள முடியும்.

என் வாழ்க்கையில் ஒரு கட்டத்தில் என் வேலையில் எனக்கு ஒரு மிகப் பெரிய பின்னடைவு ஏற்பட்டது. அதை எதிர்க்க வேண்டும் என்பதுதான் அது குறித்த என்னுடைய உடனடி எதிர்வினையாக இருந்தது. எனக்கு அநீதி இழைக்கப்பட்டதாக நான் கொதித்தேன்; என்னுள் கடும் விரக்தி ஏற்பட்டது. அதன் காரணமாக என்னுடைய ஆற்றல் முழுவதுமாக உறிஞ்சப்பட்டுவிட்டதாக நான் உணர்ந்தேன்.

ஆனால், நான் ஆற்றிக் கொண்டிருந்த எதிர்வினை எனக்கு எந்தவிதத்திலும் பலனளிக்கவில்லை, மாறாக, அது என் துன்பத்தை மேலும் அதிகரிக்க மட்டுமே செய்தது என்பதை நான் விரைவில் புரிந்து கொண்டேன்.

அந்தப் புதிய கண்ணோட்டத்தை நான் சுவீகரித்துக் கொண்டவுடன், நிலையாமை தத்துவத்தை நான் அரவணைத்துக் கொண்டேன். வாழ்க்கையிலுள்ள பிற விஷயங்களைப்போலவே, சவால்களும் நீடித்து நிலைக்காதவையே என்பதை நான் அங்கீகரித்தேன். அவை வரும், போகும். விரைவில் கடந்து போகக்கூடிய ஒரு விஷயத்தைப் பிடித்து நான் தொங்கிக் கொண்டிருந்ததன் மூலம் நான் மேலும் அதிகப் பிரச்சனைகளை உருவாக்கிக் கொண்டிருந்தேன். எதிர்ப்பையும், பிடித்துத்

தொடங்கிக் கொண்டிருப்பதையும் விட்டுவிடுவதால், முதலில் தோன்றிய வலி மறைந்துவிடாதுதான். ஆனால், தேவையற்றத் துன்பத்தை நீங்கள் தொடர்ந்து அனுபவிப்பதை அது தடுக்கும். மனிதர்களாகிய நாம்தான் நம்முடைய துன்பங்களுக்குக் காரணம்.

என்னுடைய அணுகுமுறையில் ஏற்பட்ட மாற்றம் குறைவாக இருந்தாலும், அது பெரும் தாக்கம் ஏற்படுத்தியது. என் இன்னல்களுக்கு எதிராகப் போராடிக் கொண்டிருப்பதற்குப் பதிலாக, அதை நான் கடந்து செல்லத் தொடங்கினேன். எதார்த்தத்தை எந்தவிதமான எடைபோடுதல்களுமின்றி நான் ஏற்றுக் கொள்ளத் துவங்கினேன். ஒரு சவாலான சூழலுக்கு எப்படி எதிர்வினையாற்ற வேண்டும் என்பதைத் தேர்ந்தெடுக்கின்ற ஆற்றல் என்னிடம் இருப்பதை நான் உணர்ந்து கொண்டேன்.

நான் இதை ஏற்றுக் கொண்டவுடன், என் துன்பத்திற்குத் தூபம் போட்டுக் கொண்டிருந்த என் எதிர்ப்புணர்வு மங்கத் தொடங்கியது. புறச் சூழல்களில் எந்தவித மாற்றமும் ஏற்பட்டிருக்கவில்லை என்றாலும், என்னுடைய அகச் சூழல் முற்றிலுமாக மாறியிருந்தது. பின்னடைவுகளை நான் இனியும் தாண்டப்பட முடியாத தடைகளாகப் பார்க்கவில்லை. எதார்த்தத்தை எதிர்த்து நான் மடத்தனமாகப் போராடிக் கொண்டிருக்கவில்லை. என்னால் முடிந்தவற்றை நான் செய்தேன். மற்றவற்றை நான் விட்டுவிட்டேன்.

தனிப்பட்ட வளர்ச்சிக்காக சவால்களை அரவணைத்துக் கொள்ளுதல்

நம்முடைய வாழ்க்கைப் பயணத்தில், சவால்கள் பெருந்தடைகளாகத் தோன்றி நம்முடைய பொறுமையைச் சோதிக்கும். நாம் உடனடியாக அவற்றை எதிர்ப்பதால், அது நம்மிடம் பதற்றத்தைத் தோற்றுவிக்கிறது. பாடம் கற்றுக் கொள்வதற்கான, புதிய கண்ணோட்டங்களைப் பெறுவதற்கான, புதிய சூழல்களுக்கு ஏற்பத் தகவமைத்துக் கொள்வதற்கான

வாய்ப்புகளாக நாம் அவற்றைப் பார்க்கப் பழகிக் கொள்ள வேண்டும்.

வளர்ச்சி மனப்போக்கு என்ற ஒன்று இருக்கிறது. கடின உழைப்பு மற்றும் அர்ப்பணிப்பின் மூலமாக உங்களுடைய அறிவாற்றலையும் திறனையும் வளர்த்துக் கொள்ளலாம் என்பதை அடிப்படையாகக் கொண்டது அது. சவால்களைத் தடைக்கற்களாகப் பார்க்காமல், படிக்கற்களாகப் பார்க்கின்ற கண்ணோட்டம் அது. பதற்றம் மற்றும் அதீதச் சிந்தனையில் மூழ்கிவிடுவதற்குப் பதிலாக, வளர்ச்சி மனப்போக்கு, நம்முடைய தனிப்பட்ட வளர்ச்சிக்குப் பங்களிக்கின்ற மதிப்புவாய்ந்த அனுபவங்களாக அந்தத் தடைகளைப் பார்ப்பதற்கு நம்மை ஊக்குவிக்கும்.

வளர்ச்சி மனப்போக்கை சுவீகரித்துக் கொள்வது என்பது, கடினமான சூழல்களை நாம் எதிர்நோக்குகின்றபோது, முதலில் வெளிப்படையாகத் தெரியாவிட்டாலும் அவற்றில் ஒளிந்திருக்கின்ற படிப்பினைகளைத் தேடிக் கண்டுபிடிப்பதை உள்ளடக்கியது. சவால்கள் கொண்டுவருகின்ற அசௌகரியம் மற்றும் பதற்றத்தில் மூழ்கியிருப்பதற்குப் பதிலாக, அந்த அனுபவங்களிலிருந்து நம்மால் எவற்றையெல்லாம் பெற முடியும் என்பதில் நாம் கவனத்தைக் குவிக்க வேண்டும்.

என் முதல் காதல் உறவு முறிவடைந்த அனுபவம் என்னால் தாங்கிக் கொள்ள முடியாத ஒன்றாக இருந்தது. அந்தக் காலகட்டத்தில் சோகம், கேள்விக்குறிக்குள்ளான எதிர்காலம், உணர்ச்சிக் கலவைகள் ஆகியவை என்னை ஆட்கொண்டிருந்தன. அதன் முடிவில் நான் மிகவும் பதற்றம் அடைந்திருந்தேன். எதனால் அது நிகழ்ந்தது என்பது குறித்துச் சிந்தித்துச் சிந்தித்து நான் மிகவும் களைப்படைந்தேன். நான் செய்திருந்த காரியங்களில் எதையாவது என்னால் வேறு விதத்தில் செய்திருந்திருக்க முடியுமா என்று நான் மண்டையை உடைத்துக் கொண்டிருந்தேன்.

அதன் முடிவில், நான் அந்தப் பிரிவு ஏற்படுத்தியிருந்த வலியை ஏற்றுக் கொள்ளாமல் அதை நிராகரித்து

வந்தேன். மீண்டும் இட்டு நிரப்பப்பட முடியாத ஒன்றை நான் இழந்துவிட்டிருந்தேன் என்ற உணர்வு என்னை வாட்டி வதைத்தது. அதிலிருந்து மீள முடியும் என்று எனக்குத் தோன்றவில்லை. எங்கள் இருவரில் இந்த முறிவுக்கு யார் காரணம் என்ற சிந்தனையில் நான் இரவு பகலாக மூழ்கினேன். அது தொடர்பான வாதப் பிரதிவாதங்கள் முடிவேயில்லாமல் என் தலைக்குள் ஓடிக் கொண்டிருந்தன. அந்தப் பிரிவைவிட இதுதான் என்னை அதிகமாகக் காயப்படுத்திக் கொண்டிருந்தது என்பதை நான் அப்போது உணர்ந்திருக்கவில்லை.

அக்காலகட்டத்தில்தான் அதிர்ஷ்டவசமாக நான் வளர்ச்சி மனப்போக்கு என்ற கருத்தாக்கத்தைப் பற்றி அறிந்து கொண்டேன். அந்தப் பிரிவை, நான் படுமோசமாக முடிவடைந்திருந்த ஒன்றாகப் பார்க்காமல், நான் வளர்வதற்கும் கற்றுக் கொள்வதற்கும் எனக்குக் கிடைத்த ஒரு வாய்ப்பாக நான் பார்த்தேன். அதில் எது தவறாகப் போனது என்ற யோசனையில் உழன்று கொண்டிருக்காமல், அந்த அனுபவத்திலிருந்து என்னால் எதைக் கற்றுக் கொள்ள முடியும் என்பதில் நான் என் கவனத்தைக் குவித்தேன். அதிலிருந்து சற்று விலகி நின்று பார்த்தபோதுதான் நான் ஒரு வியக்கத்தக்க உண்மையைக் கண்டறிந்தேன். அந்த உறவு முறிவு குறித்து நான் வருத்தம் கொண்டிருந்தபோதிலும், அது குறித்து என்னிடம் ஒருவிதமான விடுதலை உணர்வு ஏற்பட்டிருந்தது.

பின்னர் நான் அதை அலசியபோது, நான் மீண்டும் புதிதாக ஒரு காதல் உறவைத் தொடங்குவதற்கு எனக்கு ஒரு வாய்ப்புக் கிடைத்துள்ளது குறித்து நான் நன்றியுடையவனாக இருந்தேன். எனக்குப் புதிதாகக் கிடைத்திருந்த அந்தச் சுதந்திரத்தை, என்னுடைய இலக்குகளையும் முன்னுரிமைகளையும் மறுபரிசீலனை செய்வதற்கான ஒரு வாய்ப்பாக நான் கருதினேன். எனக்கு நிகழ்ந்தது நியாயமல்ல என்ற என்னுடைய சுய கழிவிரக்கத்தை நான் துறந்தபோதுதான், என்னால் அதிலிருந்து விடுபட முடிந்தது.

34

கவலைக்கு எந்தவிதமான செயல்பாடுகளும் கிடையாது

"ஒரு வலி அல்லது வேதனை குறித்து உங்களுக்கு பயமிருந்தால், அது குறித்து உங்களால் ஏதேனும் செய்ய முடியுமா என்று நீங்கள் ஆராய வேண்டும். உங்களால் செய்ய முடியும் என்றால், அதைப் பற்றிக் கவலைப்பட வேண்டிய தேவையில்லை. உங்களால் முடியாது என்றாலும் அதைப் பற்றிக் கவலைப்படத் தேவையில்லை."

– தலாய் லாமா

நம்முடைய வாழ்க்கை எனும் திரைச்சீலையில் பின்னிப் பிணைந்துள்ள இழைகள்தாம் நம்முடைய உணர்வுகள். இந்தச் சிக்கலான வடிவமைப்பில் பயம் எனும் ஓரிழை தனித்து நிற்கும். ஆபத்தான ஒன்றை நாம் தவிர்ப்பதற்கு நம்மை எச்சரிக்கின்றபோது பயம் பயனுள்ள உணர்ச்சியாக இருக்கும். ஆனால், நம்முடைய உணர்ச்சிகளைக் கண்டே நாம் பயந்தால் என்னவாகும்? நாம் பயப்படுகின்ற விஷயங்கள் நடக்கவே இல்லையென்றால்?

நம்முடைய எதிர்மறை உணர்ச்சிகள் குறித்த நம்முடைய பயங்கள் உட்பட, பயத்துடன் நாம் கொண்டிருக்கின்ற உறவு குறித்து நாம் ஆராய வேண்டும். பண்டைய ஸ்டோயிக்குகளைப்போலவே, தலாய் லாமாவும், நம்மால் சில விஷயங்களைக் கட்டுப்படுத்த

முடியும், சிலவற்றைக் கட்டுப்படுத்த முடியாது என்பதை அங்கீகரிக்கிறார். ஆனால் அவர் அத்துடன் நிற்கவில்லை. பயத்தை நாம் கட்டுப்படுத்துகிறோமோ இல்லையோ, நாம் அது குறித்துக் கவலைப்படத் தேவையில்லை என்பதுதான் அது. கவலைப்படுவதால் எதுவும் விளையப் போவதில்லை.

பிரச்சனையைத் தீர்ப்பவராக இருங்கள்

பயத்தை, அவிழ்க்கப்பட முடியாத சிக்கலான ஒரு முடிச்சாகக் கருதுங்கள். ஆனால், அது உங்களை மிரட்ட அனுமதிக்காதீர்கள். அப்படிச் செய்கின்றபோது அது இன்னும் இறுகிவிடும். அதே நேரத்தில், அது அவிழ்க்கப்பட மடியாத ஒன்றாக இருக்கின்ற காரணத்தால், விரக்தியின் காரணமாக நீங்கள் அந்தக் கயிற்றையே தூக்கி எறிந்துவிட வேண்டியதில்லை.

இந்த அணுகுமுறைக்குப் பின்னாலுள்ள நோக்கம், பயம் உங்களை முடக்கிப் போட அனுமதிக்காமல் அதை நேருக்கு நேராகச் சந்திப்பதுதான். எப்படி ஒரு திறமையான சதுரங்க ஆட்டக்காரரர் எதிராளியின் அதிரடி நகர்த்தலால் பீதியடையாமல் சதுரங்கப் பலகையின்மீது கவனம் செலுத்துவாரோ, அதேபோல, நாமும் பயத்தின் மூலாதாரத்தைக் கண்டறிந்து அதைக் கையாள்வதற்கான திட்டவட்டமான நடவடிக்கைகளில் இறங்க வேண்டும். பிரச்சனைகளைத் தீர்க்கின்ற மனப்போக்கின் அடிநாதம் இதுதான். வாழ்க்கையின் நிச்சயமற்றத்தன்மைக்கு எதிராகத் திட்டவட்டமாக எதிர்வினையாற்றுதல் இது.

எல்லாவற்றையும்விட முக்கியமாக, இங்கு பயத்திற்கு இடமே கிடையாது. பயத்தால் எந்தப் பயனும் இல்லை. நீங்கள் தாராளமாக அதை ஓரமாக எடுத்து வைத்துவிடலாம்.

ஒரு புதிரின் சிதறுண்டு கிடக்கின்ற காய்களை ஒழுங்குடன் சேர்ப்பதற்கு உங்களுக்கு ஓர் உத்தி தேவை. எடுத்துக்காட்டாக, அதன் முனைகளிலிருந்து துவக்குவது ஓர் உத்தி. படிப்படியாக முன்னேற வேண்டும். ஒவ்வொரு

கட்டடத்திற்கு இடையேயும் சிறிது நிதானித்து, எவ்வளவு தூரம் வந்துள்ளோம் என்பதை ஆராய வேண்டும். அதற்கேற்றவாறு சரி செய்து கொள்ள வேண்டும். பொறுமையைக் கடைபிடிக்க வேண்டும். வாழ்க்கைப் பிரச்சனைகளையும் இதே நோக்கில் அணுகுவது சிறப்பாகப் பலனளிக்கும். இங்கும் உங்களுக்கு ஓர் உத்திசார் செயல்திட்டம், பொறுமை, படிப்படியாகச் செயல்படுகின்ற அணுகுமுறை ஆகியவை தேவை. உங்களுடைய பிரச்சனையிலிருந்து கவலையையும் பதற்றத்தையும் நீங்கள் நீக்கிவிடுகின்றபோது, நீங்கள் பயணிப்பதற்கான தெளிவான பாதை உங்கள் முன் தோன்றும்.

நீங்கள் உருவாக்குகின்ற பாதை திட்டவட்டமானதாக இருக்கவேண்டும். உங்களுடைய பயம் ஒரு காலக்கெடுவின் காரணமாக உருவாகியிருந்தால், அதை அடைவதற்கான தினசரி இலக்குகள், சக ஊழியர்களிடமிருந்து உதவி பெற்றுக் கொள்ளுதல், நேர நிர்வாக உத்திகளைப் பயன்படுத்துதல் போன்றவற்றை உங்களுடைய திட்டம் உள்ளடக்கியிருக்க வேண்டும். அதன் மூலம் உங்களால் உங்களுடைய பயத்தை ஒரு சவாலாக மாற்றிவிட முடியும். பின் அந்தச் சவாலை நீங்கள் திட்டமிட்ட முறையில் எளிதாக எதிர்கொண்டுவிடலாம்.

எடுத்துக்காட்டாக, நீங்கள் உங்கள் வேலையை இழந்துவிட்டீர்கள் என்று வைத்துக் கொள்வோம். அடுத்து நீங்கள் சற்று நிதானித்து, உங்களுடைய சுயவிபரக்குறிப்பைப் புதுப்பித்து, வேலைகளுக்கு அனுப்பி வைக்க வேண்டும். வேலைகளைத் தேடிக் கொடுப்பவர்களை நேரில் சென்று சந்திக்க வேண்டும். நீங்கள் ஒரு நேர்முகத் தேர்வுக்கு அழைக்கப்படுகிறீர்கள். ஆனால், அதை நீங்கள் படுமோசமாகச் செய்கிறீர்கள். அது குறித்து நீங்கள் பெரிதாக அலட்டிக் கொள்ளத் தேவையில்லை. சற்று நிதானித்து நிலைமையை மறுபரிசீலனை செய்யுங்கள். ஏன் அப்படி நடந்தது என்று ஆராயுங்கள். உங்களுடைய இலக்குகளை மேம்பட்ட விதத்தில் மறுவரையறை செய்யுங்கள். அப்போது உங்களுடைய கணினி திடீரென்று

செயலிழந்துவிடுகிறது. உடனே நீங்கள் அருகிலுள்ள இணையச் சேவை மையத்திற்குச் செல்கிறீர்கள். அங்கு உங்களுடைய கணினியின் பழுதை நீக்குவதற்குத் தேவையான பாகங்களை வாங்குவதற்கு நீங்கள் ஏற்பாடு செய்கிறீர்கள். வீட்டுக்கு வரும்போது நீங்கள் களைப்பாக உணர்கிறீர்கள். அதனால், உங்களுக்குப் பிடித்தமான ஏதாவது ஒரு பொழுதுபோக்கில் ஈடுபடுகிறீர்கள். காலையில் கணினிப் பாகத்தை வாங்குவதற்கு வெளியே கிளம்புகிறீர்கள். திடீரென்று அடைமழை பெய்கிறது. நீங்கள் உடனே உங்களுடைய மழைக்கோட்டைக் கையில் எடுக்கிறீர்கள்.

இப்படி நீங்கள் உங்களுடைய வாழ்க்கையை அணுகினால், எந்தக் கட்டத்திலும் நீங்கள் கவலைப்படுவதற்கான தேவை ஏற்படாது. அது உங்களுக்கு எரிச்சல் ஊட்டக்கூடும் என்பதில் சந்தேகமில்லை. ஆனால், பெரிய பிரச்சனைகள் உட்பட, அனைத்துப் பிரச்சனைகளும், தீர்க்கப்படக்கூடியவையே. வாழ்வின் அன்றாடப் பிரச்சனைகள் நமக்கு மன அழுத்தத்தை உருவாக்குகின்றன என்று நாம் கூறுகிறோம். அது உண்மையல்ல. பிரச்சனைகளைத் தீர்க்க முடியாமலிருக்கின்ற திறன்தான் மன அழுத்தத்திற்குக் காரணம். யாருக்குத்தான் பிரச்சனைகளைப் பிடிக்கும். ஆனால், அன்றாட வாழ்க்கையில் அவற்றைத் தவிர்க்க முடியாது என்பதே நிதர்சனம். அவற்றை நாம் வெறுப்புடனும் கவலையுடனும் அணுகலாம். அல்லது அவற்றை அமைதியாகவும் பதற்றமின்றியும் அணுகலாம். உங்களைச் சங்கடத்திற்கு உள்ளாக்கிக் கொள்ளாமல் பிரச்சனைகளை உங்களால் தீர்க்க முடியும் என்றால், நீங்கள் ஏன் அதைச் செய்யக்கூடாது?

பாதிப்புக்கு உள்ளாகக்கூடிய தன்மையைக் கையாள்தல்

பாதிப்புக்கு உள்ளாகக்கூடிய தன்மையை ஏற்றுக் கொள்வதற்கு, நாம் நம்முடைய உண்மையான சுயத்தை வெளிப்படுத்திக் கொள்வதற்கான துணிச்சலை வளர்த்துக் கொள்ள வேண்டும். அது நம்மை வெகுவாக

அசௌகரியப்படுத்தும். பொதுவாக நம்மை மூடி வைத்திருக்கின்ற போலி அடுக்குகளை இதற்காக நாம் களைந்தெறிய வேண்டியிருக்கும். சாகசக்காரர்கள் எப்படி அதற்கு முன் எவரும் காலடி எடுத்து வைத்திருக்காத இடங்களுக்குள் நுழைவார்களோ, அதேபோல நாம் நம்முடைய அகத்திற்குள் நுழைய வேண்டும்.

இந்தப் பயணத்தில் பாதிப்புக்கு உள்ளாகக்கூடிய தன்மை ஒரு பலவீனம் அல்ல என்பதை நாம் கண்டுபிடிப்போம். மாறாக, அது மீண்டெழுவதற்கான ஒரு கருவியாகும். நம்முடைய மனத்தைச் சுற்றி ஒரு கருமேகம்போலப் படர்ந்திருக்கின்ற பதற்றம் மற்றும் கவலை அடுக்குகளைப் பிய்த்து எறிய அது நம்மை அனுமதிக்கிறது. நம்முடைய குறைநிறைகளோடு பிறர் நம்மைப் பார்க்க நாம் அனுமதிக்கின்றபோது, உண்மையான தொடர்புகள் உருவாவதற்கான கதவுகளை நாம் விரியத் திறந்து வைக்கிறோம். நம்மைப் பார்த்துப் பிறரும் அதைப் பின்பற்றுவதற்கு நாம் ஒரு முன்னுதாரணமாகவும் திகழ்வோம்.

பாதிப்புக்கு உள்ளாகின்ற தன்மை, தனிப்பட்டப் பரிபூரணமான மாற்றத்தை அடைவதற்கான ஒரு கிரியாவூக்கியாகச் செயல்படும். நாம் நம்முடைய பயங்களையும், பாதுகாப்பின்மை உணர்வுகளையும் நேருக்கு நேர் எதிர்கொள்கின்றபோது, நம் வாழ்வின்மீதான அவற்றின் பிடியை நம்மால் தளர்த்த முடியும். வேலையில்லாமல் இருக்கின்ற ஒரு நபரைக் கற்பனை செய்யுங்கள். அவர் பெரும் பதற்றத்தில் இருக்கிறார். வருங்காலம் குறித்தக் கவலை அவரை அலைக்கழித்துக் கொண்டிருக்கிறது. பயம் அவரை உருக்குலைத்துக் கொண்டிருக்கிறது.

பெரும்பாலான கலாச்சாரங்களில், இதுபோன்ற பயங்கள் தங்களுக்கு இருப்பதை மக்கள் வெளிப்படையாக ஒத்துக் கொள்ளத் தயங்குவர். இந்த நபரும் அதேபோலத் தன் பயத்தை வெளிக்காட்டிக் கொள்ளாமல், தான் துணிச்சலாக இருப்பதாக ஒரு போலி முகமூடி அணிந்து கொண்டு நடமாடுகிறார். என்ன இருந்தாலும், தான் பயந்து போய் இருப்பதைப் பிறரிடம் ஒப்புக் கொள்வது

கடினமான காரியம்தானே?

இப்போது அந்த நபர், தன்னுடைய பயத்தை வெளியே சொல்கின்ற துணிச்சலைப் பெற்றிருக்கிறார் என்று வைத்துக் கொள்ளலாம். அவர் தன் பெருமையையும் கௌரவத்தையும் தூக்கி எறிந்துவிட்டு, பிறரிடம் உதவி கேட்கத் துணிகிறார். அப்போது சில சுவாரசியமான சம்பவங்கள் நிகழக்கூடும். இதில் தான் தனியாக இல்லை என்பதையும், தன்னையொத்த நிலையில் எண்ணற்றோர் இருக்கிறார்கள் என்பதையும் அவர் அறிகிறார். அதோடு, உதவி கேட்டால் அதைச் செய்யப் பலர் தயாராக இருக்கிறார்கள் என்பதையும் அவர் அறிகிறார். அவர்கள் நேர்மையாக இருக்கின்றபோது, பிறருடனான அவர்களுடைய உறவுகள் ஆழமடைகின்றன. ஒட்டுமொத்தத்தில், பாதிப்புக்கு உள்ளாகக்கூடிய தன்மை என்பது நாம் பயந்து தவிர்க்க வேண்டிய ஒன்றல்ல, மாறாக, நாம் கொண்டாடக்கூடிய ஒன்றுதான்.

35

உங்களுடைய மன அழுத்தத்தை துரத்திவிடுங்கள்

ஒரு செல்ல நாய்க்குட்டியை அல்லது பூனைக்குட்டியை வருடிக் கொடுக்கின்றபோது கிடைக்கின்ற சுகம் அலாதியானது. அதை நீங்கள் அனுபவித்திருக்கக்கூடும். ஒரு கணத்திற்கு மட்டும் என்றாலும், அந்தச் செய்கை உங்களுடைய கவலைகள் மற்றும் பிரச்சனைகளை மறக்கச் செய்திருக்கும்.

வாஷிங்டன் அரசுப் பல்கலைக்கழகம் மேற்கொண்ட ஓர் ஆய்வின் முடிவுகள், கல்லூரி மாணவ மாணவிகள் செல்லப் பிராணிகளுடன் உறவாடுவதிலுள்ள நன்மைகளை ஆதாரத்துடன் எடுத்துரைத்தன. அவர்களின் மனநிலையில் பெரும் முன்னேற்றம் ஏற்பட்டது. அவர்களுடைய உடலிலும் பெரும் மாற்றம் ஏற்பட்டது. அவர்கள் பெரும் ஆசுவாசமாக உணர்ந்தனர்.

செல்லப் பிராணிகளுடன் உறவாடுதல்

ஒரு செல்லப் பிராணியின் உதவியுடன் நீங்கள் உங்களுடைய மன அழுத்தத்தை இவ்வாறு குறைத்துக் கொள்ளலாம்: முதலில் உங்களுடைய சமூகத்தில் நாய், பூனை போன்ற விலங்குகளுடன் உறவாடுவதற்கான வாய்ப்பு இருக்கிறதா என்று பாருங்கள். உங்களுடைய ஊரிலுள்ள விலங்குகள் பாதுகாப்பு இடங்களில் ஒரு

தன்னார்வத் தொண்டராக வேலை செய்வதற்கு முயலுங்கள். அனாதைகளாக விடப்பட்ட விலங்குகளை ஒரு புதிய நபர் செல்லப் பிராணியாகத் தத்தெடுத்துக் கொள்ளும்வரை, அவை இது போன்ற அமைப்புகளில் பேணிப் பாதுகாக்கப்படும். அவற்றைப் பராமரிப்பதற்கு அவர்களுக்கு எப்போதுமே உதவி தேவைப்படும். அங்கு நீங்கள் பணியாற்றுகின்றபோது, அங்குள்ள விலங்குகளுக்கு மட்டும் நீங்கள் உதவுவதில்லை, உங்களுக்கும் நீங்கள் உதவிக் கொள்கிறீர்கள்.

உங்களுடைய உறவினர்கள் அல்லது நண்பர்களின் வீடுகளில் இருக்கின்ற செல்லப் பிராணிகளை, அவர்கள் ஊரில் இல்லாதபோது பார்த்துக் கொள்வதற்கு நீங்கள் முன்வரலாம். இதன் மூலம் நீங்கள் அவர்களுக்கு உதவியதுபோலவும் இருக்கும், அதே நேரத்தில் அது உங்களுக்கும் வெகுவாக உதவும்.

இப்போது புதிய பாணி காபிக் கடைகள் உருவாகியிருக்கின்றன. அங்கிருக்கின்ற விலங்குகளை நீங்கள் கொஞ்சி மகிழ்வதற்கு அவர்கள் மக்களை அனுமதிக்கின்றனர். ஓர் அழகான, அமைதியான சூழலில் காபி அருந்திக் கொண்டே நாய்க்குட்டிகள் அல்லது பூனைக் குட்டிகள், சில சமயங்களில் குதிரைக் குட்டிகளுடன்கூட நீங்கள் விளையாடி ஆசுவாசமடையலாம்.

இந்த விலங்குகளுடன் உறவாடுவது எப்படி நமக்கு மனமருந்தாக அமைகிறது? நம்மை நிகழ்கணத்திற்குள் கொண்டுவருகின்ற அவற்றின் இயல்புதான் இதற்குக் காரணம். நாம் விலங்குகளுடன் விளையாடுகின்ற நேரத்தில், நாம் நம்முடைய கவலைகள், பதற்றங்கள், நம் மண்டைக்குள் ஓடிக் கொண்டிருக்கும் அதீத எண்ணங்கள் போன்றவற்றை மறந்துவிடுகிறோம். விலங்குகள் பழைய காலத்தைப் பற்றி அசைபோட்டுக் கொண்டிருப்பதோ அல்லது எதிர்காலத்தைப் பற்றிக் கவலைப்பட்டுக் கொண்டிருப்பதோ இல்லை. அவை எப்போதும் இங்கு, இக்கணத்தில் இருக்கின்றன. அவற்றுடன் நாம் பிணைப்பு ஏற்படுத்திக் கொள்கின்றபோது, நாமும் அதே நிகழ்காலத்திற்கு இடம்பெயர்ந்துவிடுகிறோம்.

அது நமக்கு அமைதியைத் தருகிறது.

அதோடு, பரிவு, ஆனந்தம், அக்கறை போன்ற உணர்வுகளை எந்தவிதமான பேச்சிலும் ஈடுபடாமலேயே நாம் உணர்ந்து கொள்ள விலங்குகள் நமக்கு உதவுகின்றன. அதை சக மனிதர்களுடன் உணர்வது சாத்தியமில்லை. வாரத்திற்குச் சில மணி நேரங்கள் என்ற கணக்கில் விலங்குகளோடு நேரத்தைச் செலவிடுவதற்கு நேரம் ஒதுக்கிக் கொள்ளுங்கள். அந்த நேரத்தில் உங்களுடைய முழுக் கவனத்தையும் அவற்றின்மீது குவிக்க முயலுங்கள். மீன்களை வேடிக்கை பார்ப்பது, வானில் பறக்கும் பறவைகளை இரசிப்பது போன்றவற்றையும் நீங்கள் இந்தக் கணக்கில் சேர்த்துக் கொள்ளலாம்.

அருமையான நிகழ்கணங்களை உருவாக்கிக் கொள்ளுங்கள்

ஒரு நாளில் உங்களால் முடிந்தபோதெல்லாம் நிகழ்கணத்தில் இலயிக்க நீங்கள் முழு முயற்சி செய்ய வேண்டும். இந்த உலகம் எப்போதும் நம்முடைய கவனத்தைத் திருடப் பெருமுயற்சி செய்து கொண்டிருக்கிறது. அதோடு, நாம் எப்போதும் கடந்தகாலம் மற்றும் எதிர்காலச் சிந்தனைகளில் மூழ்கியிருக்கிறோம். அவற்றுக்கு இது ஒரு முறிமருந்தாக அமையும்.

நம்மைச் சுற்றியிருக்கின்ற இந்த உலகம், நாம் நம்முடைய புலன்களால் உணர்ந்தறிவதற்காக அற்புதமான விருந்து படைக்கக் காத்துக் கொண்டிருக்கிறது. அதனால் சற்று நிதானித்து, உங்களுடைய சுற்றுப்புறத்தில் இருக்கின்ற நிறங்கள், வாசனைகள், ஒலிகள் போன்றவற்றை அவதானியுங்கள். அது ஒரு பூவின் வாசனையாக இருக்கலாம்; அல்லது ஒரு சூடான தேநீர்க் கோப்பையின் நறுமணமாக இருக்கலாம்; அல்லது ஒரு நாய்க்குட்டியின் மிருதுவான உரோமமாக இருக்கலாம். புலனுணர்வு அனுபவங்கள் உங்களை நிகழ்கணத்திற்குள் சுண்டி இழுத்துக் கட்டிப் போட்டுவிடும். தினமும் உங்களுடைய ஐம்புலன்களுக்கும் விருந்து படைக்கின்ற

பழக்கத்தை வளர்த்துக் கொள்ளுங்கள்.

அமைதியைப் பெறுவதற்கான சிறந்த ஆதாரம் இயற்கை. தினமும் இயற்கையோடு செலவழிப்பதற்கு நேரத்தை ஒதுக்கிக் கொள்ளுங்கள். அது உள்ளூர்ப் பூங்காவில் காலாற நடப்பதாக இருக்கலாம்; அல்லது உங்கள் வீட்டுத் தோட்டத்தில் அமர்ந்திருப்பதாக இருக்கலாம். இயற்கையின் காட்சி, அதன் ஓசைகள் மற்றும் அவற்றிலிருந்து எழுகின்ற மணம் ஆகியவை உங்களுடைய மனத்தை ஆசுவாசப்படுத்தி உங்களுக்கு அமைதியைப் பெற்றுத் தரும்.

நிகழ்கணத்தில் நீங்கள் இலயிப்பதற்கு உங்களுடைய சுவாசம் உங்களுக்கு வெகுவாக உதவும். ஒரு நாளின் ஊடாக, அவ்வப்போது சிறு சிறு கணங்களை சுவாசத்தில் கவனத்தைக் குவிப்பதற்குச் செலவழிப்பதை ஒரு பழக்கமாக ஆக்கிக் கொள்ளுங்கள். உங்களுடைய நெஞ்சு விம்முவதையும் தாழ்வதையும் அவதானியுங்கள். உங்களுடைய எண்ணங்கள் தறிகெட்டு அலைகின்றபோது அவற்றைக் கட்டுப்படுத்தி மீண்டும் உங்களுடைய சுவாசத்தில் கவனத்தைக் குவியுங்கள்.

நன்றியுணர்வு, நீங்கள் உங்களுடைய வாழ்க்கையில் பற்றாக்குறையாக இருக்கும் விஷயங்களின்மீது கவனத்தைக் குவிப்பதற்குப் பதிலாக, உங்களுடைய வாழ்க்கையில் அபரிமிதமாக இருக்கின்ற அம்சங்களின்மீது கவனத்தைக் குவிக்க உங்களுக்கு உதவும். ஒரு நாளின் தொடக்கத்தில் அல்லது ஒரு நாளின் முடிவில், நீங்கள் நன்றியுணர்வு கொண்டிருக்கும் மூன்று விஷயங்களைப் பற்றி ஒரு குறிப்பேட்டில் எழுதுங்கள். நன்றியுணர்வை வளர்த்துக் கொள்வது உங்களுக்கு மனநிறைவைத் தரும்.

நிகழ்கணலயிப்புடன் கலந்து செய்யப்படுகின்ற, யோகா, தாய் சீ அல்லது கீகாங் போன்றவற்றில் ஈடுபடுங்கள். இந்த உடற்பயிற்சிகள், நீங்கள் உங்களுடைய உடலின்மீதும் உங்களுடைய சுவாசத்தின்மீதும் கவனத்தைக் குவிக்க உங்களைத் தூண்டும். இவற்றில் நீங்கள் ஆத்மார்த்தமாக ஈடுபடுகின்றபோது, நீங்கள் நிகழ்கணத்தில் இலயித்திருப்பீர்கள். இங்குப் பதற்றம் அல்லது அதீதச் சிந்தனைக்கு இடமே இருக்காது.

36

பின்னோக்கித் திட்டமிடுங்கள்

ஊக்குவிப்பு பெரும்பாலும் ஒரு பழக்கமான பாதையில்தான் செல்லும். துவக்கத்தில் அது வலுவாக இருக்கும். நடுப்பகுதியில் அதில் தளர்வு ஏற்படும். இந்தப் போக்கு, ஆய்வாளர்களின் ஆர்வத்தைச் சுண்டியிழுத்துள்ளது. சமீபத்தில், பீகிங் பல்கலைக்கழகம், கொரியப் பல்கலைக்கழகம், அயோவா பல்கலைக்கழகம் ஆகிய மூன்றும் இணைந்து இது தொடர்பாக ஐந்து ஆய்வுகளை மேற்கொண்டன. பின்னோக்கித் திட்டமிடுதல் என்ற உத்தி மிகவும் பயனுள்ளதாக இருப்பதை அந்த ஆய்வுகளின் முடிவுகள் வெளிப்படுத்தின.

பின்னோக்கித் திட்டமிடுதல் என்பது, இலக்குகள் அடையப்படுவதற்குச் சற்று முன்பாகத் துவங்கிப் பின்னோக்கித் திட்டமிடுதலாகும். அவர்களுடைய கண்டுபிடிப்புகள் பல முக்கியமான விஷயங்களை உள்ளடக்கியிருந்தன.

ஓரளவுக்கு நேரடியாக அடையப்படக்கூடிய இலக்குகளைப் பொறுத்தவரை, முன்னோக்கித் திட்டமிடுதலுக்கும் பின்னோக்கித் திட்டமிடுதலுக்கும் இடையே குறிப்பிடத்தக்க எந்த வேறுபாடும் இல்லை என்றாலும், சிக்கலான இலக்குகள் விஷயத்தில், பின்னோக்கித் திட்டமிடுதல் பெரும் வேறுபாட்டை

ஏற்படுத்துகிறது என்பது தெரிய வந்துள்ளது. சிக்கலான பணித்திட்டங்கள், பல விஷயங்களை உள்ளடக்கிய தேர்வுகள் போன்றவை இவற்றுக்கான எடுத்துக்காட்டுகள்.

நீங்கள் திட்டமிட்டுள்ள முடிவிலிருந்து துவக்குங்கள்

பின்னோக்கித் திட்டமிடுதலில் நீங்கள் முதலில் உங்களுடைய இறுதி இலக்கு என்னவென்று நிர்ணயித்துக் கொள்ள வேண்டும். அதையடுத்து அதில் நீங்கள் வெற்றியடையப் போவதாகவும் நம்ப வேண்டும். அடுத்து, பின்னோக்கிப் பார்த்து, அதை அடைவதற்கு நீங்கள் எடுக்க வேண்டிய நடவடிக்கைகளை அடையாளம் காண வேண்டும். அந்த அணுகுமுறை உங்களுடைய ஊக்குவிப்பையும் உற்பத்தித்திறனையும் அதிகரிக்கும். பொதுவாக இலக்குகளை அடைய முற்படுகின்றபோது, நடுவில் ஏற்படுகின்ற தளர்வு நிலையைத் தவிர்ப்பதற்கான வழிமுறைகள் அதில் இடம்பெற்றிருக்கும். நீங்கள் உங்களுடைய வெற்றியைத் துல்லியமாக மனத்தில் காட்சிப்படுத்துகின்றபோது, நீங்கள் உங்களுடைய இலக்குடன் உணர்வுபூர்வமாக ஒரு பிணைப்பை ஏற்படுத்திக் கொள்கிறீர்கள். அது நீங்கள் உங்களுடைய இலக்கை அடைவதற்கான சாத்தியக்கூறுகளை அதிகரிக்கிறது.

எடுத்துக்காட்டாக, உங்களுடைய அலுவலகத்தில் சவாலான விளக்கவுரை ஒன்றை நீங்கள் செய்து முடிக்க வேண்டியிருக்கிறது என்று வைத்துக் கொள்வோம். அதில் இடம்பெற்றுள்ள பல கட்ட வேலைகள் மற்றும் நீங்கள் எதிர்கொள்வதற்குச் சாத்தியமுள்ள தடைகள் போன்றவற்றில் உங்களுடைய கவனத்தைக் குவிப்பதற்குப் பதிலாக, நீங்கள் அந்த விளக்கவுரையை உங்களுடைய சகாக்களுக்குப் போட்டுக் காட்டுவதுபோலவும், உங்களுடைய மேலதிகாரிகள் அதைப் பாராட்டுவதுபோலவும் உங்கள் மனத்தில் காட்சிப்படுத்த வேண்டும். உங்கள் மனத்தில் ஏறி உட்கார்ந்து கொள்கின்ற இந்தப் பிம்பம் உங்களுடைய

ஊக்குவிப்பை அதிகரிப்பதோடு, உங்கள் விளக்கவுரையின் தயாரிப்பின்போது நீங்கள் எதிர்கொள்ளச் சாத்தியமுள்ள தடைகளை வெற்றிகரமாகச் சமாளிக்கவும் உங்களுக்கு உதவும்.

இப்போது நீங்கள் பின்னோக்கிச் சிந்தியுங்கள். அந்த வெற்றியை அடைவதற்குச் சற்று முன்னதாக நீங்கள் எடுக்க வேண்டிய நடவடிக்கைகள் என்னென்ன? அடுத்து, அதற்கு முன்பாக நீங்கள் எடுக்க வேண்டிய நடவடிக்கைகள் என்னென்ன?

இப்படி நீங்கள் பின்னோக்கித் திட்டமிடுகின்றபோது, இலக்கை அடைகின்ற பாதையில் நீங்கள் சாதிக்கவிருக்கின்ற மைல்கற்களை நீங்கள் அடையாளம் காண வேண்டும். இந்தச் செயல்முறை, உங்களுடைய இலக்குகளை எளிதில் நிறைவேற்றப்படக்கூடிய சின்னஞ்சிறிய அம்சங்களாகப் பிரித்துக் கொள்ள உங்களுக்கு உதவும். உங்களுடைய விளக்கவுரை எடுத்துக்காட்டிற்கு வந்தால், நீங்கள் சமர்ப்பிக்கவிருக்கின்ற விளக்கவுரைதான் உங்களுடைய இலக்காக இருக்கும். ஒரு பிரமாதமான விளக்கவுரையை அளிப்பதற்கு நீங்கள் பொருத்தமான தரவுகளைச் சேகரிக்க வேண்டியிருக்கும், ஆய்வுகளை மேற்கொள்ள வேண்டியிருக்கும். பின்னோக்கித் திட்டமிடுதலின் மூலம் உங்களால் இவற்றை ஒரு திட்டவட்டமான முறையில் திட்டமிட்டுக் கொள்ள முடியும்.

இங்கு நீங்கள் உங்களுடைய இலக்கை அடைவதற்குத் தேவையான ஒரு துல்லியமான பாதையை வரையறுத்துக் கொள்கிறீர்கள். வழமையான முன்னோக்கித் திட்டமிடுதல் உத்தியை நீங்கள் கடைபிடிக்கின்றபோது, சில சமயங்களில் நீங்கள் தவறான திசையில் பயணித்துக் கொண்டிருக்கிறீர்கள் என்பதை நீங்கள் தாமதமாகவே உணர்வீர்கள்.

பின்னோக்கித் திட்டமிடுதலை நீங்கள் பின்பற்றுகின்றபோது, உங்களுடைய பயணத்தில் ஏற்படக்கூடிய தடைகளை நீங்கள் முன்கூட்டியே அறிந்து கொள்வீர்கள் என்பதால், அவற்றால் நீங்கள் அதிர்ச்சியடைய மாட்டீர்கள். நீங்கள்

வெற்றியை மனக்காட்சிப்படுத்தி, பின்னோக்கி வேலை செய்கின்றபோது, எந்த இடங்களில் பிரச்சனைகள் முளைக்கக்கூடும் என்பதை உங்களால் எளிதாக அடையாளம் கண்டுவிட முடியும். இந்த அணுகுமுறையின் காரணமாக, எதிர்பாராத நிகழ்வுகளைச் சமாளிப்பதற்கும் சேர்த்து முன்கூட்டியே உங்களால் திட்டமிட்டுக் கொள்ள முடியும்.

இலக்குகளை மைல்கற்களாகப் பிரியுங்கள்

இலக்குகளைச் சிறிய பகுதிகளாகப் பிரித்துக் கொள்வது, உங்களுடைய இலக்கை நோக்கிய பயணத்தில் பதற்றத்தைக் குறைப்பதற்கும், நிகழ்கணத்தில் இருப்பதற்கும், அளவுக்கதிகமாகச் சிந்திப்பதைக் குறைப்பதற்கும் வெகுவாக உதவும். உங்களுடைய இலக்கு பெரிதாகவும் சிக்கலானதாகவும் இருக்கின்றபோது, அதைக் கையாள்வது உங்களைத் திக்குமுக்காட வைக்கலாம். சிறியதாக அவற்றைப் பிரித்துக் கொள்வதன் மூலம் இந்தத் திக்குமுக்காடல் உணர்விலிருந்து நீங்கள் மீண்டுவிடலாம்.

மக்கள் பெரிய இலக்குகளில் குறியாக இருக்கின்றபோது, அதன் பிரம்மாண்டம் அவர்களைத் திக்குமுக்காட வைத்துப் பதற்றத்திற்கு உள்ளாக்கலாம். இலக்குகளைச் சிறிய பகுதிகளாகப் பிரித்துக் கொள்வதன் மூலம் நீங்கள் இதை முறியடித்துவிடலாம். ஒவ்வொரு மைல்கல்லும் அளவிடத்தக்க, நடைமுறைச் சாத்தியமுடைய குட்டி இலக்காக இருக்கும் என்பதால் அதில் கவனத்தைக் குவிப்பது எளிதாக இருக்கும். அவற்றை அடைதல் உங்களை ஊக்கப்படுத்தும்.

எடுத்துக்காட்டாக, ஒரு புதினத்தை எழுதுவது உங்களுடைய இலக்கு என்று வைத்துக் கொள்வோம். அதன் பிரம்மாண்டம் உங்களை பயமுறுத்தக்கூடும் என்பதால், நீங்கள் அதைச் சின்னஞ்சிறு கூறுகளாகப் பிரித்துக் கொள்ளலாம். ஒரு நாளைக்கு இத்தனை வார்த்தைகள் அல்லது இத்தனை பக்கங்கள் என்று நீங்கள் வரையறை செய்து கொள்ளலாம். அல்லது ஓர்

அத்தியாயத்தை இத்தனை நாட்களுக்குள் எழுதுவேன் என்று தீர்மானித்துக் கொள்ளலாம். இந்தச் சிறிய, சாதிக்கப்படக்கூடிய குட்டி இலக்குகளில் நீங்கள் கவனத்தைக் குவிப்பது உங்களுக்கு எளிதாக இருக்கும். இறுதியில் புதினமும் எழுதி முடிக்கப்பட்டுவிடும்.

அதோடு, நீங்கள் இந்த மைல்கற்களை அடைவதில் கவனத்தைக் குவிப்பதன் மூலம், உங்களால் நிகழ்கணத்தில் இலயிக்க முடியும். இங்கு நீங்கள் எங்கோ இருக்கின்ற வருங்காலத்தில் மூழ்கியிருக்க மாட்டீர்கள். அல்லது கவலை உங்களை அரித்துக் கொண்டிருக்காது. மாறாக, நீங்கள் உங்களுடைய இறுதி இலக்கை நோக்கி உங்களை உந்தித் தள்ளுகின்ற காரியங்களில் ஈடுபட்டிருப்பீர்கள். இது உங்களுடைய பதற்றத்தைக் குறைத்து, உங்களிடம் ஒரு நேர்மறையான மனப்போக்கை உருவாக்கும்.

நீங்கள் ஒவ்வொரு பகுதியையும் முடிக்கின்றபோது, உங்களிடம் சாதனை உணர்வு பெருகும், அது உங்களைப் பெரிதாக ஊக்குவிக்கும். நீங்கள் உங்களுடைய இலக்கை நோக்கி முன்னேறிக் கொண்டிருக்கிறீர்கள் என்பதை அது உறுதிப்படுத்தும். நீங்கள் அளவுக்கதிகமான சிந்தனையில் ஈடுபடுவதையும் இது தடுக்கும். நீங்கள் உங்களுடைய இலக்கை நோக்கி முன்னேறிச் சென்று கொண்டிருக்கின்றபோது உங்களுக்குத் திக்குமுக்காடல் உணர்வு ஏற்பட்டால், நீங்கள் அந்த இலக்கைச் சிறு சிறு பகுதிகளாக உடைத்துக் கொள்வது நல்லது.

37

எழுத்தில் வடியுங்கள்

நாள்தோறும் குறிப்பேடுகளில் எழுதுதல் விளைவிக்கின்ற நேர்மறைத் தாக்கங்களைப் பற்றி 2018ல் ஜோசுவா சுமித் தலைமையில் ஓர் ஆய்வுக் குழு ஓர் ஆராய்ச்சி மேற்கொண்டது. அவர்களின் நோக்கம் தெளிவாக இருந்தது: குறிப்பேடுகளில் எழுதுதல் வியாதிகளோடு இருப்பவர்களின் பதற்றத்தைக் குறைத்து அவர்களுடைய உடல்நலனை மேம்படுத்துகிறதா என்பதைக் கண்டறிய அவர்கள் விரும்பினர்.

நாட்குறிப்பேடுகளில் எழுதுதல்

மேலோட்டமாகப் பார்த்தால், நாட்குறிப்பேடுகளில் எழுதுதல் ஒரு பெரிய விஷயமாகத் தோன்றாது. உண்மையில் அதனால் உங்களுடைய மனநலத்தை மேம்படுத்த முடியுமா? கண்டிப்பாக முடியும் என்பதே இதற்கான பதில். அதை உங்களுடைய புனிதச் சரணாலயமாக நீங்கள் கருதலாம். அரக்கப் பறக்க இயங்கிக் கொண்டிருக்கின்ற இந்த உலகில் சில கணங்களுக்கேனும் நீங்கள் தஞ்சமடையக்கூடிய ஓரிடம் அது. இதற்கு நீங்கள் முதலில் தினந்தோறும் ஒரு குறிப்பிட்ட நேரத்தை இதற்காக ஒதுக்கி வைக்க வேண்டும். உங்களைச் சந்திப்பதற்கு நீங்கள் உங்களிடமே

நேரம் கேட்டு வாங்கிக் கொள்வதைப் போன்றது இது.

குறிப்பேட்டில் எழுதுவதை அர்ப்பணிப்புடன் என் வாழ்வில் கடைபிடிப்பதற்காக, நான் தினமும் பதினைந்து நிமிடங்கள் முன்பாக எழுந்திருக்கிறேன். ஒரு நாளின் வேலைகள் என்னை ஆக்கிரமித்துக் கொள்வதற்கு முன்பாக நான் இதைச் செய்துவிடுகிறேன். காலையில் எழுந்தவுடன் என் அறையிலுள்ள சன்னலின் அருகே, சூரிய ஒளியில் குளித்தவாறு, அமைதியாக அமர்ந்து நான் இதை எழுதுகிறேன். எழுதுவதற்கு நீங்கள் தேர்ந்தெடுக்கின்ற இடம் அசாதாரணமான ஒன்றாக இருக்க வேண்டியதில்லை. அது உங்களுக்குச் சௌகரியமான ஓரிடமாகவும் பிறர் உங்களைத் தொந்தரவு செய்யாத ஓரிடமாகவும் இருக்க வேண்டும், அவ்வளவுதான்.

நீங்கள் உங்களுடைய குறிப்பேட்டை எடுத்து அதில் எழுதத் தொடங்குவதற்கு முன்பாக இதை நினைவில் வைத்துக் கொள்ளுங்கள். உங்களுடைய எண்ணங்கள், உணர்ச்சிகள் மற்றும் கரிசனங்களைக் கொட்டுவதற்கு ஏற்ற அந்தரங்கமான ஓரிடம் அது. உங்களுடையது உட்பட யாருடைய விமர்சனங்களும் எடைபோடுதல்களும் இல்லாத ஓரிடம் அது. அங்கு நீங்கள் உங்களுடைய இதயத்தைத் திறந்து அனைத்தையும் தைரியமாகக் கொட்டலாம். எந்தவிதமான கட்டுப்பாடுகளுமின்றி, உங்கள் மனத்தில் தோன்றியதை அதில் எழுதுங்கள். அது இலக்கணப் பிழையின்றி, இலக்கியத் தரத்துடன் இருக்க வேண்டிய அவசியமில்லை. அது உங்கள் ஒருவருக்கு மட்டுமான இடம்.

குறிப்பேட்டில் எழுதுதல், உங்களுடைய மனத்தில் அடக்கி வைக்கப்பட்டுள்ள எண்ணங்கள் அனைத்தையும் வெளியே கொண்டுவந்துவிடும். நீங்கள் உங்களுடைய எண்ணங்களையும் உணர்ச்சிகளையும் வார்த்தைகளில் வடிக்கின்றபோது, அவை அதற்கு மேல் உங்களை பயமுறுத்திக் கொண்டிருக்காது. நீங்கள் அதில் எழுதுவதன் மூலம், அரூபமான கவலைகளைத் திட்டவட்டமான வார்த்தைகளாக மாற்றிவிடுகிறீர்கள். அப்படிச் செய்வதன் மூலம் உங்களுக்கு அதன்மீது ஒரு

கட்டுப்பாடு கிடைத்துவிடுகிறது.

என்னைப் பொறுத்தவரை, குறிப்பேட்டில் எழுதுவதன் மூலம், என் எண்ணங்களையும் உணர்ச்சிகளையும் நங்கூரம் பாய்ச்சி நிறுத்துவதற்கு எனக்கு ஓரிடம் கிடைத்தத் திருப்தி கிடைக்கிறது. அவை கையாளத்தக்கவையாகச் சுருங்கிவிடுகின்றன. என் மனமுடிச்சுகளை நான் அவிழ்க்கின்ற ஓரிடமாக அது எனக்குத் திகழ்கிறது.

நீங்களும் அதைச் செய்யலாம். இதை எழுதுவதற்கு நீங்கள் ஓர் எழுத்தாளராக இருக்க வேண்டிய அவசியமில்லை. அதேபோல, இதை எழுதுவதற்கு உங்களுக்கு நிறைய நேரமும் தேவைப்படாது. இதற்காக நீங்கள் விலையுயர்ந்த ஒரு குறிப்பேட்டை வாங்கி வைத்துக் கொள்ளவும் தேவையில்லை. கிடைத்த ஒரு நோட்டுப் புத்தகத்தை எடுத்துக் கிறுக்கத் துவங்குங்கள். அது போதும்.

‘ஏன்’ என்ற கேள்வியைக் கேட்கின்ற பழக்கத்தை வளர்த்துக் கொள்ளுங்கள்

இப்போது நாம் குறிப்பேட்டில் எழுதுதல் தொடர்பான ஒரு முக்கியமான உத்தியைப் பார்க்கலாம். நீங்கள் குறிப்பேட்டில் எழுதுகின்றபோது, ‘ஏன்’ என்ற கேள்வியைத் தொடர்ந்து கேட்டுக் கொண்டிருக்க வேண்டும். அது உங்களிடம் சுய விழிப்புணர்வைக் கிளறி, உங்களுடைய தனிப்பட்ட வளர்ச்சியைத் தூண்டிவிடுவதற்கான ஒரு சக்திவாய்ந்த கருவியாகும்.

நான் குறிப்பேட்டில் எழுதுகின்றபோது, இந்த உத்தியைக் கையாளத் துவங்கிய நேரம் எனக்கு நன்றாகவே நினைவிருக்கிறது. அது ஒரு வழமையான மாலைப்பொழுது. அப்போது நான் என் வேலை குறித்து மிகுந்த அதிருப்தி கொண்டிருந்தேன். அப்போது நான் என்னிடம், “நான் ஏன் இப்படி உணர்கிறேன்?” என்ற கேள்வியைக்கேட்டேன். அதற்கான பதில் என்னிடமிருந்து ஊற்றெடுத்தது. அதை நான் என் குறிப்பேட்டில் அப்படியே கொட்டினேன். ஆனால், என்னுடைய முதல்

பதிலை நான் ஏற்றுக் கொள்ளவில்லை. அன்று நேர்ந்த தாமதங்கள், என்னுடன் மல்லுக்கு நின்ற சக ஊழியர்கள் போன்ற, அன்று அலுவலகத்தில் என்னை பாதித்திருந்த விஷயங்களை அதில் நான் கொட்டியிருந்தேன்.

அந்த பதிலில் எனக்குத் திருப்தி ஏற்படாமல் இருந்ததால், நான் மேலும் அது குறித்தக் கேள்விகளைக் கேட்டுக் கொண்டேயிருந்தேன். எனக்கு முதலில் தோன்றியவை என் அதிருப்திக்கான உண்மையான காரணங்கள் அல்ல என்பதை நான் புரிந்து கொண்டேன். என் விழுமியங்களுக்கும் என் அன்றாட வேலைகளுக்கும் இடையே ஏற்பட்டிருந்த உரசல்களிலிருந்துதான் அது முளைத்திருந்தது என்பதை நான் கண்டறிந்தேன். நான் தொடர்ந்து குறிப்பேட்டில் எழுதி வந்தபோது, என் எழுத்துகளில் ஒரு போக்கு இருந்ததை நான் உணர்ந்தேன். என்னுடைய எழுத்துகள், ஞாயிறு மாலைகளில் மிகவும் எதிர்மறையாக இருந்தன. அதேபோல, அவை வெள்ளிக்கிழமை மாலைவேளைகளில் மிகவும் நேர்மறையாக இருந்தன. ஏன்? இந்த ஒற்றைக் கேள்வி, ஆழமான புரிதலுக்கான பல கதவுகளை எனக்குத் திறந்துவிட்டது.

நீங்கள் உங்களுடைய அனுபவங்களைக் கேள்விக்கு உட்படுத்தி அதற்கான பதில்கள் உங்களுடைய குறிப்பேட்டிற்குள் நுழைகின்றபோது, உங்களுடைய வாழ்க்கையை வடிவமைக்க உந்துதலாக இருக்கின்ற அம்சங்கள் வெளிப்படுவதை நீங்கள் காண்பீர்கள். நான் இந்த முறையைக் கடைபிடித்தபோது, எனக்குள் ஆழமாக உறைந்திருந்த பயங்கள், எனக்குள் ஊறிப் போயிருந்த நம்பிக்கைகள், அவிழ்க்கப்படாமலிருந்த பழைய முடிச்சுகள் போன்றவை வெளிப்பட்டன.

இங்கு நான் உங்களுக்கு ஓர் எச்சரிக்கையைக் கொடுக்க விரும்புகிறேன். பதற்றமாக இருக்கின்ற நபர்கள், 'ஏன்' என்ற கேள்வியைத் தங்களைக் காயப்படுத்திக் கொள்வதற்கான ஓர் ஆயுதமாகப் பயன்படுத்தக்கூடும். ஒருபோதும் பதில் அளிக்கப்பட முடியாத கேள்விகளையோ (எடுத்துக்காட்டு: வாழ்க்கை ஏன் நியாயமற்று இருக்கிறது?) அல்லது கேள்விகளே

பிரச்சனைக்கான நிரூபணமாகத் திகழ்கின்ற கேள்விகளையோ (எடுத்துக்காட்டு: நான் ஏன் இப்படிப்பட்டதொரு தோல்வியாளனாக இருக்கிறேன்?) கேட்காதீர்கள். மாறாக, உங்களுடைய எண்ணங்களுக்கும் செயல்நடவடிக்கைகளுக்கும் பின்னாலுள்ள காரணங்களை அறிந்து கொள்வதற்கு உங்களுக்கு உதவுகின்ற கேள்விகளைக் கேளுங்கள். என் வாழ்க்கை நியாயமற்று இருப்பதாக நான் ஏன் நம்புகிறேன்? நான் இந்த அளவுக்கு விரக்தியடைந்திருப்பதற்கு என்னைத் தூண்டிய சமீபத்திய நிகழ்வு எது? நான் ஏன் என்னை ஒரு தோல்வியாளனாகக் கருதுகிறேன்?

இந்த 'ஏன்' கேள்விகளைக் கேட்பதற்கான நோக்கம், அவை நேர்மறையான மாற்றத்தைத் தூண்டுவதற்கான கிரியாவூக்கியாகச் செயல்பட வேண்டும் என்பதுதான் என்பதை நீங்கள் நினைவில் வைத்திருக்க வேண்டும். வெறுமனே ஏன் என்று கேட்பதால் பெரிதாகப் பயன் எதுவும் இருக்காது. வேறு சில கேள்விகளையும் கேளுங்கள். ஒரே யோசனைக்குள் மூழ்கிக் கிடப்பதற்குப் பதிலாக செயல்நடவடிக்கைக்கு உங்களைத் தூண்டுகின்ற ஒன்றாக நீங்கள் உங்களுடைய குறிப்பேட்டைப் பார்க்க வேண்டும். நீங்கள் கேட்கின்ற கேள்விகள் ஒரு வட்டத்திற்குள் சுற்றிச் சுற்றி வந்து கொண்டிருந்தால், அவற்றைக் கைகழுவிவிடுங்கள். நீங்கள் உங்களுடன் மேற்கொள்கின்ற ஆழமான உரையாடலுக்கான தொடக்க இடமாக நீங்கள் உங்களுடைய குறிப்பேட்டைப் பார்க்க வேண்டும்.

38

அதற்கொரு முத்திரை இடுங்கள்

நீங்கள் சமூக ஊடகத்தைப் பலருடைய கூட்டு உணர்ச்சிகளின் சங்கமமாகப் பார்க்க வேண்டும். இதைச் சமீபத்திய ஓர் ஆய்வும் உறுதிப்படுத்தியுள்ளது. அந்த ஆய்வு, ஆயிரக்கணக்கான டுவிட்டர் பதிவுகளை அலசியது. அவர்கள் என்ன கண்டுபிடித்தனர்? மக்கள் தங்களுடைய உணர்ச்சிகளை வெளிப்படுத்துவதற்கான துணிச்சலை வரவழைத்துக் கொண்டவுடன், ஓர் அருமையான மாற்றம் மலர்ந்தது. அவர்கள் தாங்கள் நன்றாக இருப்பதாகக் கூறினால், அவர்களுடைய உணர்வு எதிர்மறையிலிருந்து நேர்மறைக்குச் சென்று மீண்டும் நடுநிலைக்கு வந்தது. அவர்கள் தாங்கள் மோசமாக இருப்பதாகக் கூறினால், அவர்களுடைய உணர்வு எதிர்மறையிலிருந்து நேர்மறைக்குச் சென்றுவிட்டு மீண்டும் நடுநிலைக்கு வந்தது. எதிர்மறை உணர்வுகளை வெளிப்படுத்தியவர்களுக்கு இந்த விளைவு உடனடியாக ஏற்பட்டது.

அறிவியலறிஞர்கள் இதை 'உணர்ச்சித் தாக்க முத்திரை' என்று அழைத்தனர். அவர்கள் அதைப் பற்றிச் சோதனைச்சாலைகளில் ஆராய்ந்துகொண்டிருந்தபோது, மக்கள் இதைச் சமூக ஊடகங்களுக்கு எடுத்துச் சென்றுவிட்டனர். உங்களுடைய உணர்ச்சியை வார்த்தைகளில் வடிக்கின்றபோது, அந்த உணர்ச்சி

உங்களிடமிருந்து அகன்றுவிடுகிறது என்பதுதான் அவர்களுடைய கண்டுபிடிப்பு.

உணர்ச்சிசார் முத்திரை

நீங்கள் ஓர் அடர்த்தியான காட்டிற்குள் இருக்கிறீர்கள் என்று கற்பனை செய்து கொள்ளுங்கள். அங்கு நீங்கள் பயங்கரமான, மர்மமான விலங்கு ஒன்றை எதிர்கொள்கிறீர்கள். அதுபோன்ற ஒன்றை நீங்கள் அதற்கு முன்பு பார்த்திருக்கவில்லை. அது ஒரே நேரத்தில் பயமுறுத்துவதாகவும் இருந்தது, வசீகரமானதாகவும் இருந்தது. அதனிடம் 'ஹலோ' என்று சொல்ல வேண்டுமா அல்லது செத்துவிட்டதுபோல நடிக்க வேண்டுமா அல்லது பிரார்த்தனை செய்ய வேண்டுமா என்று தெரியாமல் நீங்கள் தடுமாறுகிறீர்கள். நான் உங்களிடம், அதன் பெயர் 'கூகலாங்' என்றும், அது ஒரு தாவர உண்ணி, ஆபத்தற்றது, நீங்கள் அது குறித்துக் கவலைப்பட வேண்டாம் என்றும் சொன்னால், உங்களுக்கு எப்படி இருக்கும்? நீங்கள் எப்படி உணர்வீர்கள்?

உங்களுடைய உணர்வும் அந்த விலங்கைப் போன்றதுதான். கலவையான ஒன்று. சில உணர்ச்சிகள் திடீரென்று நாம் எதிர்பார்க்காத வடிவங்களில் தோன்றி நம்மை வியப்படைய வைக்கும். ஒரு கடுமையான உணர்ச்சி திடீரென்று நம்மீது சாடுகின்றபோது, அதை எப்படிக் கையாள்வது என்று தெரியாமல் நாம் தடுமாறுவோம். அல்லது, அதற்கெதிராக உடனடியாகக் கடுமையான எதிர்வினையாற்றுவோம்.

ஆனால், நாம் சற்று நிதானித்து அவற்றுக்கு ஒரு பெயரைச் சூட்டினால், அவைமீதான நம்முடைய கட்டுப்பாடு அதிகரிக்கும். நமக்குத் தெரியாதவை நம்மை பயமுறுத்தக்கூடும், மன அழுத்தத்தைத் தரக்கூடும். ஆனால், நாம் அதற்கு ஒரு பெயரை இட்டுவிடுகின்றபோது, அது இனியும் நமக்குப் பரிச்சயமற்ற ஒன்றாக இருக்காது. அதன் காரணமாக நம்மிடம் உருவாகியிருக்கின்ற, நாம் அச்சுறுத்தப்படக்கூடும் என்ற உணர்வு மங்கத் தொடங்கிவிடும். அதோடு, பின்னர் நம்மால் அந்த

அனுபவம் குறித்துப் பேசவும் முடியும்.

உங்களுடைய மனமெனும் அடர் காட்டுக்குள், விரக்தி, வருத்தம், பதற்றம் போன்ற உணர்ச்சி விலங்கை நீங்கள் எதிர்கொள்கின்றபோது பதற்றமடையாதீர்கள். இங்குத்தான் பெயரிடுதல் உங்களுடைய உதவிக்கு வரும். அங்கிருந்து தப்பிச் செல்வதற்கு பதிலாக, சற்று நிதானியுங்கள், அதற்கு ஒரு பெயரிடுங்கள்.

உங்களுடைய உணர்ச்சிக்கு ஒரு தனித்துவமான பெயரை இடுவதன் மூலம், உளவியல்ரீதியாக உங்களுக்கும் உங்களுடைய உணர்ச்சிக்கும் இடையே ஓர் இடைவெளியை நீங்கள் உருவாக்கிக் கொள்கிறீர்கள். அதற்குப் பிறகு, அதற்கு எப்படி எதிர்வினையாற்ற வேண்டும் என்பதை உங்களால் தேர்ந்தெடுத்துக் கொள்ள முடியும். இதன் மூலம் உணர்ச்சிகளின்மீதான உங்களுடைய கட்டுப்பாடு அதிகரிக்கும்.

உணர்ச்சிகளுக்கும் எண்ணங்களுக்கும் இடையேயுள்ள வேறுபாடுகள் குறித்து நீங்கள் எச்சரிக்கையுடன் இருக்க வேண்டும். எடுத்துக்காட்டாக, நீங்கள் அப்போது உணர்ந்து கொண்டிருக்கும் உணர்ச்சிக்கு ஒரு பெயரைச் சூட்ட நீங்கள் முயல்கிறீர்கள் என்று வைத்துக் கொள்வோம். “நான் ஒரு தோல்வியாளன் என்பதுபோல உணர்கிறேன்,” என்று நீங்கள் சிந்திக்கிறீர்கள். இந்த வாக்கியத்திலுள்ள ‘நான் உணர்கிறேன்,’ என்ற வார்த்தைகளை வைத்து நீங்கள் ஒரு தோல்வியாளராக உணர்கிறீர்கள் என்று எடுத்துக் கொள்ள முடியாது. அது ஓர் எண்ணம் (பெரும்பாலும் அது தவறான ஒன்றாக இருக்கலாம்). அதனால், உங்களுடைய முதல் பெயரிடுதலை அப்படியே எடுத்துக் கொள்ளாதீர்கள். இன்னும் ஆழமாகச் செல்லுங்கள். “நான் ஒரு தோல்வியாளன்,” என்று சிந்திக்கும்போது நீங்கள் எப்படி உணர்கிறீர்கள் என்று பாருங்கள். உங்களுடைய உணர்ச்சிகளைத் துல்லியமாக உங்களால் கண்டறிய முடிவில்லை என்றால், பொதுவான முத்திரையிடுதல்களான, கோபம், வருத்தம், பயம், மகிழ்ச்சி, வியப்பு, வெறுப்பு போன்றவற்றோடு நிறுத்திக் கொள்ளுங்கள்.

“நான் வருத்தமாக இருக்கிறேன்.”

இது முந்தையதைவிட ஒரு படி முன்னேற்றம். அந்த உணர்ச்சியை இன்னும் ஆழமாக மெருகேற்ற முயலுங்கள்.

“நான் இந்தத் தேர்வில் தேறியிருக்க வேண்டும் என்று உணர்கிறேன்.”

ஆனால், இதுவும் ஓர் எண்ணம்தான், உணர்ச்சி அல்ல என்பதை உங்களால் புரிந்து கொள்ள முடிகிறதா?

“நான் ஏமாற்றமடைந்திருக்கிறேன். சிறிது அவமான உணர்வும் என்னிடம் இருக்கிறது.”

ஏமாற்றமும் அவமான உணர்வும் உங்களுடைய உணர்ச்சிகள் என்பதை நீங்கள் அறிந்து கொள்கின்றபோது, அந்த உணர்ச்சிகளை ஏற்றுக் கொண்டு மேலே செல்வதற்கு நீங்கள் தயாராகிவிடுவீர்கள். பொத்தம்பொதுவாக, “நான் ஒரு தோல்வியாளன்,” என்று மட்டும் நீங்கள் கூறுகின்றபோது, நீங்கள் தேவையில்லாமல் நீண்ட நேரத்திற்கு எதிர்மறைக்குள் மாட்டிக் கொள்வீர்கள்.

உங்களுடைய உணர்ச்சிசார் வார்த்தைப் பயன்பாடுகளை அதிகரித்துக் கொள்ளுங்கள்

உணர்ச்சிகளை வண்ணங்களாகப் பாருங்கள். மகிழ்ச்சி, வருத்தம், கோபம், பயம் போன்றவை மட்டுமே உணர்ச்சிகள் அல்ல. எப்படி ஒன்று அல்லது அதற்கு மேற்பட்ட வண்ணங்கள் கலக்கின்றபோது புதிய வண்ணங்கள் உருவாகின்றனவோ, அதேபோல, பலவிதமான உணர்ச்சிக் கலவைகளும் நம்மிடம் உருவாகின்றன. பலதரப்பட்ட உணர்ச்சிகளை ஆராய்ந்து, அவற்றில் தலையாய முப்பது உணர்ச்சிகளை அடையாளம் காணுங்கள். இது உங்களுடைய உணர்ச்சிசார் வார்த்தைப் பயன்பாடுகளை அதிகரித்துக் கொள்ள உங்களுக்கு உதவும். எப்படிப் பல மொழிகள் தெரிந்த ஒருவரால் பலதரப்பட்ட மக்களுடன் எளிதாக உரையாட முடியுமோ, அதேபோல, இந்த உத்தி நீங்கள் உங்களுடன் சிறப்பாக உரையாடுவதற்கு உதவும்.

உணர்ச்சிகள் குறித்த உங்களுடைய இந்தக் கூடுதல்

விழிப்புணர்வின் காரணமாக உங்களால் உங்களுடைய உணர்ச்சிகளை இன்னும் திறமையாகக் கையாள முடியும். உணர்ச்சிகளால் திக்குமுக்காடுவதற்குப் பதிலாக, துல்லியமாக நீங்கள் எப்படி உணர்கிறீர்கள் என்பதை அறிந்து கொண்டு, பொருத்தமான நடவடிக்கைகளில் உங்களால் இறங்க முடியும். எடுத்துக்காட்டாக, நீங்கள் பயந்து போய் இருக்கின்றபோது எடுக்கின்ற நடவடிக்கை, நீங்கள் சலிப்புடன் இருக்கும்போது எடுக்கின்ற நடவடிக்கைகளிலிருந்து வேறுபட்டு இருக்கும். ஆனால், நீங்கள் சலிப்பை பயத்துடன் போட்டுக் குழப்பிக் கொண்டால், பிரச்சனையை நீங்கள் தவறாகத் தீர்க்கப் பார்ப்பீர்கள். அதனால், உங்களுக்குக் குழப்பம் அதிகரிக்கவே செய்யும்.

நீங்கள் உணர்ச்சிகளுக்குப் பெயர் முத்திரை இடுகின்றபோது, முதல் நிலை மற்றும் இரண்டாம் நிலை உணர்ச்சிகள் இருக்கக்கூடும் என்பதை நீங்கள் மனத்தில் இருத்திக் கொள்ள வேண்டும். எடுத்துக்காட்டாக, நீங்கள் ஒரு விஷயம் குறித்து பயத்துடனும் பதற்றத்துடனும் இருக்கிறீர்கள் என்று வைத்துக் கொள்வோம். அதன் காரணமாக நீங்கள் உங்கள்மீதே எரிச்சல் கொண்டிருக்கக்கூடும். பதற்றமாக இருப்பதற்குக் காரணமே இல்லை என்று நீங்கள் நினைத்துக் கொண்டிருப்பது அதற்குக் காரணமாக இருக்கலாம். இங்கு முதல் நிலை உணர்ச்சி பயம், இரண்டாம் நிலை உணர்ச்சி எரிச்சல். உங்களை நீங்களே எடைபோட்டுக் கொள்ளக்கூடாது என்று கூறுவதற்கு இதுவும் ஒரு காரணம்.

உங்களுடைய உணர்ச்சிசார் வார்த்தைப் பயன்பாடுகளை அதிகரித்துக் கொள்வது என்பதை, உங்களுடைய வாழ்க்கையை அளவுக்கதிகமாகக் குழப்பிக் கொள்வதாக எடுத்துக் கொள்ளக்கூடாது. மாறாக, இது, உங்களுடைய உணர்ச்சிசார் அறிவை வளர்த்துக் கொள்வதையும், உங்களுடைய வாழ்க்கையை எளிதாக்கிக் கொள்வதையும் பற்றியது. பழகப் பழக இது உங்களுக்கு எளிதாகிவிடும்.

39

உங்களுடைய ஆசிர்வாதங்களை நன்றியுடன் நினைவுகூருங்கள்

உங்களுக்குக் கிடைத்துள்ள ஆசிர்வாதங்கள் குறித்து நன்றியுணர்வுடன் இருப்பது ஒரு நல்ல யோசனை என்பதில் மாற்றுக் கருத்து எதுவும் இருக்க முடியாது. ஆனால், இந்தப் பொதுவான அறிவுரை அறிவியல்பூர்வமாக நிரூபிக்கப்பட்டுள்ளது என்ற செய்தி உங்களை வியப்புக்கு உட்படுத்தலாம். நம்முடைய அன்றாட வாழ்க்கையில் நன்றியுணர்வு ஏற்படுத்தும் தாக்கம் குறித்து, 'ஜர்னல் ஆஃப் ஹேப்பினெஸ் ஸ்டடீஸ்' இதழ் ஓர் ஆய்வறிக்கையை வெளியிட்டது. இதில் பங்கேற்றவர்கள் இரு குழுக்களாகப் பிரிக்கப்பட்டனர். இரண்டு வார காலத்திற்கு அந்த இரு குழுவினரின் ஆரோக்கியமும் அவர்கள் அனுபவித்தப் பதற்ற அளவும் குறித்துக் கொள்ளப்பட்டன. அதில் ஒரு குழுவினரிடம், தினந்தோறும், அவர்கள் நன்றியுணர்வு கொண்டிருந்த விஷயங்களைப் பற்றி எழுதுமாறு கேட்டுக் கொள்ளப்பட்டது. மற்றக் குழுவினரிடம் அது போன்ற எதுவும் கேட்கப்படவில்லை.

அந்த ஆய்வின் முடிவுகள் பெரும் வியப்பை ஏற்படுத்தின. நன்றியுணர்வு குறித்து எழுதி வந்த குழுவினர், அந்த நாட்களில் தாங்கள் மிகவும் மகிழ்ச்சியாக இருந்ததாகத் தெரிவித்தனர். ஒருவர் தனக்குக் கிடைத்துள்ள

ஆசிர்வாதங்களைப் பட்டியலிடுகின்றபோது, அது அவருடைய மகிழ்ச்சியின்மீது குறிப்பிடத்தக்கத் தாக்கம் ஏற்படுத்துகிறது. அந்த இரு குழுவினருக்கும் இடையே வேறு எந்த விதத்திலும் வேறுபாடு இருக்கவில்லை என்றாலும், அவர்களுடைய கண்ணோட்டத்தில் பெரிய மாற்றம் ஏற்பட்டிருந்தது. தாங்கள் உண்மையில் எந்த அளவுக்கு அதிர்ஷ்டசாலிகளாக இருக்கிறோம் என்பதை அவர்கள் வலுக்கட்டாயமாக உற்று நோக்குகின்றபோது, அவர்களிடம் மகிழ்ச்சி உணர்வு மேலும் பெருகுகிறது.

தினந்தோறும் நன்றியுணர்வைக் கடைபிடியுங்கள்

இந்த உத்தியின் சாராம்சம் நேரடியானது. தினந்தோறும் நீங்கள் எந்த விஷயங்கள் குறித்து நன்றியுணர்வு கொண்டிருக்கிறீர்கள் என்பது குறித்துச் சிந்திப்பதற்கு ஒரு சில நிமிடங்களை ஒதுக்குங்கள். கடினமான சூழல்களில் உங்களுக்கு எப்போதும் ஆதரவாக இருக்கின்ற ஒரு நண்பர் குறித்து நீங்கள் நன்றியுணர்வு கொள்ளலாம். அல்லது, ஒரு மாலைச் சூரியனைத் தரிசித்தது அல்லது ஒரு சுவையான உணவை உண்டது போன்ற சிறிய விஷயங்கள் குறித்தும்கூட நீங்கள் நன்றி பாராட்டலாம். சற்று நிதானித்து, அந்தக் கணங்களை இரசித்து அனுபவித்து, அவை உங்களுடைய வாழ்க்கையில் இடம்பெற்றிருந்ததை உண்மையிலேயே அங்கீகரிப்பதில்தான் அதன் முக்கியத்துவம் அடங்கியுள்ளது.

உங்களுக்குக் கிடைத்துள்ள ஆசிர்வாதங்கள் சிறியவையோ அல்லது பெரியவையோ, அது முக்கியமல்ல. அது குறித்து நீங்கள் கொண்டிருக்கின்ற மனநிலைதான் இங்கு முக்கியம். நீங்கள் தினந்தோறும் நன்றியுணர்வை வெளிப்படுத்துகின்றபோது, உங்களுடைய மூளையின் நரம்பியல் நுண்பாதைகள் மறுவரையறை செய்யப்படுகின்றன. உங்களுடைய வாழ்க்கையின் நேர்மறை அம்சங்களின்மீது மட்டுமே கவனத்தைக் குவிப்பதன் மூலம், நீங்கள் உங்களுடைய கவனத்தை, உங்களுக்கு மன அழுத்தத்தையும் பதற்றத்தையும்

கொடுத்துக் கொண்டிருந்த விஷயங்களிலிருந்து அப்புறப்படுத்துகிறீர்கள். அதன் விளைவாக, உங்களுடைய ஒட்டுமொத்தக் கண்ணோட்டமும் மாறுகிறது.

தினமும் ஒரு சில நிமிடங்கள் இதற்கு ஒதுக்குவதிலிருந்து இதைத் துவக்குங்கள். நீங்கள் காலையில் கண்விழித்தவுடன் படுக்கையில் அமர்ந்தவாறே, நீங்கள் நன்றியுணர்வு கொண்டுள்ள விஷயங்களை நினைவுகூரலாம். அல்லது இரவில் தூங்குவதற்கு முன்பாக, அந்த நாளில் உங்களுக்கு மகிழ்ச்சியளித்த விஷயங்களை நினைத்துப் பார்க்கலாம். நன்றியுணர்வை வெளிப்படுத்துவதை உங்களுடைய பிரார்த்தனை, குறிப்பேட்டில் எழுதுதல், தியானம், நடைப்பயிற்சி போன்றவற்றோடு நீங்கள் பிணைத்துக் கொள்ளலாம். எங்காவது ஓரிடத்தில் எதற்காகவாவது காத்துக் கொண்டிருக்கின்றபோதுகூட நீங்கள் இதைச் செய்யலாம்.

நன்றியுணர்வை வெளிப்படுத்துவதற்காகவே ஒரு குறிப்பேட்டை நீங்கள் பயன்படுத்தலாம். அதில் நீங்கள் நன்றியுணர்வு பாராட்டுகின்ற மக்களைப் பற்றி, அனுபவங்களைப் பற்றி எழுதலாம். நீங்கள் உங்களுடைய நன்றியுணர்வை எழுத்தில் வடிக்கின்றபோது, நன்றியுணர்வு மேலும் வலுவடைகிறது.

இங்கு நீங்கள் ஒரு பட்டியலை உருவாக்க முயலவில்லை என்பதை நீங்கள் மறந்துவிடக்கூடாது. அதை ஒரு சடங்காகச் செய்வதால் எந்தவிதமான பயனும் கிடையாது. அந்தக் கணத்தில் நீங்கள் நன்றியுணர்வை உண்மையிலேயே உணர வேண்டும். உங்களுடைய மனத்திலும் இதயத்திலும் ஒரே நேரத்தில் நன்றியுணர்வும் பதற்ற உணர்வும் இடம்பெற முடியாது. தினந்தோறும் ஒரே விஷயங்களை சடங்குத்தனமாக எழுதிக் கொண்டிருக்கின்ற அதே நேரத்தில், நீங்கள் கவலையுடனும் இருந்தால், இந்த உத்தி பலனளிக்காது. அதனால், மெத்தனமாக இருந்துவிடாதீர்கள்.

ஒரு கட்டத்தில் நன்றியுணர்வு பாராட்டுவதற்கு உங்களுக்கு விஷயங்களுக்குப் பஞ்சம் ஏற்பட்டால்,

அப்போது நீங்கள் படைப்பூக்கத்தோடு செயல்பட வேண்டும். அதில் சிறிது நகைச்சுவையைக்கூட நீங்கள் சேர்த்துக் கொள்ளலாம். எடுத்துக்காட்டாக, "என் காலில் ஏற்பட்டுள்ள சிராய்ப்புக்கு நன்றி! நடக்க முடிகின்ற பாக்கியம் எனக்குக் கிட்டியிருப்பது குறித்து நான் மனமகிழ்கிறேன்!" என்றுகூட நீங்கள் எழுதலாம்.

நன்றியுணர்வைப் பிறரிடம் வெளிப்படுத்துதல்

பிறர்பால் நீங்கள் கொண்டுள்ள நன்றியுணர்வை, சம்பந்தப்பட்ட நபரிடமே நீங்கள் தெரிவிக்கலாம். அதை நீங்கள் அவரிடம் நேரடியாகவும் கூறலாம், அல்லது இதயபூர்வமாக அவருக்கு ஒரு நன்றிக் குறிப்பு எழுதியும் அனுப்பலாம். உங்களுடைய வாழ்க்கையில் ஆழமான தொடர்புகளையும் நேர்மறையான மனப்போக்குகளையும் ஏற்படுத்துகின்ற ஆற்றல் இதற்கு உண்டு.

நன்றியுணர்வை வெளிப்படுத்துதல் என்பது ஒரு குளத்தில் உருவாகின்ற சிற்றலைகளைப் போன்றது. அது உங்களிடமிருந்து தோன்றினால், அது உங்களைக் கடந்தும் பரவும். நீங்கள் ஒருவர்மீது எந்த அளவுக்கு நன்றி பாராட்டுகிறீர்கள் என்பதை அவருக்கு உணர்த்துவதற்கு நேரத்தை எடுத்துக் கொள்கின்றபோது, அங்கு வெறும் வார்த்தைகளின் பரிமாற்றம் மட்டும் நிகழ்வதில்லை. அது உறவுகளை பலப்படுத்துகிறது. இன்றைய டிஜிட்டல் யுகத்தில்கூட நேரடித் தொடர்புதான் கோலோச்சுகிறது என்பதையே இது வெளிப்படுத்துகிறது.

நன்றியுணர்வை வெளிப்படுத்துதலிலுள்ள மிகப் பெரிய தாக்கம், அது உங்களுடைய நலன்மீது ஏற்படுத்துகின்ற ஒன்று. பிறர் உங்களுடைய வாழ்க்கையில் ஒரு நேர்மறையான தாக்கம் ஏற்படுத்தியிருந்தனர் என்பதை நீங்கள் அங்கீகரிக்கின்றபோது, உங்களுடைய வாழ்க்கையிலும் நேர்மறைத்தன்மை வெகுவாக அதிகரிக்கிறது. உங்களுடைய இதயம் விம்மிப் புடைக்கிறது, உங்களுடைய மனநிலை மேம்படுகிறது, உங்களுடைய நிகழ்கணலயிப்பு செறிவடைகிறது.

நீங்கள் நன்றியுணர்வின்மீது உங்களுடைய கவனத்தைக் குவிக்கின்றபோது, உங்களுடைய மனம், கவலை மற்றும் பழைய விஷயங்களை அசைபோடுதல் ஆகியவற்றிலிருந்து உங்களை அப்புறப்படுத்துகிறது. நீங்கள் உங்களுடைய வாழ்க்கையின் நேர்மறை அனுபவங்களின்மீதும் உறவுகளின்மீதும் உங்களுடைய எண்ணங்களைக் குவிக்கிறீர்கள். அதீதச் சிந்தனை மற்றும் பதற்றங்களுக்கு எதிரான நல்லதொரு முறிமருந்து இது.

நீங்கள் சில கணங்களை எடுத்துக் கொண்டு, உங்களுக்கு இளமையில் ஊக்கமளித்தக் கல்லூரியைப் பற்றி, எல்லா நேரங்களிலும் உங்களுக்கு உறுதுணையாக இருந்த உங்களுடைய நெருங்கிய நண்பரைப் பற்றி, உங்கள்மீது அன்பும் ஆதரவும் காட்டியிருந்த உங்களுடைய உறவினர் ஒருவரைப் பற்றி நினைத்துப் பாருங்கள். உங்களுடைய வாழ்க்கையில் உங்களுக்குப் பல விதங்களிலும் உதவியாக இருந்த நபர்களைப் பற்றி நினைத்துப் பார்த்து, அவர்கள்பால் நீங்கள் எந்த அளவுக்கு நன்றி பாராட்டுகிறீர்கள் என்பதை அவர்களுக்குத் தெரிவியுங்கள். அது ஒரு சுருக்கமான நன்றி தெரிவிக்கின்ற அட்டையாக இருக்கலாம். அல்லது உணர்ச்சி பொங்க எழுதப்பட்டுள்ள ஒரு மடலாக இருக்கலாம். அது ஒரு சமயத்தில் உங்களுடைய வாழ்க்கையில் பிரகாசத்தை ஏற்படுத்தியிருந்த நபரின் வாழ்க்கையில் ஒளியைப் பாய்ச்சக்கூடும்.

40

உங்களுடைய எண்ணங்களுக்குப் பின்னாலுள்ள 'நீங்கள்'

"உங்களுடைய எண்ணங்கள் மற்றும் நடத்தைகளை அமைதியாக அவதானிப்பவராக இருங்கள். அந்தச் சிந்தனையாளருக்குக் கீழேயுள்ள நபர்தான் நீங்கள். அந்த மன இரைச்சலுக்குக் கீழேயுள்ள அமைதிதான் நீங்கள். அந்த வலிக்குக் கீழேயுள்ள அன்பும் ஆனந்தமும்தான் நீங்கள்."

– எக்கார்ட் டோலே

ஒரு நிமிடம் எடுத்துக் கொண்டு, உங்களுடைய எண்ணங்களின் இயல்பு குறித்துச் சிந்தியுங்கள். அது எப்படி இருக்கிறது? இடைவிடாத தொணதொணப்புகள், தொடர்ச்சியான அலசல்கள், எடைபோடுதல்கள், சுய விமர்சனங்கள் ஆகியவற்றால் அது நிறைந்துள்ளதா? இவற்றிலிருந்து விலகி நின்று ஓர் அமைதியை அனுபவிப்பதற்கு ஒரு வழி இருந்தால் எப்படியிருக்கும்? எக்கார்ட் டோலே அதற்கான ஒரு வழியை நமக்குக் காட்டுகிறார். உங்களுடைய எண்ணங்களையும் நடத்தைகளையும் அமைதியாக அவதானியுங்கள் என்பதுதான் அவர் காட்டுகின்ற வழி. அதை எப்படிச் செய்வது?

நம்முடைய எண்ண இரைச்சல்களுக்குக் கீழே, நம்முடைய சிந்தனைகளுக்குப் பின்னால் ஓர் எல்லையில்லாத அமைதி இருக்கிறது என்பதுதான்

எக்கார்ட் டோலேயின் கூற்றின் சாராம்சம். நம்முடைய அன்றாட வலிமிக்க அனுபவங்களுக்குப் பின்னாலுள்ள, என்றும் மாறா அன்பும் ஆனந்தமும் கலந்ததுதான் அந்த அமைதி.

ஓடையில் மிதக்கின்ற இலைகள்

எக்கார்ட் டோலே கூறியதை அடைவதற்கு நீங்கள் கடைபிடிக்க வேண்டிய ஓர் உத்தி, 'ஓடையில் மிதக்கின்ற இலைகள்.' இங்கு நீங்கள் உங்களுடைய எண்ணங்களை அமைதியாக அவதானித்துக் கொண்டிருப்பீர்கள். இங்கு, நம் எண்ணங்கள் நமக்குள் எழுந்து மறைவதை நாம் வெறுமனே வேடிக்கை பார்த்துக் கொண்டிருக்க வேண்டும்.

மென்மையாக ஓடிக் கொண்டிருக்கின்ற நீரோடை ஒன்றைக் கற்பனை செய்து கொள்ளுங்கள். அதற்கு அருகேயுள்ள ஒரு மரத்திலிருந்து இலைகள் அதற்குள் விழுந்து கொண்டிருக்கின்றன. அந்த ஓடைக் காட்சியை நீங்கள் அசைபோட்டுக் கொண்டிருக்கின்றபோது, உங்கள் மனத்தில் எண்ணங்கள் தோன்றுவதை நீங்கள் கவனிக்கிறீர்கள். அவை தோன்றத் தோன்ற, அவற்றை எடுத்து அந்த ஓடையில் மிதந்து கொண்டிருக்கின்ற இலைகளின்மீது நீங்கள் வைக்கிறீர்கள். அந்த இலைகள் அனைத்தும் அந்த நீரோடையால் மெதுவாக அடித்துச் செல்லப்படுகின்றன.

இதை நீங்கள் மென்மையாகவும் எந்தவிதமான எடைபோடுதல்களுமின்றி, உங்களுடைய ஒவ்வோர் எண்ணத்திற்கும் செய்யுங்கள்.

"இது எனக்குச் சலிப்பாக இருக்கிறது," என்று நீங்கள் யோசித்தால், உங்கள் மனத்தில் தோன்றுகின்ற எண்ணங்கள் உங்களுடைய தலைக்கு வெளியே மிதந்து கொண்டிருப்பதுபோலவும், அவற்றை நீங்கள் அந்த இலைகளின்மீது வைப்பதுபோலவும், அவை ஓடை நீரில் அடித்துச் செல்லப்படுவதுபோலவும், அவை அடித்துச் செல்லப்படுவதை நீங்கள் பார்த்துக் கொண்டிருப்பதுபோலவும் கற்பனை செய்யுங்கள்.

“இது எனக்கு நல்ல உணர்வைக் கொடுக்கிறது,” என்று நீங்கள் யோசித்தால், உங்கள் மனத்தில் தோன்றுகின்ற எண்ணங்கள் உங்களுடைய தலைக்கு வெளியே மிதந்து கொண்டிருப்பதுபோலவும், அவற்றை நீங்கள் அந்த இலைகளின்மீது வைப்பதுபோலவும், அவை ஓடை நீரில் அடித்துச் செல்லப்படுவதுபோலவும், அவை அடித்துச் செல்லப்படுவதை நீங்கள் பார்த்துக் கொண்டிருப்பதுபோலவும் கற்பனை செய்யுங்கள்.

“இதன் அர்த்தம் எனக்குப் புரியவில்லை என்பது சலிப்பூட்டுவதாக இருக்கிறது,” என்று நீங்கள் யோசித்தால், உங்கள் மனத்தில் தோன்றுகின்ற எண்ணங்கள் உங்களுடைய தலைக்கு வெளியே மிதந்து கொண்டிருப்பதுபோலவும், அவற்றை நீங்கள் அந்த இலைகளின்மீது வைப்பதுபோலவும், அவை ஓடை நீரில் அடித்துச் செல்லப்படுவதுபோலவும், அவை அடித்துச் செல்லப்படுவதை நீங்கள் பார்த்துக் கொண்டிருப்பதுபோலவும் கற்பனை செய்யுங்கள்.

இதை நீங்கள் மீண்டும் மீண்டும் செய்கின்றபோது, உங்களுடைய எண்ணங்களின் உண்மையான சொரூபத்தை நீங்கள் அறிந்து கொள்வீர்கள். அவை வெறுமனே கடந்து செல்பவை என்ற உண்மைதான் அது. அதற்குப் பிறகு, நீங்கள் உங்களுடைய எண்ணங்களைப் பிடித்துத் தொங்கிக் கொண்டிருக்கவோ அல்லது அவற்றை எதிர்த்து நிற்கவோ முயல மாட்டீர்கள். உளவியல்ரீதியாக உங்களுக்குக் கிடைத்திருக்கின்ற இந்த இடைவெளி உங்களுக்கு அமைதியைப் பெற்றுக் கொடுக்கும்.

இதை நீங்கள் தினந்தோறும் பயிற்சி செய்து வாருங்கள். இங்கு நீங்கள் எவ்வளவு நேரம் அதைச் செய்கிறீர்கள் என்பது முக்கியமல்ல. அந்த நேரத்தில் அதில் நீங்கள் எந்த அளவு மூழ்கியிருக்கிறீர்கள் என்பதுதான் முக்கியம். உங்களை எவரும் தொந்தரவு செய்யாதிருக்கின்ற, அமைதியான ஓரிடத்தை இதற்காகத் தேர்ந்தெடுத்துக் கொள்ளுங்கள். கண்களை மூடிக் கொள்ளுங்கள். ஆழமாக சுவாசியுங்கள். உங்களுடைய எண்ணங்கள் சுதந்திரமாகச் சிறகடித்துப் பறக்க

அனுமதியுங்கள். உங்களுடைய எண்ணங்கள் கடந்து செல்வதைச் சலனமின்றி அவதானியுங்கள். அவற்றை அடக்கி வைக்கவோ அல்லது திரிக்கவோ முயலாதீர்கள். இங்கு நீங்கள் வெறுமனே அவற்றின் இருப்பை உறுதி செய்கிறீர்கள், அவை கடந்து செல்ல அனுமதிக்கிறீர்கள், அவ்வளவுதான்.

இப்படிக் கற்பனை செய்யுங்கள்: நீங்கள் உங்களுடைய அலுவலகத்தில் முக்கியமான விளக்கவுரை ஒன்றை நிகழ்த்த வேண்டியிருக்கிறது. வழக்கம்போல நீங்கள் பதற்றத்துடன் இருக்கிறீர்கள். சுய சந்தேகம், தோல்வி பயம், பிறருடைய அபிப்பிராயங்கள் குறித்தக் கவலை போன்றவற்றால் உங்கள் மனம் அலைக்கழிக்கப்பட்டுக் கொண்டிருக்கிறது. இந்த மனச்சுழலுக்குள் மாட்டிக் கொள்வதற்குப் பதிலாக, நீங்கள் 'ஓடையில் மிதக்கின்ற இலைகள்' உத்தியைப் பயன்படுத்தத் தீர்மானிக்கிறீர்கள். நீங்கள் அமைதியான ஓரிடத்தைத் தேர்ந்தெடுத்து, கண்களை மூடிக் கொண்டு, உங்களுடைய எண்ணங்களை ஒவ்வொன்றாக எடுத்து ஓடையில் மிதக்கின்ற இலைகளின்மீது வைக்கிறீர்கள். அந்த இலைகள் மென்மையாக ஓடி மறைவதை நீங்கள் அமைதியாகப் பார்த்துக் கொண்டிருக்கிறீர்கள்.

அந்தக் கற்பனை இலைகள் ஓடி மறைந்து கொண்டிருக்கின்றபோது, உங்கள் எண்ணங்கள் குறித்துக் கடுமையாக எடைபோடாதீர்கள். உங்களுடைய எண்ணங்கள் வெறும் எண்ணங்கள் மட்டுமே என்பதை அங்கீகரியுங்கள். அந்த அமைதியிலிருந்து உங்களுக்கு அமைதியும் ஒரு புதிய கண்ணோட்டமும் கிடைக்கின்றன. உங்களுடைய எண்ணங்கள் உங்களை வடிவமைக்கவில்லை என்பதையும், அவை நிரந்தரமானவை அல்ல என்பதையும் நீங்கள் புரிந்து கொள்கிறீர்கள். உங்களுக்குக் கிடைத்துள்ள இந்தப் புதிய கண்ணோட்டம் உங்களுக்கு அளித்துள்ள புதிய சக்தியின் துணையுடன் நீங்கள் உங்களுடைய விளக்கவுரையை அமைதியுடனும் நிதானத்துடனும் அணுகுகிறீர்கள்.

உங்களை ஒரு நண்பராக நடத்துங்கள்

நாம் ஒப்புக் கொள்கிறோமோ இல்லையோ, பெரும்பாலான சமயங்களில் நம்முடைய மிகக் கடுமையான விமர்சகர்களாக நாம் மாறிவிடுகிறோம், எதிர்மறையான சுய பேச்சுகளில் இறங்கிவிடுகிறோம்.

இப்படிக் கற்பனை செய்து கொள்ளுங்கள்: உங்களுடைய நெருங்கிய நண்பர் கடும் பிரச்சனையில் சிக்கி இருக்கிறார். அவர் ஒரு சவாலான சூழலை எதிர்கொண்டுள்ளார், சுய சந்தேகம் அவரைப் பிடித்து ஆட்டிக் கொண்டிருக்கிறது. அவருக்கு உங்களால் எப்படி உதவி செய்ய முடியும்? நீங்கள் நேரில் சென்று அவரைப் பார்த்து உங்களுடைய புரிதல் உணர்வை வெளிப்படுத்தலாம். நீங்கள் உங்களுடைய அன்பை, ஆதரவை, ஊக்குவிப்பை வழங்கி, எல்லா மனிதர்களுக்கும் அது நேர்கிறது என்பதை அவருக்கு எடுத்துரைக்கலாம். இதே அணுகுமுறையைத்தான் நாம் நம்மீதும் கடைபிடிக்க வேண்டும்.

உங்களுடைய குறைபாடுகளையும் தவறுகளையும் பெரிதுபடுத்தி உங்களை நீங்களே வறுத்தெடுத்துக் கொள்வதற்குப் பதிலாக, உங்கள்மீது அன்பு செலுத்துங்கள், உங்களிடம் பரிவு காட்டுங்கள். நேர்மறை மற்றும் எதிர்மறை எண்ணங்களும் உணர்வுகளும் தோன்றுவது இயல்புதான் என்பதை அங்கீகரியுங்கள். அந்த எண்ணங்கள் உங்களுடைய மதிப்பை நிர்ணயம் செய்வதில்லை.

நீங்கள் உங்களுடைய அலுவலக வேலையில் ஒரு தவறு செய்துவிடுகிறீர்கள் என்று எண்ணிக்கொள்ளுங்கள். அது குறித்து நீங்கள் பதற்றமும் அவமான உணர்வும் கொண்டிருக்கிறீர்கள். உங்களுடைய சுய உரையாடல்கள், சுய விமர்சனத்தாலும் சுய சந்தேகத்தாலும் நிறைந்திருக்கும். அது போன்ற நேரங்களில், உங்களிடமிருந்து சற்று விலகி நின்று, “இதே நிலையில் என்னுடைய நெருங்கிய நண்பன் ஒருவன் இருந்தால், நான் அதற்கு எப்படி எதிர்வினையாற்றுவேன்?” என்று உங்களிடம் கேளுங்கள். அதற்கான பதில் தெளிவானது.

நீங்கள் அவருக்கு ஆறுதலும் ஊக்குவிப்பும் அளிப்பீர்கள், அவரிடம் புரிந்துணர்வுடன் நடந்து கொள்வீர்கள், இல்லையா?

உங்களுடைய நண்பர் உங்களிடம், "நான் ஒரு சோம்பேறி. என்னால் எதையும் சரிவரச் செய்ய முடியாது!" என்று புலம்பினால், நீங்களும் அவரை உடனே வறுத்தெடுக்கத் தொடங்க மாட்டீர்கள், இல்லையா? அவர் கூறுவது உண்மையாகக்கூட இருக்கலாம்! கனிவுடன் நடந்து கொள்வது என்பது உண்மையைப் பற்றியது அல்ல. அப்போது நீங்கள் அவரிடம், "நாம் எவ்வளவுதான் கவனமாக இருந்தாலும் தவறுகள் நேர்ந்துவிடுகின்றன. இதற்கு எவரும் விதிவிலக்கல்ல. எனக்கு உன்மேல் நம்பிக்கை இருக்கிறது. இதைச் சரி செய்வதற்கு நீ முதலில் என்ன நடவடிக்கை எடுக்க வேண்டும் என்று யோசி," என்று கூறி அவருக்கு ஆலோசனை வழங்கலாம்.

உங்களுடைய மனநிலையை இப்படி மாற்றிக் கொள்வதன் மூலம் உங்களுடைய நண்பரிடம் நீங்கள் எப்படிக் கனிவாக நடந்து கொள்வீர்களோ, அதேபோல உங்களிடமும் நடந்து கொள்ளத் தொடங்குவீர்கள். எல்லோருமே தவறு செய்கின்றனர், சுய சந்தேகம் மற்றும் சுய விமர்சனம் போன்றவை மனித அனுபவத்தின் ஒரு பகுதி என்பதை உங்களுக்கு நீங்கள் நினைவூட்டிக் கொள்ள வேண்டும். பரிவான இந்த சுய பேச்சு, நீங்கள் எதிர்மறைச் சுழற்சியிலிருந்து விடுபட்டு உங்களுடன் ஒரு நேர்மறையான, கரிசனமிக்க உறவை வளர்த்துக் கொள்ள உங்களுக்கு உதவும்.

41

எல்லாமே விளக்கப்படுகின்ற விதத்தில் இருக்கிறது

"அமைதி என்பது வாழ்க்கை எப்படி இருக்க வேண்டும் என்ற உங்களுடைய எதிர்பார்ப்புகளின்படி இல்லாமல், அது எப்படி இருக்கிறதோ அப்படியே அதை ஏற்றுக் கொள்ள உங்களுடைய மனத்தைத் தயார்படுத்திக் கொள்வதைப் பற்றியது."

– வெயின் டயர்

ஒரு இலட்சியவாத வாழ்க்கைக்கான தேடலில் விடாப்பிடியாக இருக்கின்ற ஓர் உறுதியான மனம், பெரும்பாலான சமயங்களில், விரக்தி மற்றும் மன உளைச்சல்களுக்குள் சிக்கிக் கொள்ளும். எதிர்பார்ப்புக்கும் எதார்த்தத்திற்கும் இடையேயான இடைவெளிச் சிக்கலுக்குள் நீங்கள் எப்போதாவது மாட்டிக் கொண்டிருக்கிறீர்களா? நேர்மறையாகச் சிந்திக்கவும், பிரம்மாண்டமாகக் கனவு காணவும், இதயம் காட்டும் வழியில் நடக்கவும் உங்களுக்கு அறிவுரை வழங்கப்பட்டது. ஆனால், எதார்த்தத்தில் உங்களுடைய உயர்ந்த இலட்சியங்களுக்கு அருகேகூட உங்களால் நெருங்க முடியாத நிலை நிலவியதைக் கண்டு நீங்கள் பெரும் மனக்கசப்பும் விரக்தியும் அடைந்ததுதான் மிச்சம். இதற்கு நீங்கள் ஊக்குவிப்புப் பேச்சாளர்கள், புதிய சிந்தனை இயக்க நூலாசிரியர்கள், சமூக ஊடகங்கள் போன்றவற்றின்மீது குற்றம் சுமத்தலாம்.

ஆனால், எதார்த்தம் எப்போதும் ஏதாவது ஒரு விதத்தில், உங்களைக் குப்புறத் தள்ளிவிடும். அது ஒரு பேரழிவா அல்லது உங்களைச் சிறு துளியும் சலனப்படுத்தாத ஒன்றா என்பதை உங்களுடைய மனப்போக்குதான் தீர்மானிக்கும். வாழ்க்கை எப்போதும் நீங்கள் விரும்புகின்றபடி அமையாதுதான். ஆனால், அதனால் பரவாயில்லை. இன்னும் சொல்லப் போனால், உங்களுடைய விருப்பங்கள் நிறைவேற வேண்டுமென்றால், அவை எதார்த்தத்தைக் கணக்கில் எடுத்துக் கொண்டால்தான் அது சாத்தியப்படும்.

கனவுகளுக்கும் எதார்த்தத்திற்கும் இடையேயுள்ள இடைவெளியை ஏற்றுக் கொள்ளுங்கள்

இந்த அறிவுரை என் வாழ்வின் ஒரு முக்கியமான காலகட்டத்தில் எனக்கு வெட்ட வெளிச்சமானது. நான் என் வேலையில் பிரம்மாண்டமானதோர் இலக்கை அடைகின்ற கனவோடு சுற்றிக் கொண்டிருந்தேன். அதை நோக்கிய ஒவ்வோர் அடியையும் நான் கனகச்சிதமாகத் திட்டமிட்டிருந்தேன். ஆனால், பிரபஞ்சம் எனக்கு வேறொரு திட்டம் வைத்திருந்தது போலும்! அதனால் நான் திட்டமிட்டிருந்த பாதையில் ஏராளமான திருப்பங்களை நான் சந்திக்க வேண்டியிருந்தது.

முதலில், இந்தத் திருப்பங்கள் எனக்குப் பெரும் விரக்தியையும் ஏமாற்றத்தையும் கொடுத்தன. வாழ்க்கை என் விருப்பங்களுக்கு எதிராகச் சதி செய்து கொண்டிருந்ததுபோல நான் உணர்ந்தேன். நான் அறிவார்ந்தவன், என் பாதையில் நடப்பதற்கான அனைத்தையும் நான் கண்டுபிடித்துவிட்டிருந்தேன் என்று நான் இறுமாப்பு கொண்டிருந்தேன். ஆனால், அப்படி நடக்கவில்லை. நான் என்னுடைய எதார்த்தத்தை மீறிய எதிர்பார்ப்புகளை விட்டுக்கொடுக்கத் தயாராக இல்லாததால், நான் படிப்பினைகளைக் கடினமான வழிகளில் கற்றுக் கொண்டேன். என் கனவுகளை நான் மறுபரிசீலனைக்கு உட்படுத்த வேண்டியிருந்ததன் அவசியத்தை நான் புரிந்து கொண்டேன்.

எனக்கு ஏற்பட்டிருந்த விரக்தி, பிரபஞ்சம் எனக்கு வழங்கியிருந்த ஒரு தண்டனை அல்ல, நான்தான் எதார்த்தப் பொருத்தமின்றிச் செயல்பட்டுக் கொண்டிருந்தேன் என்பதை எனக்கு உணர்த்திய ஒரு குறியீடு அது என்பதை நான் பின்னர்தான் உணர்ந்தேன். அதைத் தொடர்ந்து நான் சில கடினமான கேள்விகளை என்னிடமே கேட்டுக் கொண்டேன். உண்மையில் என்னுடைய எதிர்பார்ப்புகள் என்னென்ன? அவை நியாயமானவையாகவும் பகுத்தறிவுக்குப் பொருந்தியவையாகவும் இருந்தனவா? வாழ்க்கை இப்படித்தான் இருக்க வேண்டும் என்ற தவறான கருத்தை நான் கொண்டிருந்தேனா?

எதார்த்தம் என் விருப்பப்படி இருக்க வேண்டும் என்று நான் ஆசைப்படுவதுதான் என் மன உளைச்சலுக்குக் காரணம் என்பதை நான் மெதுவாகப் புரிந்து கொண்டேன். என் வேலை தொடர்பான அனைத்து எதிர்பார்ப்புகளையும் நான் தூக்கி எறிந்தேன், எதார்த்தத்துடன் சமரசம் செய்து கொண்டேன். நான் என்னிடமிருந்து அளவுக்கதிகமானவற்றை எதிர்பார்த்தேன். கடின உழைப்பின் மூலம் என்னால் அதைச் சாதிக்க முடியும் என்றும், நான் திறமைசாலி என்றும், என் பயணம் எப்போதும் எளிதாக இருக்கும் என்றும், எவரொருவராலும் என்னிடம் தப்பு கண்டுபிடிக்க முடியாது என்றும் நான் உளப்பூர்வமாக நம்பினேன்.

நான் ஆகச் சிறந்த முறையில் செயல்பட்டுக் கொண்டிருந்தாலும், எல்லாம் நான் நினைக்கின்றபடி நடக்காது என்ற நியாயமான அணுகுமுறை இப்போது என்னிடம் இருக்கிறது. பிரபஞ்சத்திற்கு எதிராக மல்லுக்கட்டி நிற்பதைவிட, என் நியாயமற்ற எதிர்பார்ப்புகளை மாற்றி அமைத்துக் கொள்வது சுலபமானது என்பதை நான் புரிந்து கொண்டேன்.

42

கழற்றி விட்டுவிடுவதன் மதிப்பு

"தவறிழைப்பது மனித இயல்பு. மோசமான நடத்தைக்காகப் பிறரையும் உங்களையும் மன்னிப்பது எதார்த்தமானதாகவும் அறிவார்ந்ததாகவும் இருக்க வேண்டும்."

– ஆல்பர்ட் எல்லிஸ்

மனிதர்கள் என்ற முறையில் நாம் தவறிழைப்பது இயல்புதான். நாம் கச்சிதமானவர்கள் அல்லர். ஆனால், பிறரையும், முக்கியமாக நம்மையும் மன்னிக்கின்றபோதுதான், இந்தக் கச்சிதமின்மை நம்முடைய மன அழுத்தத்திற்கான ஒரு மூலாதாரமாக ஆகாமல் பார்த்துக் கொள்ள முடியும்.

உணர்ச்சிகளை ஒரு பலூனாகக் கற்பனை செய்தல்

உங்களுடைய கடந்தகாலத் தவறுகள், பிறர் உங்களுக்கு ஏற்படுத்தியிருந்த மனக்காயங்கள் போன்றவற்றை ஒரு பலூன் தொகுதிகளாகக் கற்பனை செய்யுங்கள். அந்த வண்ணமயமான பலூன்கள் உங்களுடைய மணிக்கட்டில் கட்டப்பட்டுள்ளன. நீங்கள் அந்த பலூன்களை ஒவ்வொன்றாக உங்களுடைய மணிக்கட்டிலிருந்து அவிழ்த்து வானை நோக்கி விடுவிக்கிறீர்கள். அவை மேலே பறக்கப் பறக்க, உங்களுடைய பாரமும் உங்களிடமிருந்து மெதுவாக இறங்குகிறது.

உங்களுடைய வெறுப்புகளையும்

மனக்காயங்களையும் இப்படி நீங்கள் நேருக்கு நேராகச் சந்தித்து, அவற்றை வலுக்கட்டாயமாக விடுவிக்கின்றபோது, உங்களுடைய சொந்த நிவாரணத்தை நீங்களே உருவாக்கிக் கொள்கிறீர்கள். நாம் பிறருக்காக மன்னிப்பதில்லை, நமக்காகத்தான் மன்னிக்கிறோம். ஏனெனில், நாம் சுமந்து கொண்டிருக்கின்ற பாரத்தை இறுதியில் ஒருவழியாக இறக்கி வைக்க நாம் தயாராகிவிடுகிறோம். அதனால், பிறரை மன்னித்தல் என்பது ஒரு சுய மன்னித்தல் நடவடிக்கைதான். அதோடு, இது நீங்களும் கச்சிதமானவர் அல்லர் என்பதற்கும், கடந்தகாலம் குறித்து எதுவும் செய்வதற்கில்லை என்பதற்குமான ஓர் அங்கீகரிப்பும்கூட. இவ்வளவையும் தாண்டி நீங்கள் அதை விடுவிக்கிறீர்கள். அது பலூனைப்போல மேலே நோக்கிப் பறக்கிறது.

இந்த விடுதலை, உங்களுடைய மன மற்றும் உணர்ச்சிசார் குப்பைகளை அகற்றி அந்த இடத்தில் புதிய அனுபவங்களையும், இன்று நீங்கள் யாராக இருக்கிறீர்களோ அதை அப்படியே ஏற்றுக் கொள்கின்ற புதிய தொடர்புகளையும் கொலுவேற்றி வைப்பதாகும்.

உங்கள்மீதும், உங்களுடைய வாழ்க்கையில் இடம்பெற்றுள்ள நபர்கள்மீதும் புரிந்துணர்வு, பச்சாதாபம், இரக்கம் ஆகியவற்றை வளர்த்துக் கொள்வது ஓர் அற்புதமான விஷயம். உங்களுடைய மற்றும் பிறருடைய தவறுகளை, புரிதலுணர்வு என்ற கண்ணாடியின் வழியாக நீங்கள் பார்க்கத் துவங்குகின்றபோது, எடைபோடுதல் மற்றும் வெறுப்பு போன்ற சங்கிலிகளை உங்களால் உடைத்தெறிய முடியும். நம்முடைய புரிதல் முழுமையாக இல்லாதிருந்தாலும்கூட நம்மால் மன்னிக்க முடியும். நடந்த விஷயங்களை நாம் விரும்பாதிருக்கும்போதும் நம்மால் மன்னிக்க முடியும்.

மன்னிப்பதற்கு நாம் தயாராக இல்லாதிருந்தாலும், நம்மால் இப்போதே மன்னிக்க முடியும். நாம் பெரிய மனிதர்கள் என்பதால் நாம் மன்னிக்க வேண்டியதில்லை. நாம் கடந்தகால மனக்காயங்களில் நம் கவனத்தைக் குவித்துக் கொண்டிருப்பதற்குப் பதிலாக, குணமாதல்,

வளர்ச்சி, முழுமை போன்றவற்றை மதிக்கின்ற காரணத்தால்தான் நாம் மன்னிக்க வேண்டும். அந்த முடிவை நாம் எப்போது வேண்டுமானாலும் தேர்ந்தெடுக்க முடியும். நாம் எப்படி உணர்கிறோம் என்பது இங்கு முக்கியமல்ல.

நடுநிலை மனநிலை

உங்களுடைய வாழ்க்கையை ஒட்டுப்போட்டத் துணிகளால் தைக்கப்பட்ட ஒரு பெரிய போர்வையாகக் கற்பனை செய்து கொள்ளுங்கள். அதில் பயன்படுத்தப்பட்டுள்ள துணிகள் நம்முடைய எண்ணற்ற அனுபவங்களாலும் நடவடிக்கைகளாலும் ஆனவை. அவற்றில் சில சிறப்பான அனுபவங்களைக் கொண்டிருக்கும். சில நம்முடைய தவறுகளால் விளைந்த விளைவுகளைப் பிரதிநுதப்படுத்திக் கொண்டிருக்கும். தவறுகளைப் பிரதிநுதப்படுத்துகின்ற துணிகள் தனித்துவமான வண்ணங்களில் இருப்பதாக நினைத்துக் கொள்ளுங்கள். ஆனால், அவை அந்தப் போர்வையின் ஒட்டுமொத்த அழகைக் கெடுக்காமல் இருக்கின்றன. அந்தப் போர்வையிலுள்ள ஒவ்வோர் ஒட்டுத் துணியும் முக்கியமானது. அதில் தவறுகள் தனியாகத் தெரிந்தாலும், அவை அந்தப் போர்வையின் ஒரு சிறு பகுதி என்பதை நீங்கள் நினைவில் கொள்ள வேண்டும்.

ஒரு மோசமான கணம், தோற்றுப் போன ஓர் உறவு, அல்லது மோசமான ஒரு தேர்ந்தெடுப்பு:

- நிலையானதோ,
- பரவக்கூடியதோ,
- அல்லது தனிப்பட்டரீதியானதோ அல்ல.

அதாவது, ஒரு தவற்றை ஒரு காலத்திற்குள் அடைத்துவிடலாம். ஒரு தவறுக்கு முந்தைய காலகட்டம் என்ற ஒன்று இருக்கும், அதற்குப் பிந்தைய காலகட்டம் என்ற ஒன்று இருக்கும். தவறுகளுக்குப் பின்விளைவுகள் கண்டிப்பாக இருக்கும் என்பதை மறுப்பதற்கில்லை.

ஆனால், அவை ஒருபோதும் நிரந்தரமானவை அல்ல. உங்களுடைய எச்சரிக்கையின்மையால் நீங்கள் உங்களுடைய வீட்டை எரித்திருந்தாலும்கூட! ஒரு தவறு என்பது உங்களுடைய வாழ்க்கையின் ஓர் அம்சத்தோடு மட்டுமே தொடர்புள்ளதாக இருக்கும். நீங்கள் வேலையை இழக்கிறீர்கள் என்பதால், உங்களால் காதலிக்க முடியாது என்றோ அல்லது உங்களுடைய திறமை மங்கிவிடும் என்றோ அர்த்தமில்லை. நீங்கள் வெறுமனே உங்களுடைய வேலையை இழந்துள்ளீர்கள், அவ்வளவுதான். ஒரு தவறு எதை அர்த்தப்படுத்துகிறதோ, அதைத் தாண்டி அதற்கு அர்த்தம் எதையும் கொடுக்காதீர்கள்.

தேவையில்லாமல் ஒரு தவற்றை நீங்கள் தனிப்பட்ட முறையில் எடுத்துக் கொள்ளத் தேவையில்லை. பேசக்கூடாத ஒன்றை நீங்கள் பேசிவிட்டீர்களா? மற்றொருவருக்கு மனக்காயம் ஏற்படுத்திவிட்டீர்களா? அல்லது, பின்வருத்தம் ஏற்படுத்தக்கூடிய ஒரு விஷயத்தைத் தேர்வு செய்துவிட்டீர்களா? அதனால் பரவாயில்லை. நிகழ்ந்தவற்றை அங்கீகரியுங்கள். ஆனால், அந்தத் தவற்றின் ஒட்டுமொத்த உருவம் நீங்கள்தான் என்று எண்ணாதீர்கள். நீங்கள் ஒரு முறை தவறு செய்துவிட்டால், மீண்டும் அதைத் தவறாகவே செய்வீர்கள் என்று எடுத்துக் கொள்ள வேண்டியதில்லை. ஒரு தவறான விஷயத்தைச் செய்துவிட்டக் காரணத்தால் நீங்கள் ஒரு மோசமான மனிதராக ஆகிவிட மாட்டீர்கள். ஒரு மோசமான விஷயத்தைச் செய்துவிட்டிருந்த ஒரு மனிதப் பிறவி நீங்கள், அவ்வளவுதான். இந்த வேறுபாட்டை நீங்கள் புரிந்து கொள்ள வேண்டும்.

நீங்கள் செய்கின்ற தவறுகள், உங்களுடைய பண்புநலன்களைக் கேள்விக்கு உட்படுத்தும் குற்றச்சாட்டுகள் அல்ல, மாறாக, ஒரு புதினத்தில் இடம்பெறுகின்ற திடீர் திருப்பங்களைப் போன்றவை என்று நீங்கள் ஏற்றுக் கொள்கின்றபோது, உங்களால் நிகழ்கணத்தில் உங்களுடைய கவனத்தைக் குவிக்க முடியும். முன்பு சுய சவுக்கடி கொடுப்பதற்குப் பயன்படுத்தப்பட்ட ஆற்றலை, இப்போது உங்களால்

வளர்ச்சியடைவதை நோக்கியும், கற்றுக் கொள்வதை நோக்கியும் திசைதிருப்ப முடியும். உங்களுடைய வருங்கால சுயம் இதற்காக உங்களுக்கு நன்றி தெரிவிக்கும்.

43

கடைசிவரை பயணியுங்கள்

"உங்களால் அலைகளை நிறுத்த முடியாது. ஆனால், அலைச்சறுக்கு விளையாட்டை உங்களால் கற்றுக் கொள்ள முடியும்."

– ஜோன் கபாட் ஜின்

அலைச்சறுக்கு விளையாட்டு என்பது சமநிலை, தாளகதி, தொடர்பு ஆகியவற்றின் கலவையான ஒரு கலை வடிவம். கடலின் துடிப்பான அலைகளுக்கும், அதில் சவாரி செய்கின்ற மனிதனுக்கும் இடையேயான ஒரு நடனம் அது. இயற்கையின் அடக்கப்பட முடியாத ஆற்றல், மனிதத் திறன் ஆகிய இரண்டின் நளினமான இணக்கத்தின் வெளிப்பாடு அது. அதே போன்றதோர் அலைச்சறுக்கு நம்முடைய மனமெனும் கடலிலும் நிகழ்ந்து கொண்டிருக்கிறது. எண்ணங்கள் மற்றும் உணர்ச்சிகளால் ஆன அந்தக் கடலை எதிர்க்காமல், அதில் எப்படிச் சறுக்கிச் செல்ல வேண்டும் என்பதைக் கற்றுக் கொள்ள வேண்டும்.

மாற்றம் நிரந்தரமானது

நீங்கள் அலைச்சறுக்குச் செய்வதற்காகக் கடலுக்குள் நுழைந்து கொண்டிருப்பதாகக் கற்பனை செய்து கொள்ளுங்கள். அந்தக் கடலலைகள் தமக்கென்று சொந்த ஆளுமைகளைக் கொண்டுள்ளன. அவற்றில்

சில சிறியதாகவும் மென்மையாகவும் இருக்கின்றன, சில பெரியதாகவும் பயமுறுத்துவதாகவும் இருக்கின்றன. பெரிய அலைகள் உங்களை அடித்துச் சாய்க்க ஆவேசம் கொண்டுள்ளவைபோல உங்களை நோக்கிப் பாய்கின்றன. அவற்றைப் போன்றவைதாம் வாழ்க்கைச் சவால்களும். அவை தொடர்ந்து மாறிக் கொண்டேயிருக்கும், உங்களுக்கு மூச்சுவிட இடமே கொடுக்காது. கடலலைகளைப்போலவே வாழ்க்கையிலும் மாற்றங்கள் தவிர்க்கப்பட முடியாதவை.

அதற்காக, நீங்கள் உங்களுடைய இரண்டு கைகளையும் தூக்கிக் கொண்டு, அலைகள் உங்களை எங்குக் கொண்டு செல்கின்றனவோ அங்குக் கொண்டு செல்லட்டும் என்று இருக்க வேண்டும் என்று நான் சொல்லவில்லை. சூழ்நிலையை ஏற்றுக் கொண்டு, அதற்கேற்றவாறு உங்களைத் தகவமைத்துக் கொள்ள வேண்டும் என்றுதான் நான் கூறுகிறேன். வாழ்க்கையின் சவால்களை அவற்றின் போக்கோடு சென்று எதிர்கொள்ளக் கற்றுக் கொள்வதைப் பற்றியது இது, அவற்றை உங்கள் முன் மண்டியிட வைக்க முனைவது அல்ல இது. இப்படி யோசித்துப் பாருங்கள்: நீங்கள் போக்குவரத்து நெரிசலில் மாட்டிக் கொண்டுள்ளீர்கள். ஒன்று, நீங்கள் அதைச் சபித்துக் கொண்டு, முன்னாலுள்ள கார் ஓட்டுநரை நோக்கிக் கத்திக் கொண்டு இருக்கலாம். அல்லது ஏதாவது ஒரு வலையொலிப்பதிவைக் கேட்டுக் கொண்டிருக்கலாம். மோசமான வானிலை குறித்து நாள் முழுவதும் புலம்பிக் கொண்டிருக்கலாம். அல்லது அதை ஏற்றுக் கொண்டு, அன்று விடுப்பு எடுத்துக் கொண்டு வீட்டுக்குள் இருந்தவாறே பல விஷயங்களை இரசித்து அனுபவிக்கலாம்.

வாழ்க்கைச் சவால்களின் முதுகில் ஏறி சவாரி செய்வதற்கு நீங்கள் முதலில் வாழ்க்கையின் சூழ்நிலைகள் மாறிக் கொண்டிருக்கும் என்பதை ஏற்றுக் கொள்ள வேண்டும். அப்படிச் செய்வதன் மூலம், பதற்றம் மற்றும் பயத்தின் இரும்புக் கரங்கள் உங்களை நசுக்கிவிடாதவாறு உங்களால் பார்த்துக் கொள்ள முடியும். பிரச்சனைகளில் உழன்று கொண்டிருப்பதற்குப் பதிலாக, தீர்வுகளை

நோக்கி உங்களுடைய கவனத்தைத் திருப்புங்கள்.

அடுத்த முறை வாழ்க்கை உங்களை நோக்கி ஒரு பெரிய அலையை வீசியெறிந்தால், அதை நிறுத்துமாறு கடலை நோக்கிக் கத்துகின்ற நபராக இருக்காதீர்கள். ஓர் அலைச்சறுக்குப் பலகையை கையில் எடுத்துக் கொண்டு கடலுக்குள் பாய்ந்து அந்த அலையிடம், “நாம் இணைந்து நடனமாடலாம்!” என்று அறைகூவல் விடுக்கின்ற நபராக இருங்கள். அந்தச் சவாலை அனுபவித்து இரசியுங்கள்.

அலையோடு சறுக்குங்கள்

அலைச்சறுக்கு விளையாட்டைப் பொறுத்தவரை, அங்கு முக்கியமானது பெரிய அலையில் சறுக்குவதோ அல்லது கரையை வந்தடைவதோ அல்ல. மாயாஜாலம் சறுக்குதலில்தான் அடங்கியிருக்கிறது என்பதைச் சிறந்த அலைச்சறுக்கு வீரர்கள் உணர்ந்திருக்கின்றனர். அப்போது அவர்கள் கடலுடன் ஐக்கியமடைந்து இருப்பர். இலக்கை அடைவதைப் பற்றிய ஒன்றல்ல அது. மாறாக, செயல்பாட்டை இரசித்து அனுபவிப்பதைப் பற்றியதாகும்.

எடுத்துக்காட்டாக, நீங்கள் உங்களுடைய உடல் எடையைக் குறைக்கும் முயற்சியில் ஈடுபட்டிருக்கலாம். அதில் நீங்கள் குறியாக இருக்கின்றபோது, நீங்கள் உண்கின்ற உணவு குறித்து அளவுக்கதிகமாக எச்சரிக்கையாக இருப்பீர்கள். அதை இரசித்து உண்ண மாட்டீர்கள். உங்களுடைய உடற்பயிற்சியைக்கூட ஒரு சலிப்பான வேலையாக நினைத்துச் செய்வீர்கள். உங்களுடைய இலக்கு எடைக் குறைப்பு மட்டுமே. இப்படி வாழ்வதன் மூலம் உங்களால் நிகழ்காலத்தில் இலயிக்க முடியாது. அதற்குப் பதிலாக, உணவை நன்றாக ருசித்து உண்பதை நீங்கள் ஏன் தேர்ந்தெடுக்கக்கூடாது? உங்களுக்குப் பிடித்தமானதொரு உடற்பயிற்சியை நீங்கள் ஏன் தேர்ந்தெடுக்கக்கூடாது?

வாழ்க்கையில் நாம் எப்போதும் ‘அடுத்து என்ன?’ என்பதில் கவனத்தைக் குவித்திருப்பதால், ‘இப்போது என்ன?’ என்பதை மறந்துவிடுகிறோம். என்றோ ஒரு

நாள் அடைய விரும்புகின்ற தொலைதூர இலக்கில் நாம் நம் கவனத்தைக் குவிக்கிறோம். இது கண்களை மூடிக் கொண்டு அலைச்சறுக்கில் ஈடுபடுவதைப் போன்றது. உங்களால் அதன் அழகை இரசிக்க முடியாமல் போய்விடும். வாழ்க்கை உங்கள் முன் மொட்டவிழ்க்கின்ற கணங்களை நழுவவிடாதீர்கள்.

இப்படி யோசித்துப் பாருங்கள்: ஓர் அலைச்சறுக்கு வீரர் ஒரு கச்சிதமான பெரிய அலைக்குக் காத்துக் கொண்டிருக்கின்ற அதே வேளையில், நீரில் இருக்கின்ற அந்தக் கணங்களை வெகுவாக இரசித்து அனுபவித்துக் கொண்டிருப்பார். ஒவ்வொரு நாளும் அவர்கள் கடற்கரைக்குச் செல்கின்றபோது, அவர்கள் முற்றிலும் புதிய சூழலை எதிர்கொள்வர். அந்தக் கணம் ஒருபோதும் அவர்களுக்கு மீண்டும் கிடைக்காது என்பதை அவர்கள் நன்கறிவர்.

அதேபோல, உங்களாலும், வாழ்க்கையின் சவால்களுக்கு மத்தியில் ஆனந்தத்தைக் கண்டறிய முடியும். அதன் ஊடாக நீங்கள் பெறுகின்ற அற்புதமான அனுபவங்கள், உங்களுடைய தனிப்பட்ட வளர்ச்சி, சுயத்தைக் கண்டறிவதற்கான வாய்ப்பு போன்றவற்றைப் பாராட்ட நீங்கள் கற்றுக் கொள்ள வேண்டும். நீங்கள் கண்களைத் திறந்து வைத்திருந்தால், ஒவ்வொரு தடையிலிருந்தும் உங்களால் நல்ல படிப்பினையைக் கற்றுக் கொள்ள முடியும். எடுத்துக்காட்டாக, உங்களுடைய மனநிலை இன்று மோசமாக இருக்கிறது என்று வைத்துக் கொள்வோம். அதை ஏற்றுக் கொண்டு, அது கடந்து செல்கின்றவரை அதைப் பொறுத்துக் கொள்ளுங்கள்.

நீங்கள் நிகழ்கணத்தில் முழுமையாக ஆழ்ந்திருக்கின்றபோது, வருங்காலம் குறித்தப் பதற்றத்திலோ அல்லது கடந்தகாலம் குறித்தக் கவலையிலோ மூழ்குவதற்கு உங்களுக்கு நேரமே இருக்காது. நீங்கள் அலையில் சறுக்குவதில் மூழ்கியிருப்பீர்கள். உங்களுடைய கால்களுக்குக் கீழேயுள்ள நீரை உணர்ந்து கொண்டு, நளினத்துடன் ஒவ்வொரு கணத்தையும் இரசித்துக் கொண்டிருப்பீர்கள்.

44

உங்களைப் பிறருடன் ஒப்பிடுவதை நிறுத்துங்கள்

"நாம் பாதுகாப்பில்லாமல் இருப்பதாக உணர்வதற்குக் காரணம் நாம் நம்மைப் பிறருடன் தொடர்ந்து ஒப்பிட்டுக் கொண்டிருப்பதுதான்."

– ஸ்டீவ் ஃபர்டிக்

சமூக ஊடகங்கள் ஆக்கிரமிப்புச் செலுத்தும் இந்த யுகத்தில், நம்முடைய வாழ்க்கை, பிரம்மாண்ட வெற்றியைப் பெற்றுள்ள ஒரு ஹாலிவுட் திரைப்படத்தை ஒத்திருந்தாகவேண்டும் என்ற உணர்வு நமக்கு ஏற்படுகிறது. பார்த்துப் பார்த்துத் தேர்ந்தெடுக்கப்படுகின்ற காட்சிகள், மெருகேற்றப்பட்டக் கதைகள், மற்றும் அருமையான புகைப்படங்கள் நம்மைப் புரட்டிப் போடும். நாம் இணையத்தில் சொடுக்குகின்ற ஒவ்வொரு சொடுக்கும் அழகான உல்லாசபுரிகளையும், சொக்க வைக்கின்ற புன்னகை முகங்களையும் நம் கண் முன் கொண்டுவந்து நிறுத்துகிறது. ஒவ்வொருவரும் தங்களுடைய சொந்தத் திரைப்படத்தில் கதாநாயகர்களாகவும் கதாநாயகிகளாகவும் நடித்துக் கொண்டிருக்கின்றனர்.

இன்று இது எவருக்கும் வியப்பளிப்பதில்லை. இது ஒப்பிடுதல்களுக்கு வழிவகுக்கின்றன. அது நம்முடைய மனநிலையைப் பல விதங்களில் பாதிக்கிறது. இதற்குப் பின்னால் ஒரு வஞ்சனை இருக்கிறது. நாம் நம்முடைய மிகச் சாதாரணமான, சுவாரசியமற்ற எதார்த்தமான

வாழ்க்கையை, பிறருடைய செயற்கையான, மாயையாகத் தோற்றுவிக்கப்பட்டுள்ள, கிட்டத்தட்டக் கச்சிதமாகத் தோற்றமளிக்கின்ற வாழ்க்கையோடு ஒப்பிடுகிறோம். இந்த ஒப்பீடு எப்போதுமே நம்மைத் தாழ்வாக உணரச் செய்கிறது. நாமும் நம் வாழ்க்கை குறித்த ஒரு போலியான தோற்றத்தை வெளிப்படுத்த நிர்ப்பந்திக்கப்படுகிறோம்.

உங்களுடைய எதார்த்தம் புகைப்படங்களைவிடப் பெரிது

சுயமதிப்பு குறித்த உங்களுடைய போராட்டம், உங்களுடைய தாழ்வுணர்ச்சியிலிருந்து முகிழ்ப்பதில்லை. மாறாக, நம்முடைய எதார்த்தமான வாழ்க்கையை ஒரு மாயையான வாழ்க்கையோடு ஒப்பிடுவதிலிருந்தே பிறக்கிறது. சமூக ஊடகங்கள் இதை மேலும் ஊதிப் பெரிதாக்குகின்றன.

அதனால், நீங்கள் இந்த ஒப்பீடுகளின் மதிப்பு குறித்துக் கேள்வி கேட்கத் துணியுங்கள். சமூக ஊடகங்களில் நாம் பார்க்கின்ற விஷயங்கள் உண்மையானவை அல்ல. ஒரு நபரின் சுத்திகரிக்கப்பட்ட வாழ்க்கை அது. ஒருவர், பிறர் தன்னிடம் எவற்றைப் பார்க்க வேண்டும் என்று விரும்புகிறாரோ அவற்றை மட்டுமே அவர் வெளியிடுவார்.

சமூக ஊடகங்களில், பலர் தங்களுடைய வாழ்க்கையின் கிட்டத்தட்டக் கச்சிதமான தருணங்களைப் பகிர்ந்து கொள்கின்றனர். எடுத்துக்காட்டாக, நீங்கள் உங்களுடைய நண்பரின் உல்லாசப் பயணப் புகைப்படத்தைப் பார்த்துக் கொண்டிருக்கிறீர்கள் என்று வைத்துக் கொள்வோம். தெள்ளத் தெளிவான நீர், வெள்ளை மணல்வெளிகளை உள்ளடக்கிய கடற்கரை, அதில் இடம்பெற்றுள்ளவர்களின் முகங்களில் ஒட்டிக் கொண்டிருக்கின்ற கவர்ச்சிகரமான புன்னகை போன்றவை சேர்ந்து ஒரு கச்சிதமான படத்தை உங்கள் கண்கள் முன் வைக்கின்றன. அதைப் பார்த்தவுடன் உங்கள் மனத்தில் ஒரு பொறாமை உணர்வு எழுவதும், அதை உங்களுடைய வாழ்க்கையோடு ஒப்பிடுவதும்

இயல்புதான். ஆனால், அந்தப் படத்தில், நீண்ட அலுப்பான பயணங்கள், காத்திருப்புகள், மற்றும் பிற எரிச்சலூட்டும் அம்சங்கள் இடம்பெற்றிருக்காது என்பதை நீங்கள் நினைவில் வைத்துக் கொள்ள வேண்டும்.

இந்த அளவுக்குச் சிரத்தையுடன் அவர் அந்தப் புகைப்படங்களைத் தயாரிப்பதற்கு, அவர் மனத்தில் தான் பெரிய அளவுக்கு மதிப்பானவர் அல்லர் என்ற எண்ணம் ஆழமாகப் பதிந்திருப்பது காரணமாக இருக்கலாம். அதாவது, நீங்கள் அவருடைய பாதுகாப்பின்மை உணர்வு உருவாக்கியுள்ள ஒரு மாயையைப் பார்த்துக் கொண்டிருக்கிறீர்கள் என்று அதற்கு அர்த்தம். அந்தப் புகைப்படங்களை அப்படியே நுகர்வதற்குப் பதிலாக, அவற்றை நீங்கள் கேள்விக்கு உட்படுத்தத் துவங்குகின்றபோது, உங்களிடம் அந்தப் புகைப்படங்கள் தோற்றுவிக்கின்ற பொறாமை உணர்ச்சி போன்ற எதிர்மறைகள் உங்களிடமிருந்து விடைபெற்றுக் கொள்ளும்.

மற்றோர் எடுத்துக்காட்டு, வேலை தொடர்பானது. உங்களுக்குத் தெரிந்த ஒருவர் தன் வேலையில் பெரும் முன்னேற்றங்களைக் கண்டிருந்தவராக அறியப்பட்டிருப்பார். அவர் பல பதவி உயர்வுகளைப் பெற்றிருந்திருப்பார், அவரைப் பலரும் பாராட்டியிருந்திருப்பர். ஆனால், இவை அனைத்தையும் நீங்கள் அவருடைய சமூக ஊடகத்திலிருந்துதான் அறிந்திருப்பீர்கள். உங்களுடைய வேலையை அவருடையதோடு ஒப்பிடும்போது அது உங்களிடம் ஒரு போதாமை உணர்வைத் தோற்றுவிக்கக்கூடும். ஆனால், அவருடைய சாதனைகளுக்குப் பின்னால், பல ஆண்டுகாலக் கடின உழைப்பு, பெரும் பின்னடைவுகள், சுய சந்தேகங்கள் போன்றவை கண்டிப்பாக இருந்திருக்கும். ஆனால், உங்களால் அவருடைய வேலை அழுத்தங்களை, வலிகளை உணர முடியாது.

இவற்றை நீங்கள் கிரகித்துக் கொள்கின்றபோது, தேவையற்ற ஒப்பீடுகளை நீங்கள் நிறுத்திக் கொள்வீர்கள், உங்களுடைய வாழ்க்கையை மெச்சத் தொடங்குவீர்கள்.

உங்களுடைய இலக்குகள், சாதனைகள், விழுமியங்கள், பலங்கள், பலவீனங்கள் போன்றவற்றை உங்களால் உங்களுக்கு நினைவுபடுத்திக் கொள்ள முடியும். சமூக ஊடகங்கள் உங்களுடைய கவனத்தைக் களவாடிக் கொள்வதற்கு முன்பாக நீங்கள் எதில் உங்களுடைய கவனத்தைக் குவித்திருந்தீர்கள் என்பதை நினைவுபடுத்திக் கொள்ளுங்கள்.

உள்ளார்ந்த ஊக்குவிப்பை வளர்த்துக் கொள்ளுதல்

உங்களுடைய வாழ்க்கைக் கதையின் கதாநாயகன் நீங்கள்தான். புற அங்கீகாரங்களை மட்டுமே சார்ந்திராமல், உங்களுடைய இலக்குகளை நோக்கிய உங்களுடைய பயணத்தில் திருப்தியையும் ஆனந்தத்தையும் தேடுகின்ற ஒரு நாயகன் நீங்கள். இப்படி நீங்கள் பார்க்கத் துவங்குகின்றபோது, நீங்கள் பதற்றத்திலிருந்து விடுபடுவீர்கள், நிகழ்கணத்தில் இலயிப்பீர்கள், அளவுக்கதிகமாகச் சிந்திக்காதிருப்பீர்கள். அதோடு, நீங்கள் ஒரு போலியாக இல்லாமல் ஓர் அசலாக மிளிர்வீர்கள். இன்று உலகில் இது பற்றாக்குறையான ஒரு விஷயமாக இருக்கிறது.

புறக் காரணிகளிடமிருந்து அங்கீகாரத்தை நாடுகின்ற பொறிக்குள் சிக்கிக் கொள்வது எளிது. பல நேரங்களில் பிரக்ஞையின்றி, நாம் விரும்புகின்ற ஒன்றைப் பெறுவதற்கு நாம் பிறரின் அனுமதியை நாடுவோம். அல்லது, நாம் எந்தவிதமான இலக்குகளை நமக்கு நிர்ணயித்துக் கொள்ள வேண்டும் என்பதைத் தெரிந்து கொள்ள, நம்மைவிட அதிகச் சாதனை படைத்தவர்களை நாடுவோம். உதாரணபுருஷர்களைக் கொண்டிருப்பது நல்லதுதான் என்றாலும், உங்களுடைய வாழ்க்கைக்கு நீங்கள் மட்டும்தான் பொறுப்பு என்பதை நீங்கள் எப்போதும் நினைவில் வைத்திருக்க வேண்டும்.

"அவர்கள் என்னைப் பற்றி என்ன நினைப்பார்கள்?" என்று நீங்கள் எப்போதாவது கவலைப்பட்டிருந்தால், நீங்கள் பிறருடைய அங்கீகாரத்திற்கு அதிக மதிப்பளிக்கிறீர்கள் என்று அர்த்தம். அதற்குப் பதிலாக,

நீங்கள் உங்களைப் பற்றி என்ன நினைக்கிறீர்கள் என்று கேளுங்கள்.

> உங்களுடைய சொந்த எடைபோடுதல்கள், முன்னுரிமைகள் மற்றும் விருப்பங்களின்மீது நீங்கள் நம்பிக்கை வைத்திருந்தால், நீங்கள் எப்படி நடந்து கொள்வீர்கள்?
>
> நீங்கள் செய்ய விரும்புவதைச் செய்வதற்கு உங்களுக்கு எவருடைய அனுமதியும் தேவையில்லை என்பதை நீங்கள் உணர்ந்திருந்தால், எதை நீங்கள் வித்தியாசமாகச் செய்வீர்கள்?
>
> பிறருடைய எடைபோடுதலை நீங்கள் பொருட்படுத்தாமல் இருந்தால், நீங்கள் எவற்றைப் புதிதாக முயற்சி செய்வீர்கள்?
>
> எது உங்களுடைய தனித்துவமான பங்களிப்பாக இருக்கும்?
>
> பிறர் உங்களுடன் ஒத்துப் போகாமல் இருந்தால்கூட, நீங்கள் அறிந்து வைத்துள்ள விஷயங்கள் குறித்து நீங்கள் பெருமை கொண்டிருப்பீர்களா?
>
> உங்களுடைய இலக்குகள் உண்மையிலேயே உங்களுடையவையா அல்லது வேறு யாரேனும் ஒருவருடையவையா?

இந்தக் கேள்விகளுக்கு பதிலளிப்பது சிக்கலானதுதான். ஆனால், இவற்றுக்கான பதில்களை அளிக்க நீங்கள் தயாராகும்போது, உங்களுடைய பதற்றம் மெதுவாக விலகுவதை நீங்கள் பார்ப்பீர்கள். நாம் அனுமதித்தால்தான் பிறருடைய அபிப்பிராயங்களால் நம்மீது ஆதிக்கம் செலுத்த முடியும்.

கண்ணோட்டத்தில் ஏற்படுகின்ற மாற்றம், புற அங்கீகாரங்களை மட்டுமே சார்ந்திராமல் உங்களுடைய இலக்குகளுடனான உங்களுடைய உள்ளார்ந்த தொடர்பால் ஊக்குவிக்கப்படுகின்ற ஒரு கதாநாயகனாக

உங்களை மாற்றும். உங்களுடைய கவனம் புற அங்கீகாரங்களையும் நிச்சயமற்றத்தன்மையையும் கொண்டிருக்கின்ற வருங்காலத்திலிருந்து, உண்மையான எதார்த்தமான வாழ்க்கை மலர்கின்ற நிகழ்காலத்திற்கு மாறும்.

45

உங்களால் வித்தியாசமானதொரு கதையைச் சொல்ல முடியும்

“உங்களுடைய சொந்தக் கட்டுப்பாடற்ற எண்ணங்கள் அளவுக்கு உங்களுடைய பரம எதிரியால்கூட உங்களைக் காயப்படுத்த முடியாது. ஆனால், உங்களுடைய எண்ணங்களைக் கட்டுப்படுத்துவதில் நீங்கள் கைதேர்ந்தவராக ஆகிவிட்டால், உங்களுக்குப் பிறர் எவருடைய உதவியும் தேவைப்படாது.”

– புத்தர்

யாரோ ஒருவர் உங்களிடம் எப்போதோ கூறியிருந்த, உங்களால் மறக்க முடியாத வார்த்தைகள் உங்களுக்கு நினைவிருக்கின்றனவா? அது அவர் எதேச்சையாகக் கூறிய ஒன்றாக இருக்கலாம். அல்லது உங்களுடைய மனச்சாட்சியைத் துளைத்த ஒரு வாக்கியமாக அது இருக்கலாம். அதை நீங்கள் பல ஆண்டுகளாகத் தூக்கித் திரிந்து கொண்டிருக்கலாம். வெறும் சில வார்த்தைகளால் எப்படி நம் உணர்ச்சிகளின்மீது இந்த அளவுக்கு அசாத்தியமான ஆதிக்கம் செலுத்த முடியும் என்பது உண்மையிலேயே வியப்புக்குரியதுதான்.

நம்முடைய சொந்தக் கட்டுப்பாடற்ற எண்ணங்களால் புற சக்திகளைவிட அதிகமாக நம்மைக் காயப்படுத்த முடியும் என்று புத்தர் கூறியது இதனால்தான். எடுத்துக்காட்டாக, பத்து ஆண்டுகளுக்கு முன்பு ஒருவர் நம்மை அவமானப்படுத்தி இருக்கலாம். ஆனால்,

அதை இன்றளவும் நாம் நினைவில் வைத்திருப்பதன் மூலம், அவர் நம்மைக் காயப்படுத்தியிருந்ததைவிடப் பன்மடங்கு அதிகமாக நம்மை நாமே காயப்படுத்திக் கொண்டிருக்கிறோம். ஆனால், இதில் நல்லதொரு செய்தியும் அடங்கியிருக்கிறது. நம் மனத்திற்கு இந்த அளவு ஆற்றல் இருந்தால், அதை நாம் நம்முடைய வளர்ச்சிக்கும் பயன்படுத்திக் கொள்ளலாமே?

பிறர் நம்மைக் காயப்படுத்தியிருந்தது அவருடைய வார்த்தைகள் என்றுதான் நாம் நம்பிக் கொண்டிருக்கிறோம். ஆனால், அது உண்மையல்ல. மாறாக, அந்த வார்த்தைகளுக்கு நாம் ஆற்றியிருந்த எதிர்வினைகள்தாம் அதற்குக் காரணம். புறக் காரணிகள் உங்களுடைய உள்ளார்ந்த உலகின்மீது தாக்கம் ஏற்படுத்துவதைத் தடுக்கக்கூடிய ஆற்றல் உங்களிடம் இருக்கிறது என்பதை உணர்ந்து கொள்ளுங்கள்.

நம்முடைய மனத்தின் விளக்கங்களை அறிந்திருத்தல்

பிறருடைய வார்த்தைகளோ அல்லது அவர்களுடைய நடவடிக்கைகளோ நம்மைக் காயப்படுத்துவதில்லை. மாறாக, அவற்றை நம் மனம் அர்த்தப்படுத்திக் கொள்கின்ற விதம்தான் நம்மைக் காயப்படுத்துகிறது. வேறு வார்த்தைகளில் கூற வேண்டுமென்றால், நம்முடைய உணர்ச்சிகளைக் கட்டுப்படுத்துவது இந்த உலகம் அல்ல. அதை இயக்குவதற்கான சுவிட்ச் நம் கைகளில்தான் இருக்கிறது. பெரும்பாலான நேரங்களில் இதை நாம் மறந்துவிடுகிறோம்.

டிரிஸ்டன் என்னுடைய குழந்தைப்பருவ நண்பன். சிறு வயதிலிருந்தே அவன் வித்தியாசமானவனாக இருந்தான். தொடக்கப் பள்ளியில் நாங்கள் படித்துக் கொண்டிருந்தபோது, மதிய நேரம் பிற மாணவர்கள் தாங்கள் கொண்டுவந்துள்ள உணவைச் சாப்பிடுவதில் மும்முரமாக இருக்கின்றபோது, அவன் இந்தப் பிரபஞ்சத்தின் மர்மங்களைத் தேடிக் கொண்டிருப்பான். அறிவியல் மற்றும் கணிதத்தின்மீது அவன் காட்டிய அதீத ஆர்வத்தின் காரணமாக அவன் பிற மாணவர்களின்

தொடர்ச்சியான கிண்டலுக்கும் கேலிக்கும் ஆளானான். அவனை, 'மூளை' என்ற பட்டப்பெயரை வைத்துப் பிற மாணவர்கள் சிறுமைப்படுத்தினர்.

ஆனால், பின்னர் விஷயங்கள் சுவாரசியமடைந்தன. டிரிஸ்டன் தன் சக மாணவர்களின் கிண்டல்களும் கேலிகளும் உணர்ச்சிரீதியாகத் தன்னை பாதிக்க அனுமதிக்கவில்லை. மாறாக, அந்த மாணவர்களுக்கு இருந்த பாதுகாப்பின்மை உணர்வுதான் அதற்குக் காரணம் என்று அவன் கருதினான். இன்னும் சொல்லப் போனால், அவற்றை அவன் தனக்கு வழங்கப்பட்டப் பாராட்டுரைகளாகக் கருதிக் கொண்டான். அவன் யாராக இருந்தானோ அது குறித்து அவன் பெருமை கொண்டிருந்தான். தன் சகாக்கள் தன்மீது குத்திய முத்திரைகளை அவன் ஒரு பொருட்டாக ஒருபோதும் கருதவில்லை.

டிரிஸ்டன் சிறு வயதிலேயே ஆற்றல்மிக்கதொரு விஷயத்தை அறிந்து வைத்திருந்தான். எதிர்மறைகளை எதிர்கொள்கின்றபோதுகூட நம்முடைய வாழ்க்கையின் போக்கை நம்மால் கட்டுப்படுத்த முடியும் என்பதுதான் அது. சக மாணவர்களின் சீண்டல்களை டிரிஸ்டன் தீவிரமாக எடுத்துக் கொண்டு, தன்னிடம் ஏதோ ஒரு குறை இருக்கிறது என்று எண்ணி, தன்னை ஒரு பலிகடாவாகக் கருதி, அதைத் தன் வாழ்நாள் முழுவதும் சுமந்து திரிந்திருக்கலாம். ஆனால், டிரிஸ்டன் அப்படி நினைக்கவில்லை. தேர்ந்தெடுப்பதற்குத் தன் முன் ஒரு வழி இருந்ததை அவன் புரிந்து கொண்டான். ஒன்று, தான் தன் சக மாணவர்களின் அபிப்பிராயங்களோடு ஒத்துப் போக வேண்டும் அல்லது தன் சொந்த நம்பிக்கைகளின் போக்கில் தான் சென்று கொண்டிருக்க வேண்டும். இதில் அவன் பிந்தையதைத் தேர்ந்தெடுத்தான். இதில் வேடிக்கை என்னவென்றால், பின்னாளில், அவனைப் பரிகசித்த மாணவர்களே அவனுடைய திறமைக் கண்டு வியந்து பாராட்டினர்.

டிரிஸ்டன் பதிலுக்குத் தன் சக மாணவர்களைக் கிண்டலோ கேலியோ செய்யவில்லை. அவர்களுடன் சண்டை போடவில்லை. பதிலுக்கு அவர்களிடம்

எதிர்வாதமும் புரியவில்லை. அவன் தன் நிலை குறித்துக் கழிவிரக்கம் கொள்ளவில்லை. அவர்கள் தன்னைச் சிறுமைப்படுத்தவும் அவன் அனுமதிக்கவில்லை. அவன் அமைதியாகத் தன் வேலையை மட்டும் பார்த்துக் கொண்டிருந்தான். அப்படிச் செய்ததன் மூலம் பிறரால் தொடப்பட முடியாத ஒருவனாக அவன் ஆகியிருந்தான்.

46

உங்களுடைய கண்ணோட்டம் உங்களுக்கு எவ்வாறு உதவிக் கொண்டிருக்கிறது

"நீங்கள் ஏதோ ஒரு புறக் காரணியால் வேதனை அடைந்திருந்தால், அந்த வலிக்குக் காரணம் அந்த விஷயம் அல்ல. மாறாக, அது குறித்த உங்களுடைய மதிப்பீடுதான். அதை எக்கணத்தில் வேண்டுமானாலும் உங்களால் மாற்றிக் கொள்ள முடியும்."

– மார்க்கஸ் ஆரேலியஸ்

புத்தரும் மார்க்கஸ் ஆரேலியஸும் ஒரு சில விஷயங்களில் ஒத்துப் போயிருந்திருப்பார்கள். வாழ்க்கை என்பது அதில் நிகழும் நிகழ்வுகளுக்கு நாம் அளிக்கின்ற விளக்கங்களில்தான் இருக்கிறதே ஒழிய, அந்த நிகழ்வில் அல்ல என்பதை இருவரும் புரிந்து வைத்திருந்தனர் என்பதையே மேற்குறிப்பிட்டுள்ள மேற்கோள் சுட்டிக்காட்டுகிறது.

இந்த உலகம் குறித்த உங்களுடைய கண்ணோட்டம் உங்களுக்கு உதவிக் கொண்டிருக்கிறதா அல்லது இடைஞ்சலாக இருக்கிறதா? உங்களைச் சுற்றியுள்ள உலகம் குறித்த உங்களுடைய கண்ணோட்டம் எந்த அளவுக்குத் துல்லியமானது?

நீங்கள் எதார்த்தத்தை எந்த அளவுக்குச் சிதைத்துக் கொண்டிருக்கிறீர்கள்?

இந்த உலகம் குறித்த உங்களுடைய கண்ணோட்டம் துல்லியமற்றதாக இருக்கலாம் என்று நீங்கள்

எப்போதாவது கருதியிருக்கிறீர்களா? அப்படி இருப்பதற்கான வாய்ப்புகள் அதிகம்.

உங்களுடைய கணிப்புகளை மதிப்பிடுதல்

“நீங்கள் வாசிக்கின்ற அனைத்தையும் நம்பிவிடாதீர்கள்,” என்ற கூற்றை நீங்கள் கேள்விப்பட்டிருக்கிறீர்களா? அதேபோல, “நீங்கள் சிந்திக்கின்ற அனைத்தையும் நம்பிவிடாதீர்கள்,” என்பதையும் சேர்த்துக் கொள்ளலாம். நீங்கள் சிந்திக்கின்ற ஒரே காரணத்தினால், அந்த எண்ணம் தன்னிச்சையாக வருகின்ற காரணத்தால், அது உண்மைபோலத் தோன்றுகின்ற காரணத்தால், அது உண்மையாக இருக்க வேண்டிய அவசியமில்லை. தவறான ஒன்றை நம்பி அதனால் மோசம் போன யாரையாவது உங்களுக்குத் தெரியுமா? அந்த நபர் நீங்களாகவும் இருக்கலாம். அது உண்மையா என்பதை எப்படிக் கண்டுபிடிப்பது? உங்களுடைய கணிப்புகள் துல்லியமானவையாக இருக்கின்றனவா என்பதைக் கேள்விக்கு உட்படுத்துவதன் மூலம்தான் அதைச் செய்ய முடியும்.

இப்படி வைத்துக் கொள்ளலாம். உங்களுடைய வேலை தொடர்பாக நீங்கள் கடுமையான விமர்சனத்திற்கு ஆளாகியிருக்கிறீர்கள். முதலில், இந்த விமர்சனத்தை நீங்கள் உங்களுடைய திறமைமீது நடத்தப்பட்டத் தாக்குதலாக நினைத்துக் கோபம் கொள்கிறீர்கள், விரக்தி அடைகிறீர்கள். அவர்களுக்கு உங்கள்மீது இருந்த பொறாமை காரணமாக அவர்கள் இதைச் செய்திருக்கலாம். அல்லது உங்களைச் சிக்கலில் மாட்டிவிடுவதற்காக இதைச் செய்திருக்கலாம். நீங்கள் தவறே செய்யவில்லை, அது நியாயமற்றது என்ற ரீதியில் போகிறது உங்களுடைய சிந்தனை.

உங்களுடைய இந்தக் கணிப்பை அலசுங்கள். சற்று நிதானியுங்கள். உங்களுடைய மனத்திற்குள் தோன்றுகின்ற எண்ணங்களையும் உணர்வுகளையும் அவதானியுங்கள். அவற்றில் சில நூறு சதவிதம் சரியானவையாக இருக்கும், சில நூறு சதவீதம் தவறானவையாக இருக்கும்.

பெரும்பாலானவை இடைப்பட்ட நிலையில் இருக்கும். இதில் முக்கியமான விஷயம் எடைபோடுதலை ஓர் ஓரமாக வைத்துவிட்டு விஷயங்களைப் பாரபட்சமின்றிப் பார்ப்பதுதான்.

"இது நியாயமற்றது. எனக்கு இது நடைபெறக்கூடாது."

இந்தக் கணிப்பின் உண்மைத்தன்மையைக் கேள்விக்கு உட்படுத்துங்கள். இந்த விமர்சனம், உண்மையில் நீங்கள் வளர வேண்டும் என்பதற்கான இடிந்துரையாக இருக்கலாம். விமர்சனபூர்வமான ஒரு பின்னூட்டக்கருத்தை உங்களுக்கு ஒருவர் கொடுப்பதில் என்ன தவறு இருக்க முடியும்? உங்களுடைய பலவீனங்களை ஒருவர் சுட்டிக்காட்டினால், நீங்கள் உடனே அவர் கூறுவது தவறு என்று கூச்சல் போடுவது எந்த விதத்தில் நியாயம்? அப்படியே அந்தப் பின்னூட்டக்கருத்து துல்லியமற்றதாகவும் தேவையற்றதாகவும் இருந்தால்கூட, அது குறித்து எதற்காக இந்த அளவு மன வருத்தம் அடைய வேண்டும்?

"நான் ஒரு மடையன் என்று அவர்கள் நினைத்துக் கொண்டிருக்கலாம். என்மீது அவர்களுக்குச் சலிப்பேற்பட்டிருக்கலாம்."

இந்த எண்ணத்தையும் கூண்டில் ஏற்றிக் கேள்விக்கு உட்படுத்துங்கள். உங்கள்மீது எதிர்மறையானதொரு பின்னூட்டக்கருத்தை வைத்தக் காரணத்தினால், அவர்கள் உங்களை மடையன் என்று கருதுகிறார்கள் என்ற முடிவுக்கு நீங்கள் ஏன் வர வேண்டும்? ஒருவேளை மக்கள் அவர்களுடைய வேலையைச் செய்து கொண்டிருக்கலாம். நீங்கள் கவனத்தில் கொண்டிராத வேறு விளக்கங்கள் ஏதேனும் இருக்கின்றனவா?

இது குறித்து நீங்கள் அசைபோட்டுக் கொண்டிருக்கையில், மாற்றுக் கண்ணோட்டங்கள் குறித்து ஆராயுங்கள். ஏதாவது பாரபட்சம், திரிபுகள் போன்றவை இருக்கின்றனவா என்று அலசுங்கள். இரண்டு பக்கம் தொடர்பாகவும் உங்களிடம் நிரூபணம் ஏதும் இல்லையென்றால், இது குறித்து உங்களால் ஒரு தெளிவான முடிவுக்கு வர முடியவில்லை என்றால், "எனக்குத் தெரியவில்லை," என்பதை ஒப்புக் கொள்கின்ற

அளவுக்கு பலசாலியாக இருங்கள். அது தீர்க்கப்படாத ஒன்றாக இருந்துவிட்டுப் போகட்டும். எல்லாவற்றுக்கும் உங்களுக்கு விடை தெரிந்தாக வேண்டுமா என்ன?

உங்களுடைய எண்ணங்களைப் பலவிதமான கோணங்களிலிருந்து நீங்கள் ஆராய்கின்றபோது, புதிய, நன்னம்பிக்கை வாய்ந்த தீர்வுகள் முளைக்கும். அந்த நிகழ்வைவிட, அதைச் சுற்றி நீங்கள் நெய்துள்ள திரிக்கப்பட்டக் கதைதான் உங்களுடைய மன உளைச்சலுக்கு முக்கியக் காரணம் என்பதை நீங்கள் புரிந்து கொள்வீர்கள். கதையை மாற்றுங்கள். உங்களுடைய உணர்வுகள் எந்த அளவுக்கு வேகமாக மாறுகின்றன என்பதைக் கண்டு நீங்கள் மிகவும் வியந்து போவீர்கள்.

தனிப்பட்டச் செல்வாக்குச் செலுத்துதல்

இப்படிக் கற்பனை செய்யுங்கள். நீங்கள் உங்களுடைய திருமண நிகழ்ச்சியை விமரிசையாகக் கொண்டாடத் திட்டமிட்டிருக்கிறீர்கள். அதற்காக மிகவும் சிரத்தையுடன் திட்டமிடுகிறீர்கள். அதைத் திறந்த வெளியில் நடத்த நீங்கள் முடிவு செய்கிறீர்கள். ஆனால், திடீர் வானிலை மாற்றத்தின் காரணமாக அன்று இடியுடன்கூடிய மழை பெய்யக்கூடும் என்ற செய்தி உங்களுக்குக் கிடைக்கிறது. அது உங்களுடைய திட்டத்தைத் தவிடுபொடியாக்கக்கூடும் என்ற ஆபத்து உருவாகிறது. இது உங்களுக்குக் கடும் மன உளைச்சலைக் கொடுக்கிறது. இங்கு மழையின் வருகை மட்டுமல்லாமல், அது குறித்த உங்களுடைய கண்ணோட்டமும் சேர்ந்து உங்களைப் பாடாய்ப்படுத்துகின்றன.

உங்களால் வானிலையைக் கட்டுப்படுத்த முடியாது என்றாலும், அது குறித்த உங்களுடைய எதிர்வினையாற்றலை உங்களால் கட்டுப்படுத்த முடியும். இது குறித்த வருத்தத்தில் மூழ்கிவிடுவதற்குப் பதிலாக, நீங்கள் அச்சூழலுக்கு ஏற்ப நிகழ்ச்சியை எப்படி மாற்றி அமைத்துக் கொள்ளலாம் என்று யோசியுங்கள். நீங்கள் ஒரு பெரும் கூடாரத்தை நிறுவத் திட்டமிடலாம்.

அல்லது, வருகின்ற அனைவரையும் நனைந்தபடியே உங்களுடைய மணவிழாவில் பங்கேற்க வைத்து, அதை ஒரு மறக்க முடியாத அனுபவமாக மாற்ற நீங்கள் முயற்சிக்கலாம். பல கலாச்சாரங்கள், திருமணத்தன்று மழை பெய்வதை ஒரு நல்ல சகுனமாகக் கருதுகின்றன என்பது உங்களுக்குத் தெரியுமா?

உங்களுடைய கண்ணோட்டத்தில் ஏற்படுத்திக் கொள்கின்ற இந்த மாற்றத்தால், உங்களுக்கு இன்னலை ஏற்படுத்தக்கூடிய சாத்தியமுள்ள ஒரு சூழலை, மறக்க முடியாத ஓர் அனுபவமாக உங்களால் மாற்ற முடியும்.

புறக் காரணிகள்மீது உங்களுக்கு இருக்கின்ற கட்டுப்பாட்டிற்கு ஒரு வரம்பு இருக்கிறது என்பதை நீங்கள் ஏற்றுக் கொள்கின்றபோது, தேவையற்றப் பதற்றமும் அளவுக்கதிகமான சிந்தனையும் உங்களிடமிருந்து விடைபெற்றுக் கொள்ளும். நீங்கள் நிகழ்கணத்தில் இலயிக்க அது உங்களைத் தூண்டும். உங்களால் கட்டுப்படுத்த முடியாத அம்சங்களின்மீது கவனத்தைக் குவிக்காமல், உங்களுடைய கட்டுப்பாட்டிலுள்ள செயல் நடவடிக்கைகளில் இறங்க அது உங்களை ஊக்குவிக்கும். இதன் மூலம் உங்களால் உங்களுடைய பதற்றத்தைக் குறைத்துக் கொள்ள முடிவதோடு, வாழ்க்கையின் எதிர்பாராத அதிரடிகளிலிருந்து எளிதாக மீண்டு வருவதும் உங்களுக்குச் சாத்தியப்படும். இறுதியில் ஓர் அமைதியான வாழ்க்கையை உங்களால் வாழ முடியும்.

உங்களுடைய இன்னல்களைக் களைவதற்கான சக்தி உங்களுக்குள்ளேயே உறைந்திருக்கிறது. அதை உங்களால் எப்போது வேண்டுமானாலும் பயன்படுத்திக் கொள்ள முடியும். உங்களுடைய வாழ்க்கையை உற்று நோக்கி, நீங்கள் இதுவரை நெய்துள்ள கதைகள் குறித்து ஆர்வம் கொள்ளுங்கள். எந்தக் கணத்தில் வேண்டுமானாலும், அவற்றுக்கு எந்த அளவுக்கு சக்தியை அளிப்பது என்பதை மாற்றவும், அதன் மூலம் அதற்கு ஒரு புதிய விளைவை ஏற்படுத்தவும் உங்களால் முடியும் என்பதை நினைவில் வைத்திருங்கள்.

47

போதும், உண்மையிலேயே போதும்

"உங்களிடம் இருப்பது உங்களுக்குப் போதுமானதாக இல்லை என்று நீங்கள் கருதினால், இந்த மொத்த உலகமுமே உங்களுடைய குடையின் கீழ் இருந்தால்கூட நீங்கள் பரிதாபமாகத்தான் இருப்பீர்கள்."

– செனீக்கா

மொத்த உலகையுமே உங்களுடைய குடையின் கீழ் கொண்டுவருவது என்பது உச்சகட்டக் கனவு. கற்பனைக்கு அப்பாற்பட்ட அதிகாரமும் செல்வமும் சுகபோகங்களும் உங்கள் வசம் இருக்கும். ஆனால், நீங்கள் இவற்றைப் பெற்றிருந்தாலும், நீங்கள் நன்றியில்லாத, அதிருப்தியான இதயத்துடன் இருந்தால், அதனால் எந்தவிதமான பயனும் இல்லை என்று செனீக்கா எச்சரிக்கிறார்.

"வாழ்க்கை நடத்துவது மிகவும் கடினமாக இருக்கிறது. ஒரு பத்தாயிரம் டாலர்கள் கிடைத்தால் நன்றாக இருக்கும்," என்று ஒருவர் நினைத்துக் கொள்வதாகக் கற்பனை செய்து கொள்ளுங்கள். வேறு எங்கோ இருக்கும் ஒருவரிடம் கூடுதலாக ஒரு பத்தாயிரம் டாலர்கள் இருக்கின்றன. அவரும் மகிழ்ச்சியாக இல்லை. அவர், "வாழ்க்கை நடத்துவது மிகவும் கடினமாக இருக்கிறது. ஒரு இலட்சம் டாலர்கள் கிடைத்தால் நன்றாக இருக்கும்," என்று நினைத்துக் கொள்கிறார். இதற்கு அடுத்து நான் சொல்லப் போவதை நீங்கள் ஊகித்திருப்பீர்கள். வேறு எங்கோ இருக்கும் ஒருவரிடம் கூடுதலாக ஒரு இலட்சம்

டாலர்கள் இருக்கின்றன. ஆனால், அவரும் மகிழ்ச்சியாக இல்லை. இது அப்படியே எல்லையில்லாமல் தொடர்ந்து கொண்டே போகும். இறுதியில் நீங்கள் உலகிலேயே பெரும் பணக்காரரிடம் சென்றடைந்தால், அவரும், “வாழ்க்கை நடத்துவது மிகவும் கடினமாக இருக்கிறது. இன்னும் . . . . டாலர்கள் கிடைத்தால் நன்றாக இருக்கும்,” என்று கூறுவதை நீங்கள் செவிமடுப்பீர்கள்.

சுய பாராட்டு

மனித இயல்பையும் மகிழ்ச்சியை நாடுகின்ற அவனுடைய வேட்கையின் உண்மை சொரூபத்தையும் செனீக்காவின் கூற்று தோலுரித்துக் காட்டுகிறது. உங்களிடம் என்ன பற்றாக்குறை இருக்கிறது என்று எப்போதும் யோசித்துக் கொண்டிருக்காமல், பிறரோடு உங்களை ஒப்பிட்டுக் கொண்டிருக்காமல், உங்களிடம் இருப்பதை மெச்சுங்கள். ஒவ்வொருவருடைய வாழ்க்கையும் தனித்துவமானது. அதனால் பிறருடைய வாழ்க்கையோடு உங்களுடைய வாழ்க்கையை ஒப்பிட்டுக் கொண்டிருப்பது அர்த்தமற்றது. அது உங்களுக்கு அதிருப்தியையும் போதாமை உணர்வையுமே கொடுக்கும். அடக்கமாக இருங்கள், அதீத எதிர்பார்ப்புகளைக் குறைத்துக் கொள்ளுங்கள். அதிருப்தி வந்தால், விரைவில் பதற்றமும் மனச்சோர்வும் உங்களைப் பிடித்துக் கொள்ளும் என்பதை நினைவில் வைத்திருங்கள்.

உங்களைச் சுற்றிலும் நோக்கினால், உங்களைவிட அதிகப் பணம் வைத்திருக்கின்ற, உங்களைவிட அதிக வெற்றி பெற்றுள்ள, உங்களைவிட அதிக மகிழ்ச்சியாகவுள்ள நபர்களை உங்களால் எளிதாக அடையாளம் காண முடியும். நாம் எவ்வளவு அதிகமாக நம்மைப் பிறரோடு ஒப்பிடுகிறோமோ, அவ்வளவு அதிகமாக நம்முடைய ஆசிர்வாதங்களை நாம் கணக்கில் எடுத்துக் கொள்ள மாட்டோம்.

இதற்கு சாராவை ஓர் எடுத்துக்காட்டாக எடுத்துக் கொள்ளலாம். பல ஆண்டுகளாக, அவர் தன் ஆசைகளை மேலும் மேலும் பெருக்கிக் கொண்டு வந்திருந்தார். பதவி

உயர்வும் கூடுதல் சம்பளமும் பெறுவதற்காக அவர் அளவுக்கதிகமாக உழைத்தார். அவருடைய வருவாய் பெருகப் பெருக அவர் தன் வாழ்க்கைமுறையை அதற்கு ஏற்ப மேலும் மேலும் உயர்த்திக் கொண்டேயிருந்தார். அவர் ஆடம்பரப் பொருட்களாக வாங்கிக் குவித்தார். இருபது ஆண்டுகளுக்குப் பிறகு அவர் ஓர் அழகான வீட்டில் வசித்து வந்தார். அந்த வீடு முழுவதும் பொருட்களால் நிரம்பி வழிந்தது. ஆனால் அவற்றில் எதையும் இரசிப்பதற்கு அவருக்கு நேரம் இருக்கவில்லை. முன்பு அவருக்கு மகிழ்ச்சி கொடுத்திருந்த விஷயங்கள் இன்று அவருக்கு அர்த்தமில்லாதவையாகத் தோன்றின. அவருக்கு இருபது வயது இருந்தபோது, இரண்டு கார்கள், அழகான உடைகள், சில அருமையான உல்லாசப் பயணங்கள் ஆகியவைதாம் அவருடைய கனவாக இருந்தன. இப்போது அவரிடம் அவை அனைத்தும் இருக்கின்றன. ஆனால், அவை அவருக்குப் போதுமானவையாக இல்லை. இப்போது அவர் தன்னிடம் இருப்பதைவிட அதிக ஆடம்பரமான காரையும், இன்னும் விலையுயர்ந்த ஆடைகளையும் வாங்க ஆசைப்படுகிறார், அதிகமான உல்லாசப் பயணங்கள் செல்ல விரும்புகிறார். இப்போது அவரிடம் இருக்கின்ற பணம் அவருடைய தற்போதைய கனவுகளை நிறைவேற்றுவதற்குப் போதுமானதாக இல்லை. மேலும் ஒரு பதவி உயர்வு கிடைத்தால் நன்றாக இருக்கும் என்று அவர் ஏங்கிக் கொண்டிருக்கிறார்.

இங்கு என்ன பிரச்சனை என்பதை உங்களால் பார்க்க முடிகிறதா? சாராவின் பிரச்சனை இன்னும் கூடுதலான ஆடைகளோ, புதிய ஆடம்பரக் கார்களோ, அல்லது கூடுதல் பணமோ அல்ல. தன்னிடம் ஏற்கனவே இருக்கின்ற பொருட்களின் மதிப்பை அவர் உணராமல் இருப்பதுதான் அவருடைய பிரச்சனை. இலக்குகளை நிர்ணயிப்பதிலும் அவற்றை அடைவதிலும் அவர் சிறந்து விளங்குகிறார். ஆனால், அவற்றை அடைந்தவுடன் அவர் அவற்றை இரசித்து அனுபவிப்பதில்லை. ஒரு நாள், சாராவின் பள்ளித் தோழி ஒருவர் அவருடைய வீட்டுக்கு வந்திருந்தார். அவர் சாராவிடம், "நீ ஓர்

அதிர்ஷ்டசாலி. நீ உன் கனவு வாழ்க்கையை வாழ்ந்து வருகிறாய்!" என்று வியந்து கூறினார்.அப்போதுதான் சாராவுக்குப் பொறி தட்டியது. தன்னிடம் போதும் என்ற மனம் இல்லாததை அவர் புரிந்து கொண்டார்.

உங்களுடைய வாழ்க்கையில் நீங்கள் நன்றி பாராட்டுகின்ற விஷயங்களை நினைவுகூருங்கள். அவை எவ்வளவு சிறியவையாக இருந்தாலும் பரவாயில்லை. உங்களிடம் ஏற்கனவே இருப்பவற்றை அலட்சியமாகக் கருதாதீர்கள். அவற்றில் உங்களுடைய ஆரோக்கியம், உறவுகள், உங்களுடைய சாதனைகள் போன்றவையும் அடங்கும். உங்களிடம் இருப்பவற்றை நீங்கள் மெச்சுகின்றபோது, உங்களுக்கு மனநிறைவு ஏற்படும்.

அதீத நுகர்வுக் கலாச்சாரத்திலிருந்து விலகியிருங்கள்

நுகர்வுக் கலாச்சாரத்தில் மதிமயங்கிக் கிடக்கின்றபோது, பொருட்செல்வம்தான் மகிழ்ச்சியைக் கொடுக்கும் என்ற பொறிக்குள் மாட்டிக் கொள்வது எளிது. சமூகத்தின் எதிர்பார்ப்புக்கு ஏற்ப இயங்குவதற்காக நாம் மேலும் மேலும் பொருட்களை வாங்கிக் குவிக்கின்றபோது, விரைவில் நம்மை விரக்தியும் பதற்றமும் சூழ்ந்து கொள்ளும்.

லௌகிகப் பொருட்களிடமிருந்து உங்களைப் பிரித்துக் கொள்வதை, நீங்கள் வசிக்கின்ற இடத்தை எளிமைப்படுத்துவதிலிருந்து நீங்கள் தொடங்க வேண்டும். உங்களுடைய வீடு உங்களுடைய மனத்தின் பிரதிபலிப்பாகும். உங்களுடைய வீடு, நீங்கள் பயன்படுத்தாத, அல்லது உங்களுக்குத் தேவைப்படாத பொருட்களால் நிரம்பி வழிந்து கொண்டிருந்தால், அது உங்களுடைய வாழ்க்கையில் குழப்பத்தையும் அமைதியின்மையையும் அதிகரிக்கும். உங்களுக்கு உண்மையிலேயே தேவைப்படுகின்ற பொருட்களை அல்லது உங்களுக்கு மகிழ்ச்சியைக் கொண்டு வருகின்ற பொருட்களை மட்டும் வைத்துக் கொள்வதன் மூலம் உங்களுடைய சுற்றுச்சூழல் சுத்தமாவதோடு, உங்களுடைய மனமும் சுத்தமாகும்.

குறைவியக் கோட்பாட்டை சுவீகரித்துக் கொண்டு லௌகிகப் பொருட்கள்மீதான பற்றை நீங்கள் துறக்கின்றபோது, உறவுகள், தனிப்பட்ட வளர்ச்சி மற்றும் அனுபவங்கள்மீது உங்களுடைய கவனத்தைத் திருப்புவது உங்களுக்குச் சாத்தியப்படும். பொருட்களைவிட இவை உங்களுக்கு நிலைத்திருக்கின்ற திருப்தியைக் கொடுக்கும். நவீனச் சாதனம் ஒன்றை வாங்குவதில் முனைப்பு காட்டுவதற்கு பதிலாக, நீங்கள் நேசிக்கின்ற நபர்களோடு கூடுதல் நேரம் செலவழிப்பது, புதிய இடங்களுக்குச் செல்வது, புதிய திறன்களைக் கற்றுக் கொள்வது போன்றவற்றில் முனைப்பு காட்ட நீங்கள் முயல வேண்டும். இவை உங்களுடைய வாழ்க்கையைச் செழுமைப்படுத்தி, உங்களுடைய பதற்றத்தைக் குறைக்கும்.

வாழ்க்கையில் மேலும் மேலும் பொருட்களைச் சேர்க்கின்ற மனப்போக்கிலிருந்து விடுபடுங்கள். அப்போது உங்கள் பதற்றம் குறையும். குறைவிய வாழ்க்கைமுறையை நீங்கள் சுவீகரித்துக் கொள்வதன் மூலம், பொருட்களை வாங்கிக் குவிப்பதால் மகிழ்ச்சி வருவதில்லை, மாறாக, ஆழமான உறவுகளிலிருந்தும், செழிப்பான அனுபவங்களிலிருந்தும், உங்களுடைய தனிப்பட்ட முன்னேற்றத்திலிருந்துமே மகிழ்ச்சி வருகிறது என்ற செய்தியை உங்களுக்கு நீங்களே அனுப்பிக் கொள்கிறீர்கள்.

48

மீண்டெழுதல் நோக்கத்திலிருந்து உதிக்கிறது

"ஏன் வாழ வேண்டும் என்ற நோக்கத்தை நாம் கண்டுபிடித்துவிட்டால், பின் எந்தத் தடையும் ஒரு பொருட்டாக இருக்காது."

- ஃபிரீட்ரிக் நீட்சே

எது உங்களை முடுக்கிவிடுகிறது? எது உங்களுடைய ஆன்மாவுடன் பேசுகிறது? உங்களுடைய பிறவி நோக்கம் என்ன?

உங்களுடைய வாழ்வின் நோக்கத்தைப் புரிந்து கொள்வது என்பது வெறுமனே சுய அறிதல் தொடர்பான ஒரு தேடல் அல்ல. அது உங்களுடைய ஊக்குவிப்பின் மூலாதாரமாக விளங்கும்; நீங்கள் குழப்பத்துடன் இருக்கின்றபோது, உங்களுக்குத் தெளிவை அளிக்கும். உங்களுடைய பிறவி நோக்கத்தைப் புரிந்து கொள்வதன் மூலம், நீங்கள் பதற்றமாக இருக்கின்றபோதும்கூட உங்களால் தொடர்ந்து செயலாற்ற முடியும். என்னைப் பொறுத்தவரை, அது அறிவைப் பகிர்ந்து கொள்ளுதலாகும். என்னுடைய வார்த்தைகள் பிறருக்கு உத்வேகமளித்துக் கொண்டிருக்கின்றன என்ற புரிதல் காரணமாக, கடும் தடைகள் இருந்தாலும் என்னால் முன்னேறிச் செல்ல முடிகிறது.

உங்களுடைய பிறவி நோக்கத்தை நீங்கள் அறிந்து கொள்கின்றபோது, அது உங்களுடைய கடுமையான

வாழ்க்கையின் கலங்கரைவிளக்கமாகத் திகழும். உங்களுடைய வாழ்க்கைப் புயலிலிருந்து நீங்கள் மீள்வதற்கு அது வழிகாட்டும்.

இருப்பதிலேயே நீங்கள் மிகவும் அக்கறை கொண்டுள்ள விஷயம் எது?

இந்த உலகில் நீங்கள் இன்னும் ஒரே ஒரு நாள்தான் உயிர்வாழப் போகிறீர்கள் என்பது தெரிய வந்தால், நீங்கள் எதைச் செய்ய முனைவீர்கள்?

எதற்காக நீங்கள் உங்களுடைய உயிரையும் கொடுக்கத் தயாராக இருப்பீர்கள்?

மேற்கண்ட கேள்விகளுக்கு பதிலளியுங்கள். உங்களுடைய விழுமியங்கள் என்னென்ன என்பதை அடையாளம் காண அது உங்களுக்கு உதவும். சிலருக்கு, அது அவர்களுடைய குடும்பத்தாருடன் ஓர் அன்பான உறவைக் கொண்டிருப்பதாக இருக்கும். வேறு சிலருக்கு, ஞானத்தைத் தேடுகின்ற முயற்சியாக அது இருக்கும். இன்னும் சிலருக்கு, அது சாகசப் பயணங்களாக இருக்கும். அல்லது நீங்கள் உங்களுடைய சுதந்திரத்தைப் பெரிதாக மதிக்கக்கூடும்.

உங்களுடைய பிறவி நோக்கம் எது என்பதை வேறொருவர் உங்களுக்காகத் தீர்மானிக்க முடியாது. அதை நீங்களேதான் தீர்மானித்துக் கொள்ள வேண்டும். அதை நீங்கள் அவ்வப்போது மறுபரிசீலனை செய்ய வேண்டும். ஆமாம், உங்களுடைய பிறவி நோக்கம் என்று நீங்கள் கருதிக் கொண்டிருப்பது மாறக்கூடும்!

மீண்டெழுதல் என்ற நங்கூரம்

வாழ்க்கையின் சவால்களை எதிர்கொள்ள உங்களுக்கு உத்வேகமூட்டுகின்ற, பொதுவாக ஊக்குவிப்புப் பேச்சாளர்கள் பயன்படுத்துகின்ற மந்திரச் சொற்களில் ஒன்றைத் தேர்ந்தெடுத்துக் கொள்ளுங்கள். அதைத் தொடர்ச்சியாகப் பயன்படுத்தி வாருங்கள். ‘நிகழ்கணத்தை அரவணைத்துக் கொள்ளுதல்’ என்பதை நான் என்னுடைய மந்திரச் சொல்லாக வரித்துக் கொண்டுள்ளேன். அது என்னை எப்போதும்

ஊக்குவித்து, தேவையில்லாமல் வருங்காலக் கவலையில் நான் மூழ்கிவிடாமல் என்னைப் பாதுகாக்கிறது.

எடுத்துக்காட்டாக, சுற்றுச்சூழலைப் பாதுகாப்பதை நீங்கள் உங்களுடைய நோக்கமாக வரித்துக் கொள்கிறீர்கள் என்று வைத்துக் கொள்ளலாம். அப்போது, செழிப்பான, துடிப்பான ஒரு மரத்தை நீங்கள் உங்களுடைய மந்திரப் பிம்பமாக வரித்துக் கொள்ளலாம். அன்னை பூமியின்மீது நீங்கள் காட்டுகின்ற அர்ப்பணிப்புக்கான ஒரு முத்திரையாக அது விளங்கும். நீங்கள் உங்களுடைய பணியில் சோர்வடைகின்றபோது அது உங்களுக்குப் புத்துணர்ச்சியூட்டி, உங்களை மீண்டெழச் செய்யும்.

என்னுடைய வாழ்க்கையில் கடக்கப்பட முடியாதவைபோலத் தோற்றமளித்தப் பல தடைகளைக் கடக்க அது எனக்கு உதவியுள்ளது. வாழ்க்கையெனும் கொந்தளிப்பான கடலில் நான் துணிச்சலுடன் பயணம் செய்வதற்கு அது ஒரு துருவ நட்சத்திரமாக எனக்கு வழிகாட்டியுள்ளது. நிகழ்கணங்களை அனுபவித்தவாறே தொடர்ந்து முன்னேறிச் செல்வதற்கு எனக்குத் தேவையான எரிபொருளை அது எனக்கு அளித்தது.

49

உங்களுக்குள் இருக்கின்ற அரக்கனோடு நட்பு பாராட்டுங்கள்

"அந்தக் கொடூர விலங்கு நிஜமல்ல என்பதை முதலில் நீங்கள் கண்டுபிடிப்பீர்கள். அது ஒரு மாயை என்பதையும், அதைக் கண்டு நீங்கள் பயப்படவே தேவையில்லை என்பதையும் நீங்கள் புரிந்து கொள்வீர்கள். அந்த விலங்கிற்குப் பற்களே இல்லை என்பதையும் நீங்கள் காண்பீர்கள். அது உங்களுக்கு மகத்தானதொரு வெற்றியாக இருக்கும்."

– டேவிட் பர்ன்ஸ்

நீங்கள் சிறுவயதில் தொலைக்காட்சியின் முன் அமர்ந்து கொண்டு, உங்களுக்கு மிகவும் பிடித்தமான நிகழ்ச்சியைப் பார்த்த அனுபவங்கள் உங்களுக்கு நினைவிருக்கின்றனவா? திரையில் தோன்றிய கொடூர விலங்குகள் நம்மைக் கவர்ந்திழுத்தன. அந்தக் கற்பனை விலங்குகள் நமக்கு ஆபத்து விளைவிக்காது என்பதை நாம் அறிந்திருந்தாலும், அவற்றைக் குறித்து ஒருவிதமான பயம் கலந்த ஆச்சரியம் நம்மிடம் குடிகொண்டிருந்தது. நாம் வளர்ந்து பெரியவர்களானதும் வேறு விதமான கொடூர விலங்குகளை நாம் எதிர்கொள்கிறோம். அவை நம்முடைய சொந்த மனத்தில் குடியிருக்கின்றன. பயம், பதற்றம் போன்ற, நம் எண்ணங்களில் சுற்றிக் கொண்டிருக்கின்ற கொடூர விலங்குகள் அவை. நாம் ஒரு காலத்தில் தொலைக்காட்சியில் பார்த்திருந்த விலங்குகள்

குறித்து நாம் பயந்ததைப்போலவே, இவற்றைக் கண்டும் நாம் அஞ்சுகிறோம்.

நாம் நம்முடைய உள்ளார்ந்த கொடூர விலங்குகளை எதிர்கொள்கின்றபோது, டேவிட் பர்ன்ஸின் மேற்கோளிலிருந்து உத்வேகத்தைப் பெற்றுக் கொள்ளலாம். அவை நாம் கற்பனை செய்துள்ள அளவுக்கு பயங்கரமானவை அல்ல என்பதை நாம் புரிந்து கொள்வோம். நாம் சிறு வயதில் தொலைக்காட்சியில் பார்த்திருந்த கொடூர விலங்குகளைப்போலவே இவற்றுக்கும் பற்கள் கிடையாது.

உங்களுடைய கொடூர விலங்குகளைப் பரிச்சயம் செய்து கொள்ளுதல்

டேவிட் பர்ஸின் யோசனை, நம் மனத்திற்குள் இருக்கின்ற இந்தக் கொடூர விலங்குகளை அடக்குவதற்கான வழிகளைக் காட்டுகிறது. முதலில் நீங்கள் அவற்றைத் துல்லியமாக அடையாளம் காண வேண்டும். உங்களுடைய ஆழ்மனத்தில் உறைந்திருக்கின்ற அவற்றை நீங்கள் பட்டியலிட வேண்டும். உங்களுக்குத் துன்பத்தைக் கொடுத்துக் கொண்டிருக்கின்ற பயம், பதற்றம் மற்றும் சவால்களை அடையாளம் காண நீங்கள் பிரக்ஞைபூர்வமாக முயற்சி மேற்கொள்ள வேண்டும்.

எடுத்துக்காட்டாக, நீங்கள் சமூக நிகழ்வுகளில் கலந்து கொள்கின்றபோது உங்களுக்கு அசௌகரியம் ஏற்படுகிறது என்று வைத்துக் கொள்வோம். சமூக நிகழ்வுகளில் கலந்து கொள்வதும், அங்குப் புதியவர்களைச் சந்திக்க வேண்டியிருப்பதும் உங்களிடம் பதற்றத்தை ஏற்படுத்துகிறது. உங்கள் இதயம் படபடவென அடித்துக் கொள்கிறது, உங்களுடைய உள்ளங்கைகள் வியர்த்துக் கொட்டுகின்றன. இங்கு உங்களுடைய சமூகப் பதற்றம்தான் உங்களுடைய கொடூர விலங்கு. சமூக நிகழ்வுகளில் நீங்கள் கலந்து கொள்கின்றபோது, பிறர் உங்களுடைய ஒவ்வோர் அசைவையும் அவதானிப்பர் என்பதும், புதியவர்களுடனான உரையாடல்களின்போது நீங்கள் தவறான எதையேனும் கூறிவிடக்கூடும்

என்பதும்தான் உங்களுடைய பயத்திற்குக் காரணம்.

எனக்குத் தெரிந்த ஒருவருடைய கதையை இப்போது நான் உங்களுடன் பகிர்ந்து கொள்ளப் போகிறேன். அவருடைய பெயர் பிராட். பல ஆண்டுகளாக அவர் சமூகப் பதற்றத்தால் பீடிக்கப்பட்டிருந்தார். பல ஆண்டுகளாக அவர் சமூக நிகழ்வுகளில் கலந்து கொள்வதைத் தவிர்த்து வந்திருந்தார். தான் உரையாடல்களின்போது தடுமாறிவிடக்கூடும் என்ற பயமும், பிறர் தன்னை எடைபோடக்கூடும் என்ற அச்சமும்தான் அதற்குக் காரணம். ஒரு சமயம், அதை எதிர்த்து நிற்க அவர் துணிந்தார்.

முதலில் அவர் தன்னுடைய சமூகப் பதற்றத்தை நேருக்கு நேர் எதிர்கொண்டார். தன்னிடம் அது இருந்ததை அவர் ஏற்றுக் கொண்டார். அதற்கு ஒரு சுவாரசியமான பட்டப்பெயரையும் அவர் கொடுத்தார். அப்படிச் செய்ததன் மூலம், உருவமற்று இருந்த தன்னுடைய பதற்றத்திற்கு அவர் ஓர் உருவம் கொடுத்தார்.

அடுத்து, அதை எதிர்கொள்வதற்கு அவர் பிறருடைய உதவியை நாடினார். அதை நிர்வகிப்பதற்கு அவர் சில உத்திகளைப் பயன்படுத்தவும் தீர்மானித்தார். படிப்படியாக அவருடைய தன்னம்பிக்கை வளரத் தொடங்கியது. முன்பு சாத்தியமேயற்றதாகத் தோன்றிய சமூக உரையாடல்களில் அவர் கலந்து கொண்டதோடு, அவற்றை இரசிக்கவும் தொடங்கினார். அவருடைய கொடூர விலங்கின் ஆதிக்கம் குறையத் தொடங்கியது.

இதைப் போன்றதொரு பயணத்தை நீங்களும் தொடங்கி, உங்களுடைய கொடூர விலங்கை முறியடியுங்கள். உங்களுடைய குறிப்பிட்ட பயம், பதற்றம் மற்றும் சவால்களை நீங்கள் முதலில் அடையாளம் கண்டு அவற்றுக்குப் பெயரிடுங்கள். பின் அவற்றை நேரடியாக எதிர்கொண்டு முறியடிப்பதற்கான முயற்சிகளை மேற்கொள்ளுங்கள்.

உங்களுடைய கொடூர விலங்கின் மூலாதாரத்தை ஆராயுங்கள்

உங்களுக்கு பயத்தையும் பதற்றத்தையும் உருவாக்குகின்ற சூழலை இன்னும் உன்னிப்பாக நீங்கள் கவனிக்கின்றபோது, அந்தக் கொடூர விலங்குகளுக்குப் பற்கள் இல்லை என்பதை நீங்கள் புரிந்து கொள்வீர்கள்.

இப்படி ஓர் எடுத்துக்காட்டை எடுத்துக்கொள்ளலாம். ஒருவருக்கு உயரத்தைக் கண்டால் பயமிருக்கிறது என்று வைத்துக் கொள்வோம். சற்று மேலேயிருந்து கீழே பார்ப்பதற்கு அவர் பயப்படுகிறார். அதனால், அவரால் மலைப்புறப் பகுதிகளில் நடைப்பயணங்களை மேற்கொள்ள முடியாது, ஆறுகளின் குறுக்கே நடந்து செல்வதற்காக அமைக்கப்படுகின்ற சிறிய பாலங்களை அவரால் கடக்க முடியாது, பாறையேற்றம் போன்ற சாகச விளையாட்டுகளில் ஈடுபட முடியாது. அதை வெற்றி கொள்வதற்கு, நீங்கள் அந்தப் பயத்தை அடையாளம் கண்டு அதை நேருக்கு நேராக எதிர்கொள்ள வேண்டும்.

இதேபோன்ற பயத்தைக் கொண்டிருந்தவர்தான் லில்லி. அவருக்கு, ஆறுகளின் குறுக்கே நடந்து செல்வதற்காக அமைக்கப்படுகின்ற சிறிய பாலங்களைக் கண்டால் மிகவும் பயம். அவர் தன் பயத்தை அடையாளம் கண்டுகொண்டவுடன் அதை நேருக்கு நேராகச் சந்திக்க முடிவெடுத்தார். மலைநடைப் பயணக் குழு ஒன்றில் அவர் தன்னை இணைத்துக் கொண்டார். அதன் ஒரு பகுதியாக, உயரமான இரண்டு பாறைகளுக்கு நடுவே கட்டப்பட்டிருந்த ஒரு தொங்கு பாலத்தை அவர் கடக்க வேண்டியிருந்தது.

லில்லி அதை அடைந்தவுடன் ஒரு முறை ஆழமாக சுவாசித்தார். அந்தப் பாலத்தின் பொறியியல் விந்தையின்மீது அவர் தன் கவனத்தைத் திருப்பினார். தனக்கு முன்னால் அந்தப் பாலத்தைப் பலர் கடந்து சென்றதைக் கண்டு அவர் தனக்குள் துணிச்சலை வரவழைத்துக் கொண்டார். அதில் தினந்தோறும் நூற்றுக்கணக்கான நபர்கள் கடந்து செல்வதை அவர்

தனக்கு நினைவூட்டிக் கொண்டார். தன்னுடைய பயம் அங்கிருந்த ஆபத்தை மேலும் பெரிதாக்கியதை லில்லி உணர்ந்து கொண்டார். பாலங்கள் இடிந்து விழுவது போன்ற நிகழ்வுகள் அபூர்வமானவை என்பதை அவர் புரிந்து கொண்டார்.

சூழ்நிலையைப் பாரபட்சமின்றிச் சீர்தூக்கிப் பார்த்தப் பிறகு, பயம் தன்மீது எத்தகைய ஆதிக்கம் செலுத்திக் கொண்டிருந்தது என்பது அவருக்குத் தெளிவாயிற்று. தன்னுடைய கொடூர விலங்கிற்குப் பற்கள் கிடையாது என்பதையும், அது தன் மனத்தின் மாயத் தோற்றம் என்பதையும் அவர் உணர்ந்து கொண்டார். இந்த உள்நோக்குடன் அவர் தைரியமாக அந்தப் பாலத்தின்மீது அடியெடுத்து வைத்து வெற்றிகரமாக அதைக் கடந்தார்.

இங்கு நமக்குக் கிடைக்கின்ற படிப்பினைகள், பாலத்தையும் உயரத்தையும் கடந்த ஒன்று. இது வாழ்க்கைக்கான பரந்துபட்ட ஓர் உருவகம். நாம் அனைவருமே நம்முடைய சொந்தப் பாலங்களைக் கடக்க வேண்டியிருக்கிறது. வேலை மாற்றம், சவாலான உறவுகள், குழப்பமான எதிர்காலம் போன்றவற்றின் உருவத்தில் அவை வரலாம். நாம் இந்தச் சூழ்நிலைகளை அடையாளம் கண்டுகொண்டு, சான்றுகளைச் சேகரித்து, அவற்றைக் கவனமாக அலசி ஆராய்கின்றபோது, அவை வெறும் மாயை என்பதை நம்மால் கண்டுகொள்ள முடியும்.

50

வளர்ச்சி மனப்போக்கை வளர்த்துக் கொள்ளுங்கள்

இரண்டு விதமான மனநிலைகள் இருக்கின்றன. ஒன்று, நிலையான மனநிலை. உங்களுடைய திறமைகளும் அறிவாற்றலும் கல்லில் செதுக்கப்பட்டவை, அவற்றை மாற்ற முடியாது என்ற உறுதியான நம்பிக்கையை நீங்கள் கொண்டுள்ளீர்களா? அது நிலையான மனநிலை. அப்படியிருந்தால், நீங்கள் வாழ்க்கைச் சிக்கல்களை எதிர்கொள்கின்றபோது, நீங்கள் படித்திராத பாடத்திலிருந்து தொடர்ந்து கேள்விகள் கேட்கப்படுவதை ஒத்த உணர்வு உங்களிடம் உருவாகும். வேலை, குடும்பம் போன்ற இரண்டையும் சேர்த்துச் சமாளிக்க நீங்கள் தடுமாறிக் கொண்டிருந்தால், உங்களுடைய நிலை வேகமாகப் பதற்றத்தை நோக்கிப் பாயத் தொடங்கிவிடும்.

இரண்டாவது, வளர்ச்சி மனநிலை. திறமைகள் பிறப்பிலிருந்து வருவதில்லை, கடின உழைப்பின் மூலம் வளர்த்துக் கொள்ளப்படக்கூடியவை அவை என்ற நம்பிக்கையைக் கொண்டிருப்பதுதான் வளர்ச்சி மனநிலையாகும். தாவோ வீடாங் என்ற ஆய்வாளர், வளர்ச்சி மனநிலை மனநலத்தின்மீது ஏதாவது தாக்கம் ஏற்படுத்துகிறதா என்பதைத் தெரிந்து கொள்ளும் பொருட்டு ஓர் ஆய்வில் ஈடுபட்டார்.

நிலையான மனநிலையைக் கொண்டிருந்தவர்களோடு ஒப்பிடுகையில், வளர்ச்சி மனநிலையை சுவீகரித்துக் கொண்டவர்கள் மிகக் குறைவான மனநலப் பிரச்சனைகளை எதிர்கொண்டனர் என்றும், வாழ்க்கையின் சவால்கள் அவர்களுக்குக் குறைவான மன அழுத்தத்தை உருவாக்கின என்றும் அந்த ஆய்வின் முடிவுகள் தெரிவித்தன.

பின்னடைவிலிருந்து படிப்பினை

வளர்ச்சி மனநிலைக் கோட்பாடு ஆற்றல்மிக்கதோர் உத்தியை முன்மொழிகிறது. ஒரு பின்னடைவு, ஒரு சவால், ஒரு கடினமான சூழ்நிலை போன்ற எதையாவது நீங்கள் எதிர்கொண்டால், "இதிலிருந்து என்னால் என்ன கற்றுக் கொள்ள முடியும்?" என்று உங்களிடம் கேளுங்கள். மேலோட்டமாகப் பார்த்தால், இது ஒரு சாதாரணமான கேள்விபோலத் தோன்றும். ஆனால், இதன் தாக்கம் பெரிதாக இருக்கும். இந்தக் கேள்வி, ஒரு சூழலின் எதிர்மறை அம்சங்களிலிருந்து உங்களுடைய கவனத்தைப் பறித்து, தனிப்பட்ட வளர்ச்சி மற்றும் மேம்பாட்டுக்கான வாய்ப்புகளின்மீது அதைக் குவிக்க உங்களுக்கு வெகுவாக உதவும்.

வாழ்க்கையை, மூடப்பட்டிருக்கின்ற பல கதவுகளைக் கொண்ட ஒரு பயணமாகக் கற்பனை செய்து கொள்ளுங்கள். ஒரு கதவைத் திறந்தால், அது சூரிய ஒளிக்கு இட்டுச் செல்லும். வேறு சில கதவுகள் சவாலான சூழல்களுக்கு இட்டுச் செல்லும். மூடப்பட்டுள்ள ஒரு கதவுக்கு முன்னால் இருக்கின்றபோது விரக்தியும் பதற்றமும் ஏற்படுவது இயல்பானதுதான். இங்கேதான் வளர்ச்சி மனநிலை உங்களுடைய உதவிக்கு வருகிறது. மூடப்பட்டுள்ள கதவின்மீது உங்களுடைய மண்டையை முட்டிக் கொள்வதற்குப் பதிலாக, வளர்ச்சி மனநிலை, "இதிலிருந்து என்னால் என்ன கற்றுக் கொள்ள முடியும்?" என்ற வாசகம் பொறிக்கப்பட்ட ஒரு திறவுகோலை உங்களிடம் கொடுக்கும்.

நீங்கள் அந்தத் திறவுகோலைக் கொண்டு அந்தக்

கதவைத் திறந்தால், அது விரியத் திறக்கும். அதற்குள், உங்களால் கண்டுபிடிக்கப்படுவதற்காகக் காத்திருக்கின்ற பொக்கிஷங்களைப்போல, பல படிப்பினைகளும் உள்நோக்குகளும் உங்களுக்காகக் காத்திருக்கும். வளர்ச்சி மனநிலை மாயாஜாலமாக உங்களுடைய பிரச்சனைகள் அனைத்தையும் மறைந்து போகச் செய்யாது. மாறாக, உங்களுடைய இருண்ட சவால்களின் ஊடாக நீங்கள் கடந்து செல்வதற்கு உங்களுக்கு உதவுகின்ற ஒரு விளக்காக அது செயல்படும்.

எடுத்துக்காட்டாக, நீங்கள் உங்களுடைய வேலையில் ஒரு பெரிய பின்னடைவைச் சந்தித்திருக்கிறீர்கள் என்று வைத்துக் கொள்வோம். நீங்கள் நிலையான மனநிலையைக் கொண்டிருந்தால், நீங்கள் ஒரு தோல்வியாளர் என்றும், அந்த வேலைக்கு நீங்கள் பொருத்தமானவர் அல்லர் என்றும் புலம்பித் தள்ள அது உங்களைத் தூண்டும். ஆனால், நீங்கள் வளர்ச்சி மனநிலையைக் கொண்டிருந்தால், அச்சூழ்நிலையை நீங்கள் வித்தியாசமாக அணுகுவீர்கள். எது அந்தப் பின்னடைவுக்கு இட்டுச் சென்றது, உங்களை மேம்படுத்திக் கொள்வதற்கு உங்களுக்கு என்ன தேவை, எப்படி அந்த அனுபவம் வருங்கால வெற்றிக்கான ஒரு படிக்கல்லாக அமையக்கூடும் என்ற ரீதியில் நீங்கள் சிந்திக்கத் துவங்குவீர்கள். இப்படிச் செய்வதன் மூலம், உங்களால் பதற்றத்தைக் குறைக்க முடிவதோடு, உங்களை மேம்படுத்திக் கொள்ளவும் முடியும்.

அசௌகரிய வட்டத்தை சுவீகரித்துக் கொள்ளுதல்

நான் உங்களிடம் ஒன்று கேட்க விரும்புகிறேன். நீங்கள் உங்களுடைய சௌகரிய வட்டத்தில் எவ்வளவு காலமாக இருந்து வந்துள்ளீர்கள்? அந்த இடம், பாதுகாப்பு உணர்வு, சௌகரிய உணர்வு ஆகியவற்றைக் கொண்டிருக்கும். அங்குள்ளவற்றை எளிதாக முன்கூட்டியே ஊகித்துவிட முடியும். நாம் எல்லோருமே ஏதோ ஒரு கட்டத்தில் அடைக்கலம் புகுகின்ற ஓரிடம்தான் அது. சௌகரிய வட்டத்தைவிட்டு வெளியே வந்து அசௌகரிய வட்டத்தை

சுவீகரித்துக் கொள்வதுதான் உங்களுடைய தனிப்பட்ட வளர்ச்சிக்கும், பதற்றமற்ற ஒரு வாழ்க்கைக்கும் இட்டுச் செல்லும் என்று நான் கூறினால் நீங்கள் அதை எப்படி எடுத்துக் கொள்வீர்கள்?

இந்த அணுகுமுறைக்குப் பின்னாலுள்ள ஞானத்தை, "உங்களுடைய சௌகரிய வட்டத்தின் முனையில்தான் வாழ்க்கை துவங்குகிறது" என்று காலங்காலமாகக் கூறப்பட்டு வருகின்ற கூற்று மிக அழகாக எடுத்துரைக்கிறது. ஒரு நீச்சல் குளத்தின் ஆழமான பகுதிக்குள் குதிப்பதற்கான அழைப்பிதழ் அது. துவக்கத்தில் நீங்கள் அசௌகரியமாக உணரக்கூடும், உங்களுடைய கால்கள் தளரக்கூடும். ஆனால், நீங்கள் உங்களுடைய கைகளை வீசி நீரில் முன்னேறுகின்றபோது, தொடக்கத்திலிருந்த அசௌகரியம் மறைந்து தன்னம்பிக்கை பிறக்கும். விரைவில், நீர் ஒரு பதற்றமான இடம் என்ற நிலையிலிருந்து, சாகசம் புரிவதற்கான ஓரிடமாக மாறிவிடும்.

அதேபோல, சிறிய அளவிலான அசௌகரியங்களுக்கு உங்களை உட்படுத்திக் கொள்வது உங்களுடைய தனிப்பட்ட வளர்ச்சிக்கு வெகுவாக உதவும். எடுத்துக்காட்டாக, மேடைப்பேச்சு என்றாலே உங்களுக்குக் கை-கால் உதறும் என்று வைத்துக் கொள்வோம். அதை மீறி வருவதற்கு நீங்கள் ஒரு கண்ணாடி முன் நின்று கொண்டு பேசிப் பார்க்கலாம். அல்லது ஒரு நெருங்கிய நண்பர் முன்னால் நின்று கொண்டு உங்களுடைய மேடைப் பேச்சை ஒத்திகை பார்க்கலாம். இவை சிறு அசௌகரியங்கள்தாம். ஆனால், அவை உங்களுடைய பயிற்சிக் களமாகச் செயல்படும். முதலில் சிறு கூட்டங்களில் பேசுங்கள். காலப்போக்கில், பெரிய கூட்டங்களிலும் பேசுகின்ற அளவுக்கு நீங்கள் படிப்படியாக முன்னேறுவீர்கள். பெரிய கூட்டங்களில் பேசுகின்றபோதும்கூட உங்களுடைய அசௌகரிய உணர்வு முற்றிலுமாக மறைந்துவிடாது. ஆனால், நீங்கள் வளர்த்துக் கொண்டுள்ள தன்னம்பிக்கை உங்களுக்குக் கை கொடுக்கும்.

51

தேர்ந்தெடுப்பு முடக்கத்திற்குள் மாட்டிக் கொள்ளாதீர்கள்

சில நேரங்களில், நவீன உலகம், பெரிய உணவகங்களில் இருக்கின்ற முடிவேயில்லாமல் நீண்டுகொண்டே செல்கின்ற விலைப்பட்டியலைப் போன்றிருப்பதாகத் தோன்றுகிறது. காலையில் கண்விழிப்பதிலிருந்து இரவு படுக்கப் போகின்றவரை, நாள் முழுவதும் சிறிய விஷயங்களிலிருந்து பெரிய விஷயங்கள்வரை எண்ணற்றத் தீர்மானங்களை மேற்கொள்ள வேண்டியிருக்கிறது. நாம் தேர்ந்தெடுப்பதற்கு நமக்கு இருக்கின்ற சாத்தியக்கூறுகள் நமக்கு ஒருவிதமான திக்குமுக்காடல் உணர்வைக் கொடுக்கின்றன. இது அபரிமிதத்தின் நகைமுரண். அபரிமிதம் நமக்கு சுதந்திர உணர்வைக் கொடுக்கின்ற அதே நேரத்தில், எண்ணற்றச் சாத்தியக்கூறுகளை நம் முன் இருத்தி நம்மைத் திணறடிக்கிறது. கொலம்பியா பல்கலைக்கழகத்தைச் சேர்ந்த ஆய்வாளர்கள், பதற்றத்திற்கும் தேர்ந்தெடுப்புகளுக்கும் இடையேயுள்ள தொடர்பைக் கேள்விக்கு உட்படுத்தினர்.

பொதுவாக நாம் நம்முடைய தனிப்பட்டத் தேர்ந்தெடுப்புகளை நேர்மறையான விளைவுகளோடு பொருத்திக் கொள்கிறோம் என்றாலும், சமீபத்திய ஆய்வுகள் இதைக் கேள்விக்கு உட்படுத்துவதாக அந்த ஆய்வாளர்கள் தெரிவித்தனர். இந்த ஆய்வின்போது,

அவர்கள், தேர்ந்தெடுப்பதற்கு ஒரு குழுவிற்கு சுமார் முப்பது சாத்தியக்கூறுகளை வழங்கினர். மற்றொரு குழுவிற்கு ஆறு சாத்தியக்கூறுகள் வழங்கப்பட்டன. ஆனால், ஆறு சாத்தியக்கூறுகளிலிருந்து தேர்ந்தெடுத்துக் கொள்ளுமாறு கேட்டுக் கொள்ளப்பட்டக் குழுவினர் அவற்றில் ஒன்றை வாங்குவதற்கு, மற்றக் குழுவினரைவிட அதிக ஆர்வம் காட்டினர். அவர்கள் தங்களுடைய தேர்ந்தெடுப்புகள் குறித்துக் கூடுதல் திருப்தியும் கொண்டிருந்தனர். தேர்ந்தெடுப்பதற்கு அளவுக்கதிகமான சாத்தியக்கூறுகள் இருக்கின்றபோது, நம்முடைய ஊக்கமும் திருப்தியும் குறைந்துவிடுகின்றன என்பதையே அந்த ஆய்வின் முடிவு தெரிவித்தது. அது பதற்றத்திற்கு வழிவகுக்கிறது.

உங்களுடைய சாத்தியக்கூறுகளை மட்டுப்படுத்துங்கள்

இதிலிருந்து மீள்வதற்கான வழி எளிது. தேர்ந்தெடுப்பதற்கு உங்களுக்கு இருக்கின்ற சாத்தியக்கூறுகளை மட்டுப்படுத்திக் கொள்வதுதான் அது. எண்ணற்றச் சாத்தியக்கூறுகளை வைத்துக் கொண்டு திக்குமுக்காடுவதற்குப் பதிலாக, அந்த ஆய்வில் தெரிவித்தபடி ஆறு சாத்தியக்கூறுகளுக்குள் அதைச் சுருக்கிக் கொள்ளுங்கள். இது உங்களுடைய தீர்மானம் எடுக்கின்ற செயல்முறையைச் சுலபமாக்குவதோடு, உங்களுடைய பதற்றத்தையும் கணிசமாகக் குறைக்கிறது.

நீங்கள் ஒரு மளிகைக் கடையில் இருப்பதாக வைத்துக் கொள்வோம். நீங்கள் காலை உணவு தானியப் பாக்கெட் ஒன்றை வாங்க விரும்புகிறீர்கள். அங்கிருக்கின்ற காலை உணவு தானியப் பாக்கெட்டுகளின்மீது எழுதப்பட்டிருக்கின்ற விஷயங்களைப் படித்துப் புரிந்து கொள்ளும் விபரீத முயற்சியில் நீங்கள் இறங்குகிறீர்கள். அது போகாத ஊருக்கு வழி தேடுவதைப் போன்றது. அதற்குப் பதிலாக, கடைக்கு வருவதற்கு முன்பாக, எந்தக் காலை உணவு தானியப் பாக்கெட் வேண்டும் என்று முடிவெடுத்துவிட்டு, நேராகச் சென்று அதை வாங்கிக் கொள்ளுங்கள். அதேபோல, நீங்கள் ஓர்

உல்லாசப் பயணம் செல்லத் திட்டமிடுகின்றபோது, உங்கள் முன் வைக்கப்படுகின்ற எண்ணற்றச் சாத்தியக்கூறுகளை நிராகரியுங்கள். குறிப்பிட்டச் சில இடங்களை மட்டும் தேர்ந்தெடுத்து, அங்குச் சென்று இரசித்து அனுபவியுங்கள். இப்படி நீங்கள் உங்களுடைய சாத்தியக்கூறுகளை மட்டுப்படுத்திக் கொள்கின்றபோது, உங்களுடைய வாழ்க்கை எளிதாவதோடு, உங்களுக்கு ஏராளமான நேரமும் மிச்சமாகும். அந்த நேரத்தை நீங்கள் தேர்ந்தெடுத்துள்ள விஷயங்களில் செலவழித்து இரசித்து மகிழலாம்.

தேர்ந்தெடுப்பதற்கு அதிகமான சாத்தியக்கூறுகள் இருப்பது நமக்கு மகிழ்ச்சியைக் கொண்டுவரும் என்று நாம் நினைத்துக் கொண்டிருக்கிறோம். ஆனால், தேர்ந்தெடுப்பதற்கு நம்மிடம் அதிகமான சாத்தியக்கூறுகள் இருந்தால், நாம் தவறான ஒன்றைத் தேர்ந்தெடுத்துவிட்டோமோ என்று நாம் எண்ணுவதற்கான வாய்ப்புகள் அதிகரிக்கும். இன்னும் சொல்லப் போனால், மக்கள் தங்களுடைய தேர்ந்தெடுப்புகள் எதுவாக இருந்தாலும் அது குறித்து மகிழ்ச்சி அடையவே செய்கின்றனர் என்பதே உண்மை. அந்தத் தேர்ந்தெடுப்பை அவர்கள் ஒரு சில சாத்தியக்கூறுகளிலிருந்து மேற்கொண்டார்களா அல்லது எண்ணற்றச் சாத்தியக்கூறுகளிலிருந்து மேற்கொண்டார்களா என்பது ஒரு பொருட்டல்ல. நீங்கள் தேர்ந்தெடுப்பதற்கு அதிக நேரத்தைச் செலவழிக்கலாம். ஆனால், உங்களுடைய இறுதித் தேர்ந்தெடுப்பு, நீங்கள் செலவழித்திருந்த கூடுதல் நேரத்திற்கு ஏற்ப மதிப்பு வாய்ந்ததாக இருக்க வேண்டிய அவசியமில்லை.

எடுத்துக்காட்டாக, நீங்கள் நிலக்கடலை வெண்ணெய் வாங்குவதற்காக ஒரு மளிகைக் கடைக்குச் சென்றிருக்கிறீர்கள் என்று வைத்துக் கொள்வோம். நேராகச் சென்று அதை உங்களால் வாங்கிவிட முடியாது. அதில் கடலைத் துகள்கள் இருக்க வேண்டுமா கூடாதா என்பதை நீங்கள் தீர்மானிக்க செய்ய வேண்டும். அதன் விலை எப்படிப்பட்டதாக இருக்க வேண்டும் என்று நீங்கள் தீர்மானிக்க வேண்டும். அங்கிருக்கின்ற

இருபது பிராண்டுகளில் எதை வாங்குவது என்பதையும் நீங்கள் தீர்மானிக்க வேண்டும். இதற்கு நீங்கள் இருபது நிமிடங்களைச் செலவழிப்பதை உங்களால் எந்தவிதத்திலும் நியாயப்படுத்த முடியாது. போய் ஏதோ ஒன்றை வாங்கிவிட்டால், நீங்கள் வேறு உருப்படியான காரியங்களில் அந்த நேரத்தைச் செலவழிக்கலாம். அப்படி நீங்கள் கையில் கிடைத்ததை வாங்கியுள்ள அந்தப் பொருள் உண்மையிலேயே நன்றாகவும் இருக்கலாம்.

இது இருக்கட்டும். வாழ்க்கையில் பெரிய தீர்மானங்கள் எடுக்கின்றபோது என்ன செய்ய வேண்டும்? நீங்கள் ஒரு புதிய வேலையைத் தேடவேண்டியிருக்கிறது என்று வைத்துக் கொள்வோம். நூற்றுக்கணக்கான வேலைகளுக்கு விண்ணப்பிப்பதற்குப் பதிலாக, விரல்விட்டு எண்ணக்கூடிய நிறுவனங்களைத் தேர்ந்தெடுத்து அவற்றுக்கு மட்டும் நீங்கள் விண்ணப்பிக்கலாம். இப்படி நீங்கள் உங்களுடைய ஆற்றலை ஒருமுகப்படுத்துகின்றபோது, சரியான தீர்மானங்களை உங்களால் எடுக்க முடியும்.

வாழ்க்கை உங்கள் முன் எண்ணற்றச் சாத்தியக்கூறுகளை ஒரு விருந்தாகப் படைத்தால், அதில் அளவுக்கதிகமாக ஈடுபடாதீர்கள். அவற்றிலிருந்து ஒரு சிலவற்றை மட்டும் தேர்ந்தெடுத்துக் கொள்ளுங்கள். அதன் மூலம் உங்களுடைய பதற்றம் வெகுவாகக் குறைவதை நீங்கள் காண்பீர்கள். தேர்ந்தெடுப்பதற்கு ஒரு சில சாத்தியக்கூறுகள் மட்டுமே உள்ள ஒன்றுதான் பதற்றமற்ற, எளியதொரு வாழ்க்கைக்கான பாதையாக இருக்கும்.

கச்சிதமான தீர்மானங்களைக் கைவிடுங்கள்

நீங்கள் ஒரு பெரிய உணவகத்திற்கு காலை உணவு உண்பதற்குச் செல்கிறீர்கள். நீங்கள் பஃபே உணவு முறையைத் தேர்ந்தெடுக்கிறீர்கள். அங்குப் போய் நின்றால், நீங்கள் தேர்ந்தெடுப்பதற்கு ஏகப்பட்டப் பதார்த்தங்கள் இருக்கின்றன. எதைத் தேர்ந்தெடுப்பது, எதை விடுவது

என்று தெரியாமல் நீங்கள் திண்டாடுகிறீர்கள். தவறானவற்றைத் தேர்ந்தெடுத்துவிடுவோமோ என்ற பதற்றம் உங்களைத் தொற்றிக் கொள்கிறது. நன்றாக இரசித்துச் சாப்பிட வேண்டிய ஓர் அனுபவம், கச்சிதத்தைத் தேடுகின்ற உங்களுடைய மனப்போக்கால் வீணாகிவிடுகிறது.

கச்சிதத்திற்கான உங்களுடைய தேடல் காரணமாக உங்களிடம் தீர்மான முடக்கம் ஏற்பட்டுவிடாமல் பார்த்துக் கொள்ளுங்கள். கச்சிதம் என்பது ஒரு கானல் நீர் என்பதை நினைவில் வைத்துக் கொள்ளுங்கள். அதற்குப் பதிலாக, ஓரளவு போதுமான ஒன்றைத் தேர்ந்தெடுத்துக் கொண்டு மேலே ஆக வேண்டிய காரியங்களைப் பாருங்கள்.

நீங்கள் உங்களுடைய வேலை தொடர்பான ஒரு முக்கியமான திட்டத்தில் ஈடுபட்டிருக்கிறீர்கள் என்று கற்பனை செய்து கொள்ளுங்கள். அதைப் போதுமான அளவுக்குச் செய்து முடிப்பதை நீங்கள் தேர்ந்தெடுத்தால், உங்களால் அடுத்தச் சவாலுக்குச் செல்ல முடியும். மாறாக, நீங்கள் தேர்ந்தெடுப்பதற்கு இருக்கின்ற எண்ணற்றச் சாத்தியக்கூறுகளுக்குள் தலையை விட்டுவிட்டால், நீங்கள் அங்கேயே தேங்கிவிடுவீர்கள். பதற்றம் உங்களைத் தொற்றிக் கொள்ளும். அதேபோல, நீங்கள் உங்களுடைய தனிப்பட்ட இலக்குகளை நிர்ணயித்துக் கொள்ள முயற்சிக்கும்போது, கச்சிதத்திற்கு முக்கியத்துவம் கொடுக்காமல், தொடர்ச்சியான மேம்பாட்டிற்கு எது உதவுமோ அதை உடனடியாகத் தேர்ந்தெடுத்துக் கொள்ளுங்கள். கச்சிதம் குறித்தத் தேடல், நகைமுரணாக, சுய சந்தேகத்திற்கும், போதுமானதாக இல்லாது போய்விடுமோ என்ற பயத்திற்கும் இட்டுச் சென்றுவிடும். மாறாக, போதுமானதாகத் தோன்றுகின்ற ஒன்றைத் தேர்ந்தெடுத்துக் கொள்ளும்போது, அது உண்மையான மேம்பாட்டிற்கு வழிவகுக்கக்கூடும்.

போதுமானதாக இருந்தால் போதும் என்ற மனப்போக்கைசுவீகரித்துக்கொள்வதன் மூலம், வாழ்க்கை என்பது பல்வேறு சாத்தியக்கூறுகளைக் கொண்ட ஒன்று என்பதையும், அதில் எதுவுமே கச்சிதமானது

அல்ல என்பதையும் நீங்கள் புரிந்து கொள்வீர்கள். இந்த உள்நோக்கு, எண்ணற்றச் சாத்தியக்கூறுகளைக் கண்டு முடங்கிவிடாமல் டக்கென்று தீர்மானங்களை எடுப்பதை உங்களுக்கு எளிதாக்கும்.